ഗ്രീൻ ബുക്സ്

നിരാർദ്രതയുടെ കഥാലോകങ്ങൾ

ഹംസ അറയ്ക്കൽ

തൃശ്ശൂർ ജില്ലയിൽ വട്ടേക്കാട് ജനനം..
എഴുത്തിന്റെ അരങ്ങേറ്റം
'ഹംസ വട്ടേക്കാട്' എന്ന തൂലികാനാമത്തിൽ
1982ൽ ദേശാഭിമാനിയിലൂടെ.
അബുദാബി കേരള സോഷ്യൽ സെന്റർ
നടത്തിയ ചെറുകഥ മത്സരത്തിൽ വിജയി.
അബുദാബി മലയാളി സമാജം സംഘടിപ്പിച്ച
ലഘു നാടക മത്സരത്തിൽ സുഹൃത്ത് എൻ
സ്റ്റാൻലിയുമായി ചേർന്ന് എഴുതിയ 'കരിംകിളി'
നാടകം വിവിധ പുരസ്കാരങ്ങൾ നേടി.
മൂന്ന് ദശകത്തിലേറെ പ്രവാസിയായിരുന്നു.

പഠനം

നിരാർദ്രതയുടെ കഥാലോകങ്ങൾ

ഹംസ അറയ്ക്കൽ

ഗ്രീൻബുക്സ്

green books private limited
gb building, civil lane road, ayyanthole,
thrissur- 680 003, kerala, ph: +91 487-2381066, 2381039
website: www.greenbooksindia.com
e-mail: info@greenbooksindia.com

branches:
thrissur 0487-2422515
thiruvananthapuram 0471-2335301
calicut 0495 4854662

malayalam
nirardrathayude kathaalokangal
study
by
hamza arakkal

published october 2023

cover image : s. mahendra

printed in india
manipal technologies ltd

isbn : 978-93-95878-85-2

GBPL/1328/2023

മുഖക്കുറി

വായനയുടെ ലോകത്തു നിന്നും തിരഞ്ഞെടുത്ത മഹത്തായ കൃതികളുടെ ആസ്വാദനവും കുറിപ്പുകളുമടങ്ങുന്ന ഈ കൃതി, പുസ്തക പ്രേമികൾക്ക് ഒഴിച്ചുകൂടാനാകാത്ത ഒരു മുതൽക്കൂട്ടായിരിക്കും. പ്രസിദ്ധമായ വിവർത്തന ഗ്രന്ഥങ്ങളെയും മലയാളത്തിലെ ശ്രേഷ്ഠരായ എഴുത്തുകാരുടെ രചനകളെയും പരിചയപ്പെടുത്തുന്ന ഹംസ അറയ്ക്കലിന്റെ നിരാർദ്രതയുടെ കഥാലോകം സാഹിത്യകുതുകികൾക്ക് ഒരു ദിശാബോധം നൽകുന്ന രചനയാണ്. നോബേൽ സമ്മാനിതരായ യാസ്മിനാ ഖാദ്ര, സ്വെറ്റ്ലാന അലക്സിവിച്ച്, ഓൾഗാ ടോകാർചുക്, അബ്ദുൾറസാഖ് ഗുർന തുടങ്ങിയവരുടെ കൃതികളുടെയും ബെന്യാമിൻ, എം. മുകുന്ദൻ, ടി.ഡി. രാമകൃഷ്ണൻ, മലയാളത്തിലെ തെരഞ്ഞെടുത്ത മറ്റു പ്രമുഖ രചനകളുടെയും പഠനം ഇതിൽ ഉൾപ്പെടുന്നു. മലയാള ഭാഷയിൽ ഇന്ന് ലഭ്യമായിരിക്കുന്ന മികച്ച രചനകളിലേക്ക് തുറക്കുന്ന ഒരു വാതായനമാണ് ഈ ഗ്രന്ഥം.

എഡിറ്റർ

ഉള്ളടക്കം

പറുദീസ

അബ്ദുൾറസാഖ് ഗുർന

പറുദീസയിലെ അധിനിവേശങ്ങൾ

2021ൽ സാഹിത്യത്തിനുള്ള നൊബേൽ സമ്മാനം ലഭിച്ച ടാൻസാനിയൻ എഴുത്തുകാരൻ അബ്ദുൾറസാഖ് ഗുർനയുടെ വളരെ പ്രശസ്തമായ കൃതിയാണ് പറുദീസ (paradise).

ലോകമാകെ സഞ്ചരിച്ച് വ്യാപാരം നടത്തി ജീവിക്കുന്ന ഒരു സംഘം അറബികളാണ് ഇതിലെ ഭൂരിഭാഗം കഥാപാത്രങ്ങളും. അവർ വ്യാപാരത്തോടൊപ്പം മനുഷ്യനെ സാംസ്കാരികമായി ഉയർത്തിക്കൊണ്ടു വരാനും ശ്രദ്ധിച്ചിരുന്നു. ദുർഗന്ധമുള്ള മൃഗത്തോൽ അണിഞ്ഞ ഗിരിവർഗ്ഗക്കാർക്കിടയിൽ തുണിത്തരങ്ങളും പണിയായുധങ്ങളും വിതരണം നടത്തി. അങ്ങനെ വ്യാപാരത്തോടൊപ്പം ലാഭവും ലാഭത്തോടൊപ്പം സംസ്കാരവും വളർത്തി.

സംഘം വ്യാപാരത്തിനു പുറപ്പെട്ടാൽ തിരിച്ചെത്താൻ ഒരു വർഷമോ അതിലധികമോ വേണ്ടി വരാറുണ്ട്. ചിലപ്പോൾ നല്ല ലാഭം കിട്ടാറുമുണ്ട്. മറ്റു ചിലപ്പോൾ വ്യാപാര വസ്തുക്കൾ വഴിയിൽ വെച്ച് അവരിൽ നിന്ന് കൊള്ളയടിക്കപ്പെടാറുമുണ്ട്. ആക്രമണത്തിന് ഇടയിൽ മരിച്ചു പോകുന്നവരും ഉണ്ട്. അവരുടെ കുടുംബങ്ങൾക്ക് നഷ്ടപരിഹാര തുക നൽകാനുള്ള നല്ലൊരു മനസ്സും സംഘത്തിന്റെ യജമാനനായ അസീസ് കാണിക്കാറുണ്ട്.

കഥ നടക്കുന്നത് ഒന്നാം ലോകമഹായുദ്ധത്തിനു മുമ്പുള്ള ജർമ്മൻ കൊളോണിയൽ കാലഘട്ടത്തിലാണ്.

ഏഷ്യ, ആഫ്രിക്ക, യൂറോപ്പ് നഗരങ്ങളെ ലക്ഷ്യമാക്കി നീങ്ങുന്ന സംഘത്തിന് പലപ്പോഴും യൂസുഫിന്റെ വീട് ഒരു ഇടത്താവളമാണ്. അവിടെ എത്തുന്ന ദിവസങ്ങളിലെല്ലാം അവൻ അമ്മാവൻ എന്ന് വിളിക്കുന്ന യൂസുഫിന് പത്തണ സമ്മാനമായി നൽകാറുണ്ട്. പക്ഷേ

ഇന്ന് അയാൾ വന്നത് മാതാപിതാക്കളിൽ നിന്ന് അവനെ അടർത്തി മാറ്റാനാണ്.

അബ്ദുൾ റസാഖ് ഗുർന ആ ഭാഗം ഇങ്ങനെ വിശദീകരിക്കുന്നു.

"ഉമ്മ എന്തിനാ കരയുന്നത്?"

യൂസുഫ് ചോദിച്ചു. അവനു ലഭിച്ച ആദ്യത്തെ അശുഭസൂചനയായിരുന്നു ഉമ്മയുടെ കണ്ണുനീർ. ഉമ്മ ഇതിനു മുമ്പ് കരയുന്നത് അവൻ കണ്ടിട്ടില്ല.

"മാ..."

അവൻ യാചിക്കുന്നതു പോലെ വിളിച്ചു. ഉമ്മ പക്ഷേ അവന്റെ ചുണ്ടുകൾ കൂട്ടിയടച്ചു.

"ബാ പറയും."

"ഒരു കൊച്ചു യാത്രയ്ക്ക് പോകണമെന്നുണ്ടോ നിനക്ക്."

ബാബ ചോദിച്ചു. ബാബയുടെ കൈയിന്റെ ഭാരം അവന്റെ തോളിൽ പതിച്ചു.

"എപ്പോഴാണ് പോകുന്നത്?"

"ഇപ്പോൾ."

യൂസുഫ് നിവർന്നു നിന്നു. കാൽമുട്ടൊന്ന് മടക്കി നിവർത്തി. അവനിൽ മലവിസർജ്ജനത്തിന്റെ സമ്മർദ്ദം വന്നു.

അവൻ ബാബയെ തുറിച്ചു നോക്കി.

ഒരു നീണ്ട കാലത്തേക്ക് അഥവാ ഒരിക്കലും മടങ്ങി വരാനാവാത്തൊരു തടവറ ജീവിതത്തിലേക്കാണ് യാത്രയാകുന്നതെന്ന് അവൻ അപ്പോൾ അറിഞ്ഞിരുന്നില്ല.

പിതാവ് ഒരു കൊച്ചു യാത്രയെക്കുറിച്ച് മാത്രമേ പറയുന്നുള്ളൂ.

അവൻ അമ്മാവനെന്ന് വിളിക്കുന്ന അസീസ് എന്ന അറബി വ്യാപാരിയിൽ നിന്ന് ആ യാത്രകൊണ്ട് നഷ്ടപ്പെടുന്ന പത്തണയെക്കുറിച്ചായിരുന്നു അവന്റെ വേവലാതി. അതിന്റെ പ്രതിഷേധമാണ് ആ തുറിച്ചു നോട്ടത്തിൽ പ്രകടമായത്. എന്നാൽ ശ്രദ്ധേയമായ മറ്റൊന്നുകൂടിയുണ്ട്. അവനിൽ അപ്പോഴുണ്ടായ മലവിസർജ്ജന സമ്മർദ്ദം ഈ നോവൽ വായിച്ചു കഴിയുമ്പോഴാണ് അതിന്റെ അർത്ഥവ്യാപ്തി വായനക്കാർക്ക് മനസ്സിലാക്കാൻ സാധിക്കുക.

പല വ്യാപാരങ്ങളും തുടങ്ങി പരാജയപ്പെട്ട ഒരു മനുഷ്യൻ താൻ വാങ്ങിയ കടം വീട്ടാനാവാതെ പകരം സ്വന്തം മകനെ പണയ

വസ്തുവാക്കി, അടിമയാക്കി ജീവിതത്തിന്റെ പുറംപോക്കിലേക്ക് തള്ളുകയും പിന്നീട് ആ ജീവിതം നരകിക്കുകയും ചെയ്യുന്ന ദുരന്ത കാഴ്ചകളിൽ നിന്നാണ് പറുദീസയുടെ പിറവി. അടിമ ജീവിതത്തിന്റെ നരകഭൂമിയിൽ നിന്നുള്ള വിമോചനവും സ്വർഗ്ഗം തേടിയുള്ള അന്വേഷണവും ആരംഭിക്കുന്നത് ഇവിടെയാണ്.

പൗരാണിക ഗോത്ര സമൂഹത്തിലെ ദുഷിച്ച ആചാരങ്ങളുടെ നേർസാക്ഷ്യമായി മാറുന്നു പറുദീസ. അറബ് സംസ്കൃതിയേയും ഐതിഹ്യങ്ങളേയും ഉപജീവിച്ചുള്ളതാണ് നോവൽ. അറുപതുകളിൽ സാൻസിബാർ വിപ്ലവകാലത്ത് പന്ത്രണ്ടാം വയസ്സിൽ അഭയാർത്ഥിയായി സ്വന്തം രാജ്യം വിടേണ്ടി വന്ന അബ്ദുൾ റസാഖ് ഗുർനയുടെ ആത്മാംശം നോവലിൽ ചിതറിയിട്ടുണ്ട്.

യൂസുഫ് എന്ന പന്ത്രണ്ടുകാരൻ നേരിടുന്നതും ഒരർത്ഥത്തിൽ അഭയാർത്ഥി ജീവിതമാണ്. അവൻ നേരിടുന്ന കൊടിയ ദുരന്തങ്ങളാണ് അത്യന്തം ഉദ്വേഗജനകമായി നോവലിൽ ആവിഷ്കരിക്കുന്നത്.

ചുറ്റുമതിലുള്ള പൂന്തോട്ടം എന്ന ആദ്യഭാഗം പറുദീസയിലേക്കുള്ള ഒന്നാം കവാടമായി വായനക്കാരനെ ആകർഷിക്കുന്നുണ്ട്.

ഭൂമിയിലെ ഏറ്റവും സുന്ദരനായ പുരുഷനെ ഈ തോട്ടത്തിൽ വെച്ചാണ് രോഗിയും വയോധികയുമായ സുലൈഖ കണ്ടുമുട്ടുന്നത്. ആ ഒരു ദർശനത്തോടെ സ്ഥലകാലങ്ങൾ മറന്ന് അവൾ ഉന്മാദിയാകുന്നു. കടുത്ത വിഷാദത്തിലേക്ക് അവൾ തെന്നി വീഴുന്നു. അവന്റെ ഒരു സ്പർശനം അല്ലെങ്കിൽ പ്രാർത്ഥന മാത്രം മതി തന്റെ രോഗം മാറിക്കിട്ടുമെന്നവൾ വിചാരിക്കുന്നു.

സുലൈഖ അനുഭവിക്കുന്ന രോഗപീഡ എന്തിനെയാണ് സൂചിപ്പിക്കുന്നതെന്ന് പരിശോധിക്കുമ്പോഴാണ് അത് കേവലമായ ലൈംഗികാസക്തിക്കപ്പുറം മറ്റെന്തോ ആണെന്ന തിരിച്ചറിവ് നമുക്ക് അനുഭവപ്പെടുന്നത്.

പൂന്തോട്ടം ഒരു സ്വർഗ്ഗത്തോപ്പായി പരികൽപ്പന ചെയ്താണ് കഥ വികസിക്കുന്നത്.

'ഈ പ്രദേശം കാണുമ്പോൾ അത് നിങ്ങളിൽ ഒരാഗ്രഹം ജനിപ്പിക്കുന്നു. ശുദ്ധമായ നല്ല തെളിച്ചമുള്ള ആഗ്രഹം. ഇവിടെയുള്ളവർക്ക് രോഗമോ വൃദ്ധാവസ്ഥയോ എന്തെന്നറിയില്ല എന്ന് ചിന്തിക്കാൻ അത് നിങ്ങളെ പ്രേരിപ്പിക്കുന്നു. അവരുടെ ദിവസങ്ങൾ ജ്ഞാനത്തിനായുള്ള തിരച്ചിലിന്റെ സംതൃപ്തിയിൽ നിറഞ്ഞതാണെന്നും തോന്നലുണ്ടാക്കുന്നു.''

അവിടെ കേൾക്കുന്ന സുലൈഖയുടെ അപശബ്ദങ്ങളും കരച്ചിലും അസഭ്യവർഷവും എവിടെ നിന്നോ ഒഴുകി വരുന്ന മധുര സംഗീതമായാണ് യൂസുഫിന് അനുഭവപ്പെടുന്നത്.

അവളുടെ പ്രതിസ്പന്ദനങ്ങൾ ഭൗതിക ലോകത്തിന്റെ സംഘർഷങ്ങളാണ്. ഭ്രാന്ത് സുലൈഖയിൽ മാത്രം ഒരുങ്ങുന്നുമില്ല. മാ അജൂസ എന്ന സ്വാഹിലി വനിതയിലേക്കും അവനോടുള്ള ഇഷ്ടം ഒരു ജ്വരം പോലെ പടർന്നു കയറുന്നുണ്ട്.

'എന്റെ ഉടമ എന്റെ ഭർത്താവ്' എന്നാണവൾ യൂസുഫിനെ നോക്കി ഉരുവിടുന്നത്. അവന്റെ ദർശനം കൊതിക്കുന്ന പെൺകുട്ടികൾ നോവലിൽ വേറേയും ഉണ്ട്.

എന്നാൽ അവരിൽ നിന്നെല്ലാം ഓടിയൊളിക്കുന്ന, ശുദ്ധനും ദൈവഭയമുള്ളവനുമായ യൂസുഫിനെ ഒരു ചതിപ്രയോഗത്തിലൂടെ സുലൈഖ വീഴ്ത്തുന്നതാണ് കഥാന്ത്യം. അതോടെ അവൻ മറ്റൊരു ലോകത്തേക്ക് നിലംപതിക്കുന്നു.

സുലൈഖ സ്വന്തം കിടപ്പുമുറിയിലേക്ക് തന്ത്രപൂർവം അവനെ ക്ഷണിച്ചു വരുത്തിയാണ് കാര്യങ്ങൾ സാധിക്കാൻ ശ്രമിക്കുന്നത്. സയ്യിദിന്റെ രണ്ടാം ഭാര്യ ആമിനയിലാണ് യൂസുഫിന് അനുരാഗം തോന്നുന്നത്. ആമിനയും യൂസുഫിനെപ്പോലെ പിതാവ് വരുത്തി വെച്ച കടത്തിന്റെ പേരിൽ അടിമയായവളാണ്. അവൾക്ക് പ്രായ പൂർത്തിയായപ്പോൾ കരാർ പ്രകാരം സയ്യിദ് അവളെ വിവാഹം ചെയ്യുകയായിരുന്നു.

''നിനക്കൊരു സഹോദരി ഇല്ല അല്ലേ? അതായിരിക്കണം കാരണം. അതല്ലെങ്കിൽ അദ്ദേഹം അവളെ കൊണ്ടു വരുമായിരുന്നു.''

ഖാലിദ് യൂസുഫിനോട് പറയുമ്പോൾ സ്വന്തം അനുഭവത്തിൽ നിന്നുള്ള വേദനകളാണ് പങ്ക് വെക്കുന്നത്. ഇരകളുടെ മേൽ നടത്തുന്ന അധിനിവേശത്തിന്റെ ആഴവും പരപ്പും ഖാലിദിന്റെ വാക്കുകളിൽ വെളിവാകുന്നു. യൂസുഫിന്റെ സാമീപ്യവും പ്രാർത്ഥനയും സുലൈഖയുടെ രോഗത്തിന് അൽപ്പാൽപ്പം ശമനമുണ്ടാക്കി. സുലൈഖ അവനെ വികാരവായ്പോടെ പുണരാൻ ശ്രമിക്കുമ്പോൾ വലിയൊരു ബലപ്രയോഗത്തിൽ അത് കലാശിക്കുന്നു.

സുലൈയയെ തള്ളിമാറ്റി കുതറി ഓടുന്ന യൂസുഫിന്റെ കുപ്പായത്തിനു പുറകുവശം അവൾ വലിച്ചു കീറുന്നു.

പ്രവാചകൻ യൂസുഫ് നബിക്ക് ഈജിപ്തിലെ മന്ത്രി കൊട്ടാരത്തിൽ വെച്ച് അസീസിന്റെ ഭാര്യ സുലൈഖയിൽ നിന്നുണ്ടായ അതേ അനുഭവമാണ് അബ്ദുൾ റസാഖ് ഗുർന ഇവിടെ പുനഃസൃഷടിക്കുന്നത്.

യൂസുഫ് നബിയുടെ വളർത്തു പിതാവിന്റെ പേരും നോവലിൽ യൂസുഫിന്റെ യജമാനന്റെ പേരും ഒന്നു തന്നെയാണ് അസീസ്. ഈ സമാനത അവരുടെ പത്നിമാരുടെ പേരിലും കാണാം. സുലൈഖ എന്നാണ് രണ്ടിടത്തും അറിയപ്പെടുന്നത്.

അബ്ദുൾ റസാഖ് ഗുർനയുടെ നോവലുകൾ എന്ന തന്റെ പുസ്തകത്തിൽ ഫസൽ റഹ്മാൻ ഇത് അടയാളപ്പെടുത്തുന്നുണ്ട്. മന്ത്രി പത്നിയായ സുലൈഖയുടെ അഭിമാനത്തിന് ക്ഷതമേൽക്കാതിരിക്കാൻ പ്രവാചകൻ യൂസുഫ് നബിക്ക് വിധിക്കുന്നത് ദീർഘകാല ജയിൽവാസമാണെങ്കിൽ പറുദീസയിൽ യൂസുഫിന് വിധിക്കുന്നത് മാപ്പാണ്.

സ്വതന്ത്ര്യം എന്നത് അവന് അപ്പോഴും ഒരു വിദൂര സ്വപ്നമായി മാറുകയാണ്. എല്ലാവരും അസീസ് എന്ന വ്യാപാരിയെ സയ്യിദ് അഥവാ യജമാനൻ എന്ന് വിളിച്ച് ആദരവോടെ വണങ്ങുമ്പോൾ യൂസുഫ് അതിലൊന്നും താത്പര്യം കാണിക്കാതെ മാറി നിൽക്കുന്നു.

ഇവിടെ ഗുർനയുടെ മാനവ ദർശനവും വിമോചന സങ്കൽപ്പവും ദൃഢതയാർജ്ജിക്കുന്നത് കാണാം. വ്യാപാരിയായ അസീസിന്റെ കൊട്ടാരത്തിലെ മറ്റൊരു അടിമയായ ഖലീലിന്റെ നിരന്തര മർദ്ദനങ്ങൾക്ക് ഇരയായിട്ടും യൂസുഫിന്റെ 'അമ്മാവൻ' വിളിയിൽ ഒരു മാറ്റവും സംഭവിക്കുന്നില്ല എന്നത് ശ്രദ്ധേയമാണ്.

"വെറും ഒരു അടിമയായ നിനക്ക് സയ്യിദ് എങ്ങനെ അമ്മാവനാകും. അയാൾ നിന്റെ അമ്മാവനല്ല. ഇനിമേൽ അങ്ങനെ വിളിക്കരുത്. സയ്യിദ് എന്ന് വിളിച്ച് കൈ ചുംബിച്ചു വണങ്ങണം."

ഖാലിദ് താക്കീത് കൊടുത്തിട്ടും യൂസുഫ് ആ ജല്പനങ്ങളെ അവഗണിക്കുകയാണ്. സ്വാതന്ത്ര്യം ലഭിച്ചിട്ടും കൊട്ടാരം വിട്ടുപോകാത്ത ഖാലിദും തോട്ടം സൂക്ഷിപ്പുകാരൻ മസി ഹംദാനിയും ഉയർത്തി വിടുന്ന ചോദ്യങ്ങൾ നോവലിനു ഒരു ദാർശനികമാനം നൽകുന്നു. 'ഇതിലും സ്വാതന്ത്ര്യമായ ഒന്ന് അകത്തിരിക്കുന്നവർക്ക് തരാനാകുമാ?'

"ഈ ജീവിതം എന്നെ കണ്ടെത്തിയതും ഇങ്ങനെയല്ലേ" മസി ഹംദാനി ചോദിക്കുന്നു.

അധിനിവേശവും വിമോചന സ്വപ്നങ്ങളും പ്രണയവും വിരഹവും മരണവുമെല്ലാം ഭാവ ഗീതാത്മകമായാണ് നോവലിൽ ആവിഷ്കരിച്ചിരിക്കുന്നത്.

ഒരു വരൾച്ചയുടെ കാലത്താണ് യൂസുഫ് വീട് വിട്ടിറങ്ങിയതെന്ന് അവന് ഓർമ്മയുണ്ട്. ആ ഓർമ്മ അവനെ എപ്പോഴും ഭയപ്പെടുത്തുന്നതായി കാണാം. അവൻ കാണുന്ന പേക്കിനാവുകൾ ആ ഭയത്തെ ഇരട്ടിപ്പിക്കുന്നുണ്ട്.

'അപ്രതീക്ഷിതമായി ചില പൂക്കൾ വിരിയും. പിന്നെയത് കരിഞ്ഞു പോകും. വിചിത്രങ്ങളായ ക്ഷുദ്രജീവികൾ പാറകൾക്കിടയിൽ നിന്ന് പുളഞ്ഞ് പുറത്തെത്തി വെയിൽ കൊണ്ട് ചത്തു പോകും.'

യൂസുഫിന്റെ ജീവിതത്തിൽ സംഭവിക്കുന്നതും ഏതാണ്ട് ഇതേ മാതിരിയാണ്. അപ്രതീക്ഷിതമായി പ്രണയത്തിന്റെ വൈവിധ്യ നിറമാർന്ന പുഷ്പങ്ങൾ വിരിയുകയും പിന്നെ അത് കരിഞ്ഞുണങ്ങുകയും ചെയ്യുന്നു.

അസീസിന്റെ ഉടമസ്ഥതയിലുള്ള വ്യാപാര സംഘത്തിന്റെ കൂടെയാണ് യൂസുഫിന് കൂടുതലായും ജോലി ചെയ്യേണ്ടിവരുന്നത്. ദിവസങ്ങളും മാസങ്ങളും ചിലപ്പോൾ വർഷങ്ങളും നീണ്ടു നിൽക്കുന്ന ദീർഘയാത്രകൾ അക്കാലത്തെ പ്രത്യേകതയായിരുന്നു. മേൽനോട്ടക്കാരും ചുമട്ടുകാരും കാവൽക്കാരുമടങ്ങുന്നതാണ് ആ വലിയ സംഘം. സംഘത്തെ നയിക്കുന്ന മൊഹമ്മദ് അബ്ദുള്ളയുടെ വാക്കുകൾ ഇങ്ങനെ:

''ഇതിനൊക്കെയാണ് നമ്മൾ ഈ മണ്ണിൽ വന്നിരിക്കുന്നത്. വ്യാപാരം ചെയ്യാൻ. നമ്മൾ ഏറ്റവും വരണ്ട മരുഭൂമികളിലേക്കും ഇരുണ്ട വനാന്തരങ്ങളിലേക്കും പോകുന്നു. കച്ചവടം നടത്തുന്നത് കാട്ടാളനുമൊത്താണോ രാജാവുമൊത്താണോ എന്നൊന്നും നോക്കാറില്ല. ജീവിക്കുമോ മരിക്കുമോ എന്നു പോലും ശ്രദ്ധിക്കാറില്ല. നമുക്കെല്ലാം ഒന്നു തന്നെ. വ്യാപാരികളേക്കാൾ കൗശലക്കാർ ആരുമില്ല. അതിലും കുലീനരുമില്ല. അതാണ് നമുക്ക് ജീവിതം നൽകുന്നത്.''

കച്ചവട ദൗത്യത്തിനിടയിൽ യൂസുഫ് കണ്ടതും അനുഭവിച്ചതുമായ വിചിത്ര ജീവിതങ്ങളാണ് നോവൽ പകർത്തി വെയ്ക്കുന്നത്.

ശവക്കച്ച ഇല്ലാത്തതിനാൽ സ്വന്തം ഭാര്യയുടെ മൃതദേഹം മറവു ചെയ്യാനാവാതെ വിഷമിക്കുന്ന ഒരു സുൽത്താനെ ഗുർന കഥാപാത്രമാക്കുന്നുണ്ട്. ഓട്ടോമൻ സാമ്രാജ്യത്തിന്റെ അസ്തമയം പ്രതീകാത്മകമായി അതു പ്രതിഫലിക്കുന്നു.

അധിനിവേശത്തിന്റെ ഇരകളായി മാറുന്ന മനുഷ്യജന്മങ്ങൾ എന്തിനേയും കീഴ്പ്പെടുത്തി അടിമയാക്കുന്ന വ്യാപാരതന്ത്രങ്ങൾ യൂസുഫ് എന്ന കഥാനായകന്റെ സങ്കടങ്ങൾ, യാത്രകൾ, പ്രണയങ്ങൾ, ഒറ്റപ്പെടൽ ഇവയെല്ലാം കൂടി ചേരുന്ന എഴുത്തിന്റെ മാന്ത്രികത.

നോവൽ പരിസമാപ്തിയിൽ എത്തുമ്പോൾ കൊളോണിയൽ ആധിപത്യത്തിലേക്ക് ഒരു ജനത കീഴ്പ്പെടുന്നതിന്റെ തിളച്ചുമറിയുന്ന

കാഴ്ചയാണ്. പട്ടാളം സാധാരണക്കാരെ ബന്ദികളാക്കി കൊണ്ടു പോകുന്നത് യൂസുഫ് കാണുന്നു. അവനു പുറകുവശം പറുദീസ യുടെ വാതിലുകൾ അടയുന്ന ഒച്ച. അവൻ സംശയത്തോടെയും അതിലേറെ സങ്കടത്തോടെയും അകന്നു പോകുന്ന പട്ടാളക്കാരെ നോക്കി.

അവരിൽ ലയിച്ചു ചേരാനെന്നോണം അവൻ പുറകെ ഓടി.

യുദ്ധക്കെടുതികളിൽ നിന്ന് ചിതറിയോടിയ അഭയാർത്ഥികളും യൂറോപ്യരും ഇന്ത്യൻ-ആഫ്രിക്കൻ സംഘടിത വ്യാപാരശക്തികളും ഗിരിവർഗ്ഗക്കാരും മണ്ണും മണ്ണിരയും തിന്ന് ജീവിക്കുന്ന അബോധ മനസ്സിന്റെ ഉടമകളും പ്രണയത്തിന്റെ രാജകുമാരികളും എല്ലാം ചേർന്ന് സൃഷ്ടിക്കുന്ന മെറ്റാഫിക്ഷൻ ഭാവുകത്വം പറുദീസ നൽ കുന്ന സവിശേഷമായ വായനാനുഭവമാണ്.

വിവർത്തനം : സുരേഷ് എം.ജി.

■

നിലയ്ക്കാത്ത സഞ്ചാരങ്ങൾ

ഓൾഗ ടോകാർ ചുക്

ചലനാത്മകതയുടെ പ്രത്യയശാസ്ത്രം

ഓൾഗ ടോകാർ ചുകിന്റെ നിലയ്ക്കാത്ത സഞ്ചാരങ്ങളുടെ വായന. സ്വെറ്റ്ലാന അലക്സിവിച്ചിനുശേഷം ലോകസാഹിത്യത്തിൽ മുഴങ്ങി കേട്ട കരുത്തുറ്റ സ്ത്രീശബ്ദമാണ് ഓൾഗയുടേത്.

ചലനാത്മകതയുടെ പ്രത്യയശാസ്ത്രം എന്നാണ് 2018ലെ നോബൽ സമ്മാനം നേടിയ ഓൾഗ ടോകാർ ചുകിന്റെ നിലയ്ക്കാത്ത സഞ്ചാരങ്ങൾ നോവൽ വിശേഷിപ്പിക്കപ്പെടുന്നത്.

പോളീഷ് ഭാഷയിൽ ബൈഗൂണി (അലഞ്ഞു തിരിയുന്നവർ) എന്നും ഇംഗ്ലീഷിൽ ഫ്ളൈറ്റ്സ് എന്നും മലയാളത്തിൽ നിലയ്ക്കാത്ത സഞ്ചാരങ്ങൾ എന്നും അറിയപ്പെടുന്ന ഈ കൃതി ആശയങ്ങളുടേയും അനുഭവങ്ങളുടേയും ഭാവനയുടേയും ബഹുവിതാനങ്ങളെ സമന്വയിപ്പിക്കുന്നു.

നോവൽ സങ്കല്പങ്ങളെ മാറ്റിമറിക്കുന്ന രചനയുടെ പുതിയ രസതന്ത്രമാണ് വായനക്കാരനു മുന്നിൽ ഈ പുസ്തകം തുറന്നിടുന്നത്. വൈജ്ഞാനിക മേഖലകളിലേക്ക് വികസിക്കപ്പെടുന്ന സർഗ്ഗാത്മകതയുടെ പുതിയ മാതൃക എന്ന് ഈ നോവലിനെ വിശേഷിപ്പിക്കാം.

സാമ്പ്രദായികമല്ലാത്ത എഴുത്തുവഴിയിലൂടെയാണ് ഓൾഗയുടെ യാത്രയും അന്വേഷണവും. അതു ചരിത്രത്തിലേക്കും മനുഷ്യ ശരീരത്തിന്റെ നിഗൂഢതകളിലേക്കും നടത്തുന്ന സഞ്ചാരം കൂടിയാണ്.

ജീവിച്ചു കൊണ്ടിരിക്കുന്ന സ്വതന്ത്രനായ ഒരു വ്യക്തിയോടെന്ന പോലെ മുറിച്ചു മാറ്റപ്പെട്ട സ്വന്തം കാലിനോട് സംസാരിച്ചുകൊണ്ടിരിക്കുന്ന പ്രൊഫസർ ഫിലിപ്പ് ഫാന്റം പെയിൻ എന്ന അവസ്ഥയിൽ

കടുത്ത വേദനയും മാനസിക സംഘർഷവും അനുഭവിക്കുന്ന കഥാപാത്രമാണ്. അയാൾ അറിയപ്പെടുന്നത് മഹാനായ ശരീര ശാസ്ത്രജ്ഞനായിട്ടാണ്.

ശരീരത്തിനകത്തെ അതുവരെ ശ്രദ്ധിക്കാതിരുന്ന പല ഭാഗങ്ങളും കണ്ടുപിടിച്ച ഗവേഷകനാണയാൾ. മരിച്ചു കഴിഞ്ഞാൽ കാലുകൾ തന്നോടൊപ്പം കുഴിച്ചുമൂടണമെന്ന ആഗ്രഹം പ്രകടിപ്പിക്കുന്നുണ്ടെങ്കിലും അതു നടക്കാതെ പോകുന്നു. പകരം ഒരു ടേബിളിൽ പല കഷണങ്ങളായി അതു ചിതറിക്കിടക്കുന്നത് വായനക്കാരന്റെ സംവേദന തലത്തിലും ശോകഭാവം തീർക്കുന്നു. ചില്ലുഭരണികളിൽ സൂക്ഷിച്ച മനുഷ്യന്റെ നൂറുകണക്കിനു ആന്തരികാവയവങ്ങളുടെ മാതൃകകളെക്കുറിച്ചും ഓൾഗ ഈ പുസ്തകത്തിൽ പറയുന്നുണ്ട്.

നാടുകാണാൻ വന്ന ചക്രവർത്തി ഗർഭസ്ഥശിശുവിന്റെ തുറന്നു കിടക്കുന്ന ഉദരഭിത്തികൾ കണ്ട് നടുങ്ങിപ്പോകുമ്പോൾ പ്രൊഫസർ റെയ്ഷിന്റെ മകൾ ഷാർലെറ്റയ്ക്ക് അത് വെറും കളിപ്പാവയാണ്. ലായനിയിൽ കിടന്നു നീന്തുന്ന കുഞ്ഞുങ്ങൾ അവർക്ക് സ്വന്തം കുഞ്ഞുങ്ങളായി തോന്നുന്നു. വിദേശികൾ വന്നു വില കൊടുത്ത് കുഞ്ഞുങ്ങളെ കൊണ്ടുപോകുമ്പോൾ സ്വന്തം മകളെ ദൂരെയുള്ള സ്ഥാപനത്തിൽ പഠിക്കാൻ അയച്ച ഒരമ്മയുടെ മനോവിഷമമാണ് അവർക്ക്. വിവാഹം കഴിക്കാതെ അച്ഛനുവേണ്ടി ജീവിതം ഉഴിഞ്ഞു വെച്ച അമ്പതുകാരി ഷാർലെറ്റ, ഒരു ജന്മം കൊണ്ട് അച്ഛൻ സമ്പാദിച്ചതു മുഴുവനും കടൽ കടന്നുപോകുമ്പോൾ അനുഭവിക്കുന്ന തീവ്രദുഃഖം ഓൾഗ വൈകാരികമായാണ് പറയുന്നത്.

ചില്ലുഭരണികൾ കയറ്റിയ കപ്പൽ അകന്നു പോകുമ്പോൾ ഒരു ഭ്രാന്തൻ ചിന്ത ഷാർലെറ്റയെ വന്നു പൊതിയുന്നുണ്ട്. വായനക്കാരന്റെ ബോധമണ്ഡലത്തെ അതു വല്ലാതെ പിടിച്ചുലയ്ക്കുന്നു.

ഓൾഗയുടെ സഞ്ചാര മനശ്ശാസ്ത്ര താളുകളിൽ ദ്വീപ് എന്നത് ആദിമ മനുഷ്യമനസ്സിന്റെ പ്രതീകമാണ്. മനുഷ്യൻ ഒരു സമൂഹ ജീവിയായിതീരുന്നതിനു മുമ്പുള്ള അവസ്ഥയെ ദ്വീപ് പ്രതിഫലിപ്പിക്കുന്നു.

കുനിക്കിയും കുടുംബവും ക്രൊയേഷ്യയിലെ ഒരു ദ്വീപിലേക്ക് ഉല്ലാസയാത്ര പോകുന്നതിനിടയിൽ ദ്വീപിൽ വെച്ച് അയാളുടെ ഭാര്യ ജഗോഡയെയും മൂന്നു വയസ്സുകാരനായ മകനെയും അയാൾക്കു നഷ്ടപ്പെടുന്നു. മൂന്നു ദിവസത്തെ തുടർച്ചയായ അന്വേഷണത്തിനു ശേഷവും ഫലം കാണുന്നില്ല. ഒടുവിൽ ഭാര്യയും മകനും ദുരൂഹ സാഹചര്യത്തിൽ തിരിച്ചെത്തുന്നു. ഒരു അപസർപ്പക കഥ കേൾക്കുന്നതു പോലെ ഇവിടെ നാം ശ്വാസം അടക്കിപ്പിടിക്കുന്നു.

അവളുടെ കഥകൾ കേട്ട് കുനിക്കി അമ്പരക്കുന്നു. ശരീരത്തിൽ ആരോ ചിപ്പ് ഘടിപ്പിച്ചതിനെക്കുറിച്ചും അറുപതോളം പേരുമായി കയർത്തു സംസാരിച്ചതിനെക്കുറിച്ചും ജഗോഡ പറയുന്നുണ്ടെങ്കിലും അയാൾ അത് ഗൗനിക്കാതിരിക്കുകയോ എതിർപ്പ് പ്രകടിപ്പിക്കുകയോ ചെയ്യുന്നു.

ഒരിക്കൽ അവളെ തിരയുന്നതിനിടയിൽ കുനിക്കിയും ചിന്തിച്ചിരുന്നു. ദേശാടനപ്പക്ഷികളുടെ സഞ്ചാരത്തെ അറിയാൻ ഉപയോഗിക്കുന്നതു പോലെ മനുഷ്യന്റെ ചലനങ്ങളെയും നിരീക്ഷിക്കാൻ ഇതെല്ലാം ആവശ്യമാണെന്ന്.

അയാൾ പിന്നിട്ട വിജനമായ ഗ്രാമങ്ങളും മേൽക്കൂരയില്ലാത്ത കൽവീടുകളും ബോംബുകൾ പതിച്ചതിന്റെയും തീ കത്തിയതിന്റെയും യുദ്ധം നടന്നതിന്റെയും അവശിഷ്ടങ്ങളും അടയാളങ്ങളും അയാളുടെ ഓർമ്മകളിലേക്ക് ഇറങ്ങി വന്നു.

കിടപ്പറയിൽ അവൾ ഭർത്താവിന്റെ അരക്കെട്ടിനു മീതെ ഉയർത്തി വെക്കുന്ന കാലുകൾ അതിന്റെ യാന്ത്രിക ചലനങ്ങളിൽ മാത്രം കുരുങ്ങിക്കിടന്നു.

പഴയ ജീവിതം അവർക്ക് നഷ്ടപ്പെട്ടിരുന്നു.

അയാളുടെ സമനില തെറ്റിയ ഭയപ്പാടിൽ പല വഴികളിൽ കൂടിയുള്ള ദുരൂഹമായ യാത്രകളായിരുന്നു അന്നൊരിക്കൽ.

സ്ലോവേനിയക്കും ക്രൊയേഷ്യക്കും ഇടയ്ക്ക് കാണിക്കേണ്ടി വന്ന പാസ്പോർട്ടിനെക്കുറിച്ചുള്ള ഓർമ്മകൾ.

'എവിടേക്കാണ് പോകുന്നത്? എന്തിനു വേണ്ടിയിട്ടാണ്? ശരിയായ വഴി തന്നെയാണോ തെരഞ്ഞെടുത്തിരിക്കുന്നത്? അവിടെ ചെന്നാൽ അന്വേഷിക്കുന്നത് കണ്ടെത്താനാവുമോ?'

ഓരോ യാത്രയ്ക്കു മുമ്പും നാം ആലോചിച്ച് ഉറപ്പിക്കേണ്ട തീരുമാനങ്ങളാണ് ഓൾഗ ഈ പുസ്തകത്തിൽ ഓർമ്മപ്പെടുത്തുന്നത്.

എണ്ണമറ്റ കഥാപാത്രങ്ങളും സംഭവങ്ങളും ഈ നോവലിനെ വലംവെയ്ക്കുന്നുണ്ട്. വർഷത്തിൽ ഒരിക്കൽ മാത്രം ഗ്രീക്ക് ദ്വീപുകളെ ചുറ്റിക്കൊണ്ടുള്ള ആഡംബര കപ്പലിലെ പ്രൊഫസറുടെ പ്രഭാഷണ പരമ്പര കൗതുകമുണർത്തുന്ന വായനയാണ്. സഞ്ചാരം പൂർത്തിയാക്കാൻ ഇരുപതു വർഷങ്ങൾ വേണ്ടിവന്ന ഒഡിസിയസിന്റെ കാലടികൾ പിന്തുടരുകയാണ് അവരുടെ ലക്ഷ്യം.

കരയാൻ മാത്രമായി ഒരിടം തേടി പഴയ മോസ്കോ നഗരത്തിലൂടെ അലഞ്ഞു തിരിയുന്ന അനുഷ്കയെ വായനക്കാർക്ക് മറക്കാൻ സാധ്യമല്ല. കുഞ്ഞിന്റെ മാറാരോഗത്തിനും വികാരമില്ലാതെ പോയ

ഭർത്താവിന്റെ ജീവിതത്തിനും ഇടയ്ക്ക് അവൾ ദൈവത്തെ തേടുകയാണ്. മെഴുകുതിരി കത്തിച്ച് പ്രാർത്ഥിക്കുമ്പോൾ ഇരുട്ടിൽ നിന്ന് അവൾ കേൾക്കുന്നു:

'നോക്കൂ ഞാൻ ഇവിടെയുണ്ട്'. എന്നാൽ അവൾക്ക് അവന്റെ നേരെ നോക്കാൻ കഴിയുന്നില്ല. ദൈവങ്ങൾക്ക് ഇടംകിട്ടാതെ പോയ ജനപ്രീതിയാർജ്ജിച്ച ഗ്രന്ഥങ്ങളെക്കുറിച്ചും ഓൾഗ പറയുന്നുണ്ട്.

പട്ടാളവേഷം അഴിച്ചുവെച്ച് തോക്ക് വലിച്ചെറിഞ്ഞ് ദൈവം സൃഷ്ടിച്ച പടി നഗ്നനായി കാട്ടിലേക്ക് നടന്നു പോയ യെഫീമിന്റെ ദുരന്തകഥ പല ആവർത്തി വായിക്കാൻ പ്രേരിപ്പിക്കുന്നു.

നിറയെ യാത്രക്കാരെ കയറ്റിയ ബോട്ടുമായി കടലിലേക്ക് ഓടിച്ചു പോകുന്ന എറിക്! അയാളുടെ ഭ്രാന്തമായ പ്രവൃത്തിയിൽ പരിഭ്രാന്തരാകുന്ന യാത്രക്കാർ. രോഗികൾ, സമയത്തിനു ജോലിക്ക് എത്തേണ്ടവർ, പ്രക്ഷുബ്ധമാകുന്ന ബോട്ടിന്റെ അകത്തളം. എന്നാൽ ഇതിലൊന്നും ശ്രദ്ധിക്കാതെ പുതിയ സഞ്ചാരപഥങ്ങൾ അന്വേഷിക്കുന്ന യാത്രക്കാരി.

"പുറംകടലിലെത്താൻ ഇനിയെത്ര ദൂരമുണ്ട്" എന്നാണവർ ചോദിക്കുന്നത്.

ആധുനിക മനുഷ്യജീവിതത്തിന്റെ ചലനാത്മകതയെയാണ് ഓൾഗ ലക്ഷ്യം വെയ്ക്കുന്നത്. അതോടൊപ്പം എറികിനെ പോലുള്ളവരുടെ ജീവിതത്തിൽ ഓർക്കാപ്പുറത്ത് സംഭവിക്കുന്ന കയറ്റങ്ങളുടെയും ഇറക്കങ്ങളുടെയും കഥ കൂടിയായി മാറുന്നു.

'ചലിച്ചുകൊണ്ടിരിക്കുന്നതിനെ കീഴടക്കാൻ ഒരു ആധിപത്യ ശക്തിക്കും കഴിയില്ല' എന്ന ദർശനമാണ് എഴുത്തുകാരി മുന്നോട്ട് വെക്കുന്നത്.

'ഒരുതരത്തിലും പ്രതികരിക്കാതെ അലസവും നിഷ്ക്രിയവുമായി കിടക്കുന്നതിന്മേലെല്ലാം അവൻ ആധിപത്യം സ്ഥാപിക്കുന്നു. നിങ്ങൾ നിശ്ചലമാകുന്ന അതേ നിമിഷം അവന്റെ ഭീകരമായ കൈകൾ നിങ്ങളെ എത്തിപ്പിടിക്കും. നിങ്ങളെ വെറും പാവയാക്കി മാറ്റും.'

സ്വെറ്റ്ലാന അലക്സിവിച്ചിനു ശേഷം ലോക സാഹിത്യത്തിൽ മുഴങ്ങി കേട്ട സ്ത്രീശബ്ദമാണ് ഓൾഗ ടോകാർ ചുക് എന്ന പോളീഷ് എഴുത്തുകാരിയുടേത്. പരമ്പരാഗതമായ ആഖ്യാനരീതികളെയും ചിന്താധാരകളേയും പൊളിച്ചെഴുതുന്നതാണ് നിലയ്ക്കാത്ത സഞ്ചാരങ്ങൾ. ഇരുപത്തൊന്നാം നൂറ്റാണ്ടിലെ പോസ്റ്റുമോഡേൺ സാഹിത്യം എന്നും ഈ നോവലിനെ വിശേഷിപ്പിക്കാം.

വിവർത്തനം : രമാ മേനോൻ

■

ചെർണോബിൽ പ്രാർത്ഥന

സ്വെറ്റ്ലാന അലക്സിവിച്ച്

പിറക്കാനിരിക്കുന്നവരുടെ പ്രാർത്ഥന

ചെർണോബിൽ ആണവ ദുരന്തത്തിന്റെ ഭീകരാവസ്ഥ ബോധ്യപ്പെടുത്തുന്ന പുസ്തകമാണ് ചെർണോബിൽ പ്രാർത്ഥന. ആണവോർജ്ജത്തിന്റെ പ്രഹരശേഷിയെക്കുറിച്ചുള്ള ഇരകളുടെ വെളിപ്പെടുത്തലിലൂടെ, ശിഥിലമായിപ്പോയ ഒരു സാമ്രാജ്യത്തെ അടയാളപ്പെടുത്തുകയാണ് 2015ലെ നൊബേൽ പുരസ്കാര ജേതാവുകൂടിയായ സ്വെറ്റ്ലാന അലക്സിവിച്ച്.

നൂറ്റാണ്ടു കണ്ട മഹാപ്രളയത്തിന്റെ താണ്ഡവം ഒരു ദുസ്സ്വപ്നം പോലെ മനസ്സിൽ നിന്നും പടിയിറങ്ങിയപ്പോഴാണ് ചെർണോബിൽ പ്രാർത്ഥനയുടെ വായനയിലേക്ക് വീണ്ടും എനിക്ക് തിരിച്ചുവരാനായത്.

പലപ്പോഴും വായന തുടർന്നു പോകാനാകാതെ പുസ്തകം അടച്ചു വെക്കേണ്ടി വന്നിട്ടുണ്ട്. അപ്പോഴെല്ലാം കണ്ണടച്ചിരുന്ന് വെറുതെ ചിന്തിച്ചിരിക്കും.

റേഡിയേഷൻ മാലിന്യങ്ങൾ നിറഞ്ഞ ഒരു ഭൂപ്രദേശത്ത് മരിച്ച് ജീവിക്കുന്നവരെക്കുറിച്ച്... മരിച്ചവർ മരിച്ചവരെ ഭയപ്പെടുന്ന അവിടത്തെ ശ്മശാനത്തെക്കുറിച്ച്... അപ്പോൾ മനസ്സിൽ ഉയരുന്ന ചോദ്യമുണ്ട്. എന്താണ് റേഡിയേഷൻ? അതെങ്ങനെയാണ്?

പുസ്തകത്തിൽ ഗ്രന്ഥകാരി അത് വിവരിക്കുന്നുണ്ട്. ''റേഡിയേഷൻ നിങ്ങൾക്ക് കാണാൻ കഴിയുകയില്ല. അല്ലെങ്കിൽ അത് സ്പർശിക്കാനോ മണക്കാനോ കഴിയില്ല. മരണം എല്ലായിടത്തും മറഞ്ഞിരിക്കുന്നു...''

പഴയ സോവിയറ്റ് യൂണിയനിലെ ബെലെറൂസ് എന്ന ചെറിയ രാജ്യത്തിന്റെ ഭീതിപ്പെടുത്തുന്ന അവസ്ഥയാണിത്.

മൂന്നു വർഷം പല സ്ഥലങ്ങളും അലഞ്ഞു നടന്ന് ശേഖരിച്ച അറിവുകളാണ്, ചെർണോബിൽ ഇരകളുടെ ആത്മഗതങ്ങളായി സ്വെറ്റ്‌ലാനയുടെ ആഖ്യാനത്തിൽ തെളിയുന്നത്.

മാരകരോഗങ്ങളുമായി അവിടെ പിറന്നു വീഴുന്ന കുഞ്ഞുങ്ങൾ നമ്മുടെ ആശുപത്രികളിൽ എന്നോണം കണ്ണിൽ തെളിയുന്നു. ലോകത്ത് എവിടെയും സംഭവിക്കാവുന്ന ഒരു മഹാദുരന്തത്തിന്റെ തീക്ഷ്ണാനുഭവങ്ങളാണ് ചെർണോബിൽ പ്രാർത്ഥന എന്ന പുസ്തകം!

സാഹിത്യത്തിനുള്ള 2015ലെ നൊബേൽ സമ്മാനം ലഭിച്ച റഷ്യൻ എഴുത്തുകാരി സ്വെറ്റ്‌ലാന അലക്സിവിച്ച് എഴുതിയ ഇതിഹാസ സമാനമായ ഈ കൃതി പ്രശസ്ത വിവർത്തകനായ എബ്രഹാമിന്റെ മൊഴിമാറ്റത്തിലൂടെയാണ് മലയാളത്തിന് ലഭിച്ചിരിക്കുന്നത്.

നൂറു ഹിരോഷിമയ്ക്ക് തുല്യമായ പ്രഹരശേഷിയുള്ള ചെർണോബിൽ സ്ഫോടനത്തിൽ ബാക്കി വന്ന മണ്ണും ജീവജാലങ്ങളും പ്രകൃതിയും മനുഷ്യരുമാണ് ചെർണോബിൽ പ്രാർത്ഥനയിൽ നിറയുന്നത്. ചിന്താശേഷിയും വിശേഷബുദ്ധിയുമുള്ള മനുഷ്യന്റെ അറിവ് ഈ ശാസ്ത്രയുഗത്തിലും എത്രയോ പരിമിതമാണെന്ന് ഈ പുസ്തകത്തിലൂടെ കടന്നുപോകുമ്പോൾ ഓരോ വായനക്കാരനേയും ഇരുത്തി ചിന്തിപ്പിക്കുന്നു. തേനീച്ചകൾക്കും കടന്നലുകൾക്കും ഒരു ദുരന്തത്തെ എത്ര വേഗമാണ് മുൻകൂട്ടി മനസ്സിലാക്കാൻ സാധിച്ചത് എന്ന് ഒരു ഗൃഹനാഥൻ അത്ഭുതപ്പെടുന്നുണ്ട്.

എന്നാൽ മനുഷ്യൻ ഒന്നും അറിയാത്തവനായി ആ ദുരന്തത്തിന്റെ മുഴുവൻ ആഘാതവും തലമുറകളോളം അനുഭവിക്കേണ്ടി വന്നു.

എപ്പോൾ ഇണചേരണമെന്നും എപ്പോൾ കുഞ്ഞുങ്ങൾക്കു ജന്മം നൽകണമെന്നും പ്രകൃതിയിലെ ചെറുജീവികൾ പോലും മനസ്സിലാക്കി വെച്ചിരിക്കുന്നു.

എന്നാൽ മനുഷ്യന് അതറിയില്ല. ദുരന്തം കഴിഞ്ഞ് മൂന്നു ദിവസത്തേക്ക് തേനീച്ചകൾ പുറത്തേക്ക് പോലും വന്നില്ലെന്ന് ആ ഗൃഹനാഥൻ സാക്ഷ്യപ്പെടുത്തുന്നു. അയാൾ കടന്നലുകളെ വളർത്തുന്നുണ്ട്. കൂടുവിട്ടു പോയ കടന്നലുകൾ ആറു വർഷങ്ങൾ കഴിഞ്ഞാണത്രെ തിരിച്ചെത്തിയത്. പക്ഷേ മനുഷ്യന് ഒന്നും മുൻകൂട്ടി ഗ്രഹിക്കാൻ കഴിഞ്ഞില്ലെന്ന് ഈ ഗൃഹനാഥൻ പരിതപിക്കുന്നുണ്ട്. ഈ പുതിയ ലോകത്തിൽ തിളങ്ങുന്ന യന്ത്രത്തോക്ക് പിടിച്ച പട്ടാളക്കാരൻ ഒരു ദുരന്തരൂപമായി മാറുന്നുവെന്ന് ഗ്രന്ഥകാരി കണ്ടെത്തുന്നത് ഇവിടെയാണ്. ആ പട്ടാളക്കാരന് ചെയ്യാൻ കഴിയുന്നത് വർദ്ധിച്ച റേഡിയേഷൻ ഡോസുകൾ വലിച്ചെടുത്ത് വീട്ടിലേക്ക് തിരിച്ചെത്തുമ്പോൾ മരിക്കുകയെന്നതായിരുന്നു.

എട്ട് ലക്ഷത്തോളം വരുന്ന സൈനികരെയാണ് രക്ഷാപ്രവർത്തനത്തിന് സോവിയറ്റ് യൂണിയൻ നിയോഗിച്ചിരുന്നത്. അവരിൽ ഏറെയും കലാലയങ്ങളിൽ നിന്നുള്ള യുവാക്കളായിരുന്നു. അവരെയാണ് മരണം വേഗത്തിൽ പിടികൂടിയതെന്ന് പുസ്തകം സാക്ഷ്യപ്പെടുത്തുന്നുണ്ട്. പാരിസ്ഥിതിക പക്ഷത്തു നിന്നും മാനവികതയെ നോക്കിക്കാണുകയാണ് ഗ്രന്ഥകാരി. പുസ്തകത്തിന്റെ പ്രസക്തി വർദ്ധിക്കുന്നതും അതുകൊണ്ടാണ്. ചെർണോബിൽ ഇരകളുടെ ആത്മഗതത്തിലൂടെ, നിർഭയമായ വെളിപ്പെടുത്തലിലൂടെ വികാസം പ്രാപിക്കുന്ന കൃതിയാണ് ചെർണോബിൽ പ്രാർത്ഥന.

ന്യൂക്ലിയർ പ്ലാന്റിലെ തൊഴിലാളികൾ, ശാസ്ത്രജ്ഞന്മാർ, പാർട്ടി ബ്യൂറോക്രാറ്റുകൾ, ഡോക്ടർമാർ, പട്ടാളക്കാർ, ഹെലിക്കോപ്റ്റർ പൈലറ്റുമാർ, ഖനിത്തൊഴിലാളികൾ, അഭയാർത്ഥികൾ, പുനരധിവസിച്ചവർ, ചരിത്രകാരന്മാർ അവർ എല്ലാം തന്നെ ഈ പുസ്തകത്തിൽ നിറയുന്നു. വ്യത്യസ്തമായ വിധികളും മാനസിക ഭാവങ്ങളുമായാണ് അവർ ഓരോരുത്തരുടെയും പ്രതികരണങ്ങൾ.

വനസമ്പത്ത് കൊണ്ട് അനുഗ്രഹിക്കപ്പെട്ട ബെലറൂസ് എന്ന ചെറിയ രാജ്യത്തിന്റെ അതിർത്തിയിലാണ് ചെർണോബിൽ ആണവ നിലയത്തിന്റെ പൊട്ടിത്തെറിയുണ്ടാകുന്നത്.

രാജ്യത്തിന്റെ അഞ്ചിലൊരു ഭാഗം റേഡിയേഷനേറ്റ ഈ സ്ഥലങ്ങളിൽ അന്ന് താമസിച്ചിരുന്നത് 2.1 ദശലക്ഷം ആളുകളായിരുന്നു. അതിൽ ഏഴു ലക്ഷത്തോളം കുട്ടികൾ...

ജീവിതവും മരണവും ഇല്ലാതെ നിത്യരോഗികളായി മാറുന്ന അതിദാരുണമായ കാഴ്ചകൾ. പതിന്നാലാമത്തെ വയസ്സിൽ പോലും അകാലവാർദ്ധക്യം ബാധിക്കുന്ന കുട്ടികൾ. ആരോഗ്യമുള്ള ചെറുപ്പം ശരീരങ്ങളെ നിഷ്കരുണം മരണം വേട്ടയാടുന്ന കാഴ്ചകൾ. അവർ അനുവദനീയമായതിലും കൂടുതൽ റേഡിയേഷൻ ഏറ്റവരാണെന്ന് വൈദ്യശാസ്ത്രം പറഞ്ഞാശ്വസിപ്പിക്കുന്നു.

അവർ രാജ്യത്തിനു വേണ്ടി അഗ്നിശമന പ്രവർത്തനങ്ങൾ നടത്തിയ ധീരദേശാഭിമാനികളാണെന്ന് ഭരണകൂടം അഭിമാനത്തോടെ വിളംബരം ചെയ്യുന്നു.

എമർജൻസി ടാങ്കിൽ നടന്ന പൊട്ടിത്തെറിയാണെന്ന് തെറ്റിദ്ധരിച്ച തൊഴിലാളികൾ, റിയാക്ടർ സുരക്ഷിതമാണെന്ന മേലുദ്യോഗസ്ഥരുടെ പ്രഖ്യാപനത്തെ തുടർന്ന് ജോലി ചെയ്യാൻ വിധിക്കപ്പെട്ട തൊഴിലാളികൾ, ജോലിയിൽ നിന്ന് ഉയർന്ന വരുമാനവും മറ്റ് ആനുകൂല്യങ്ങളും നേടിയെടുക്കാം എന്നു വിചാരിക്കുന്നവർ... എല്ലാ വിഭാഗത്തിന്റെയും മനസ്സിന്റെ ആഴങ്ങളിലേക്ക് കടന്നു ചെന്നാണ് ഈ പുസ്തത്തിന്റെ രചന നിർവ്വഹിച്ചിരിക്കുന്നത്.

ചെർണോബിൽ ദുരന്തത്തെ തുടർന്ന് 485 ഗ്രാമങ്ങളും പട്ടണങ്ങളുമാണ് അപ്രത്യക്ഷമായത്. അതിൽ എഴുപതെണ്ണം ഭൂമിക്കടിയിൽ എന്നേക്കുമായി കുഴിച്ചുമൂടപ്പെട്ടു.

ലോകത്ത് ഒരിടത്തും കാണാനാവാത്ത മനുഷ്യജന്മങ്ങളുടെ പിറവി ഈ പുസ്തകത്തിൽ വായിച്ചെടുക്കാം. തുന്നിക്കൂട്ടിയ ചാക്കു പോലെയാണ് ചില ജന്മങ്ങൾ... ശരീരത്തിൽ ഒട്ടിച്ചു വെച്ചതു പോലുള്ള രണ്ടു കണ്ണുകൾ ഒഴിച്ചാൽ മറ്റൊന്നുമില്ലാതെ പിറന്ന ഒരു കുഞ്ഞിനെ കുറിച്ച് സ്വെറ്റ്ലാന ഒരദ്ധ്യായത്തിൽ വിവരിക്കുമ്പോൾ ഏതൊരു വായനക്കാരനും നടുങ്ങിപ്പോകും.

ഓരോ അരമണിക്കൂർ കൂടുമ്പോഴും കൃത്രിമമായുണ്ടാക്കിയ യോനിയിൽ നിന്ന് മൂത്രം പിഴിഞ്ഞെടുക്കുന്ന ഒരമ്മ വായനക്കാരന്റെ മനോനില തകർക്കുന്നു.

ഗർഭിണികളായ സ്ത്രീകളോട് പ്രസവിക്കരുതെന്ന് താക്കീത് ചെയ്യുന്ന ഡോക്ടർമാരെ ചെർണോബിലിലല്ലാതെ ലോകത്ത് മറ്റെവിടേയും കാണാൻ സാധിക്കുകയില്ല. ഡോക്ടർമാരെ കാണുമ്പോൾ ഗർഭിണികൾ ഭയന്നോടുന്നതും ഈ ഇതിഹാസ കൃതിയിലല്ലാതെ കാണാൻ കഴിയില്ല.

ചെർണോബിൽ ദുരന്തത്തിന്റെ ഭീകരാവസ്ഥ ബോധ്യപ്പെടുത്തുക മാത്രമല്ല ഗ്രന്ഥകാരി ഈ പുസ്തകത്തിലൂടെ നിർവ്വഹിക്കുന്നത്. അതിന്റെ സങ്കീർണ്ണതകളിലേക്ക് കടന്നു ചെന്ന് ശിഥിലമായിപ്പോയ ഒരു സാമ്രാജ്യത്തെ അടയാളപ്പെടുത്തുകയാണ്. അതിൽ തകർന്നടിഞ്ഞ സംസ്കാരത്തിന്റെ അടരുകൾ വീണ്ടെടുക്കാനുള്ള ശ്രമം കൂടിയാണ് ചെർണോബിൽ പ്രാർത്ഥന.

ഒരു ചരിത്രകാരന്റെ ആത്മനൊമ്പരം ഇങ്ങനെ കേൾക്കാം: 'റഷ്യൻ മാനസികാവസ്ഥയുടെ ഒരു കൊടുംവിപത്താണ് ചെർണോബിൽ. നിങ്ങൾ ചിന്തിച്ചിട്ടുണ്ടോ? തീർച്ചയായും വെറും റിയാക്ടർ മാത്രമല്ല പൊട്ടിത്തെറിച്ചത്. മറിച്ച്, മൂല്യങ്ങളുടെ മുഴുവൻ വ്യവസ്ഥിതിയുമാണ്.'

ഒരു ജനതയുടെ തീവ്രമായ ദുഃഖം ഒരു രാഷ്ട്രത്തിന്റേതായി മാറുകയും അത് ലോക ജനതയ്ക്കു കൂടി പാഠമാകേണ്ട വിധത്തിൽ ആഖ്യാനം ചെയ്തിരിക്കുകയുമാണ് ഈ പുസ്തകത്തിൽ.

മറ്റൊരു ആത്മരോഷം ഇങ്ങനെ വായിക്കാം: ഞങ്ങൾക്കിവിടെ ഒരു മഹാ സാമ്രാജ്യമുണ്ടായിരുന്നു. ഗോർബച്ചേവ് വരുന്നതു വരെ! പിറവിലേ അടയാളമുള്ള ചെകുത്താൻ ഗോർബി. ഗോർബി അവർക്കു വേണ്ടി ജോലി ചെയ്യുകയായിരുന്നു. സി.ഐ.എക്കു വേണ്ടി. അവരാണ് ചെർണോബിൽ പൊട്ടിത്തെറിയുണ്ടാക്കിയത്. സി.ഐ.എയും

ജനാധിപത്യവാദികളും! ചെർണോബിൽ പൊട്ടിത്തെറിയുണ്ടായി ല്ലെങ്കിൽ ഈ സാമ്രാജ്യം തകർന്നു വീഴില്ലായിരുന്നു. ഒരു മഹാ സാമ്രാജ്യമായി നിലനിൽക്കുമായിരുന്നു.

മനുഷ്യന്റെ നിയന്ത്രണത്തിൽ നിന്ന് പുറത്തു പോയ റിയാക്ട റിനെ ബലം പ്രയോഗിച്ച് നിർത്താനുള്ള ധീരോദാത്തമായ യുദ്ധത്തെ കുറിച്ച് വായിച്ചറിഞ്ഞ ഒരു മനുഷ്യൻ ഇങ്ങനെ പറയുന്നു:

'ഞങ്ങൾ എല്ലാവരും ആ വ്യവസ്ഥിതിയുടെ ഭാഗമായിരുന്നു. ഞങ്ങൾ വിശ്വസിക്കുന്നു ഞങ്ങൾ ചെർണോബിലിനെ പരിചയപ്പെ ടുത്തും.'

ആത്മരോഷവും ദുഃഖവും പ്രതിജ്ഞയും ഇടകലരുകയാണ് അവസാന പേജുകളിൽ.

ചെർണോബിൽ പ്രാർത്ഥന അനായാസം വായിച്ചു പോകാവുന്ന ഭാഷയിലും രൂപഘടനയിലുമാണ് ആഖ്യാനം ചെയ്തിരിക്കുന്നത്. ഭാഷയുടെ ചടുലതയും കാവ്യാത്മകതയും മിതത്വവും കൃതിയുടെ ആത്മാവ് കണ്ടെത്താൻ വായനക്കാരനു കൂടുതൽ സഹായകമാകുന്നു.

വിവർത്തനം : എബ്രഹാം

■

യുദ്ധഭൂമിയിലെ സ്ത്രീപോരാളികൾ

സ്വെറ്റ്‌ലാന അലക്സിവിച്ച്

യുദ്ധഭൂമിയിലെ സ്ത്രീപോരാളികളുടെ വായന

രണ്ടാം ലോകമഹായുദ്ധത്തിൽ പങ്കെടുത്ത ധാരാളം സ്ത്രീകൾ പഴയ സോവിയറ്റ് യൂണിയന്റെ പല ഭാഗങ്ങളിലായി ഇന്നും ജീവിച്ചിരിക്കുന്നു. വിവാഹിതരാവാനോ കുടുംബമുണ്ടാക്കാനോ കഴിയാതെ തീർത്തും ഒറ്റപ്പെട്ട നിലയിൽ നിരാശരായി ജീവിതം നയിക്കുന്നവർ. ഈ പുസ്തകത്തിന്റെ ഊർജ്ജം അവരാണ്. ദുഃഖത്തിന്റെ തടവുകാരായി കഴിയുന്ന അവരെ തേടി നൂറിലധികം നഗരങ്ങളിലൂടെയാണ് സ്വെറ്റ്‌ലാന സഞ്ചരിക്കുന്നത്. യുദ്ധത്തിൽ പങ്കെടുത്ത ഇരുനൂറിലധികം സ്ത്രീപോരാളികൾ ഈ ഗ്രന്ഥത്തിൽ സംവദിക്കുന്നുണ്ട്. അവരുടെ ആത്മാവിന്റെ സ്പന്ദനമാണ് ഈ പുസ്തകം. അവരുടെ കണ്ണീരിന്റെ നനവിലാണ് സ്വെറ്റ്‌ലാനയുടെ അക്ഷരങ്ങൾ തെളിയുന്നത്.

'യുദ്ധഭൂമിയിലെ സ്ത്രീപോരാളികൾ' എന്ന ഇതിഹാസ കൃതിയിലൂടെ ഒരു രാജ്യത്തിന്റെ പോരാട്ടചരിത്രം സ്ത്രീശബ്ദത്തിലൂടെ കേൾപ്പിക്കുകയാണ് റഷ്യൻ എഴുത്തുകാരിയായ സ്വെറ്റ്‌ലാന അലക്സിവിച്ച്. ക്ലാവ് പിടിച്ച കാലം, ചെർണോബിൽ പ്രാർത്ഥന എന്നീ വിഖ്യാത കൃതികളിൽനിന്നും വ്യത്യസ്തമായ ഒരനുഭവ ലോകമാണ് സ്വെറ്റ്‌ലാന ഈ കൃതിയിൽ ആവിഷ്കരിക്കുന്നത്.

മാതൃരാജ്യത്തിനു വേണ്ടി രണ്ടാം ലോകമഹായുദ്ധത്തിൽ പങ്കെടുത്ത ഒരു കോടിയിൽപരം വരുന്ന റഷ്യൻ സ്ത്രീപോരാളികൾ ലോകചരിത്രത്തിൽ തന്നെ ഒരത്ഭുതമാണ്. യുദ്ധം കഴിഞ്ഞ് പതിറ്റാണ്ടുകൾ കഴിഞ്ഞാണ് ഈ സത്യം ലോകം തന്നെ അറിയുന്നത് എന്നത് വിചിത്രമായി തോന്നാം. പ്രശസ്ത പത്രപ്രവർത്തക വീരാകാചേൻകോ സോവിയറ്റ് ദേശീയ പത്രമായ പ്രാവ്ദയിൽ എഴുതുന്നത് വരെ പുറം ലോകം ഇത് അറിഞ്ഞിരുന്നില്ലെന്ന് പുസ്തകത്തിൽ പരാമർശിക്കുന്നുണ്ട്. യുദ്ധത്തെക്കുറിച്ച് നാം മനസ്സിലാക്കിയിട്ടുള്ളതെല്ലാം പുരുഷശബ്ദത്തിലൂടെ കേട്ടറിഞ്ഞിട്ടുള്ളതാണെന്നും പുരുഷന്മാരുടെ യുദ്ധ

സങ്കല്പങ്ങളുടേയും യുദ്ധബോധത്തിന്റെയും തടവുകാരാണ് നാമെല്ലാം എന്നുമുള്ള വസ്തുതാപരമായ കണ്ടെത്തലിൽ നിന്നാണ് സ്വെറ്റ്ലാനയുടെ അന്വേഷണം ആരംഭിക്കുന്നത്. അന്ന് യുദ്ധമുന്നണിയിൽ ഉണ്ടായിരുന്ന ധാരാളം സ്ത്രീകൾ പഴയ സോവിയറ്റ് യൂണിയന്റെ പല ഭാഗങ്ങളിലായി ഇന്നും ജീവിച്ചിരിക്കുന്നു. വിവാഹിതരാവാനോ കുടുംബമുണ്ടാക്കാനോ സാവകാശം ലഭിക്കാതെ തീർത്തും ഒറ്റപ്പെട്ട നിലയിൽ നിരാശരായി ജീവിതം നയിക്കുന്നവർ. ഈ പുസ്തകത്തിന്റെ ഊർജ്ജം അവരാണ്. രാജ്യത്തിന്റെ പല ഭാഗങ്ങളിലായി ദുഃഖത്തിന്റെ തടവുകാരായി കഴിയുന്ന അവരെ തേടി നൂറിലധികം നഗരങ്ങളിലൂടെയാണ് സ്വെറ്റ്ലാന സഞ്ചരിക്കുന്നത്.

യുദ്ധത്തിൽ പങ്കെടുത്ത ഇരുനൂറിലധികം സത്രീപോരാളികൾ ഈ ഗ്രന്ഥത്തിൽ സംവദിക്കുന്നുണ്ട്. അവരുടെ ആത്മാവിന്റെ സ്പന്ദനമാണ് ഈ പുസ്തകം. അവരുടെ കണ്ണീരിന്റെ നനവിലാണ് അക്ഷരങ്ങൾ തെളിയുന്നത്.

മുപ്പത് റാത്തൽ ഭാരമുള്ള ഷെല്ലുകൾ ചുമന്ന് കൊണ്ടുപോകുന്ന സ്ത്രീപോരാളികൾ... അഞ്ചു സെക്കന്റിൽ ഒരു പീരങ്കി വെടി എന്ന നിരക്കിൽ തുടർച്ചയായി വെടി വെച്ചു കൊണ്ടിരിക്കുന്ന പെൺകുട്ടികൾ... വെടിവെപ്പിനിടയിൽ മുട്ടുകാലിൽ ഇഴഞ്ഞു ചെന്ന് മുറിവേറ്റു കിടക്കുന്ന തന്നേക്കാൾ ഭാരമുള്ള പുരുഷന്മാരെ ചുമന്ന് കൊണ്ടുപോയി ചികിത്സിക്കുന്ന നഴ്സുമാർ... ആർത്തവകാലത്തു പോലും വിശ്രമമില്ലാതെ നല്ല വെയിലത്ത് ഇരുപത് നാഴികയോളം മാർച്ചു ചെയ്യുന്ന റഷ്യൻ സ്ത്രീപോരാളികളുടെ സ്വകാര്യ ദുഃഖങ്ങൾ സ്വെറ്റ്ലാന പകർത്തിവെക്കുന്നു. വഴിയിൽ പലയിടത്തും ചുകന്ന തുള്ളി അടയാളങ്ങൾ... ഉടുവസ്ത്രങ്ങളിൽ ഉണങ്ങിപ്പിടിച്ച രക്തം... മേലുരയുമ്പോൾ കത്തിയുടെ മൂർച്ച... കൂർത്ത കുപ്പിച്ചില്ല് കണക്കെ കുത്തിനോവിക്കുമ്പോഴും യുദ്ധക്കളത്തിൽ നിന്ന് അവർക്ക് പിൻമാറാൻ തോന്നുന്നില്ല.

യുദ്ധം അവർക്ക് സൈന്യങ്ങൾ തമ്മിലുള്ള പോരാട്ടം മാത്രമായിരുന്നില്ല. ഡിവിഷനുകളും ബറ്റാലിയനുകളും കമ്പനികളുമില്ലാതെ യുദ്ധം നടന്നു. ജനങ്ങളുടെ യുദ്ധം. അക്കൂട്ടത്തിൽ കുട്ടികളും ചെറുപ്പക്കാരും വയസ്സന്മാരും അച്ഛനും അമ്മയും മക്കളും എല്ലാം ഉണ്ടായിരുന്നു. 'ബഹുമുഖ മുന്നേറ്റം' എന്നാണ് ടോൾസ്റ്റോയി ഇതിനെ വിശേഷിപ്പിച്ചത്.

1942 ആയിരുന്നു യുദ്ധത്തിലെ ഏറ്റവും ഭയാനകമായ കാലഘട്ടം എന്ന് സ്വെറ്റ്ലാനയുടെ പുസ്തകം വെളിപ്പെടുത്തുന്നു. ഒരമ്മൂമ്മയുടെ വാക്കുകൾ ഇങ്ങനെ: ''ഒരു ദിവസം ഉദിച്ചസ്തമിച്ചപ്പോൾ മുന്നൂറ് പേരുണ്ടായിരുന്ന ഞങ്ങളുടെ കൂട്ടത്തിൽ പത്ത് പേരാണ് ശേഷിച്ചത്. എല്ലാം കഴിഞ്ഞ് ശാന്തമായപ്പോൾ ശേഷിച്ച ഞങ്ങൾ ഉറക്കെ

കരഞ്ഞു. പരസ്പരം കെട്ടിപ്പിടിച്ച് ചുംബിച്ചു. അവരുടെ നിലവിളികൾ നഷ്ടപ്പെടാതെ സൂക്ഷിച്ചു വെക്കണമെന്ന്... ഈ കരച്ചിൽ അടുത്ത തലമുറയ്ക്ക് കൈമാറേണ്ടതാണെന്ന്... ലോകത്തിനു അതാവശ്യമുണ്ടെന്ന്...'' ആ അമ്മൂമ്മയുടെ വാക്കുകൾ സാമ്രാജ്യത്വശക്തികൾക്കും യുദ്ധവെറിയന്മാർക്കുള്ള താക്കീതായി മാറുന്നു.

യുദ്ധത്തിന്റെ ആദ്യകാലത്തുണ്ടായ ദുരിതങ്ങളെ ഓർക്കുന്നത് ഇങ്ങനെ:

'യുദ്ധത്തിന്റെ ആദ്യ നാളുകളിൽ റഷ്യൻ വ്യോമസേന പറന്നുയരും മുമ്പുതന്നെ തകർക്കപ്പെട്ടു. ടാങ്കുകൾ തീപ്പെട്ടികൾ പോലെ കത്തിയമർന്നു. റൈഫിളുകൾ തീരെ പഴയതായിരുന്നു. കോടിക്കണക്കിനു പടയാളികളും ഓഫീസർമാരും തടവുകാരാക്കപ്പെട്ടു. ആറാഴ്ച കഴിഞ്ഞപ്പോഴേക്കും ഹിറ്റ്ലർ മോസ്കോയുടെ പടിക്കലെത്തി. പൗരസേനയിൽ ചേർന്നു പട പൊരുതാൻ സർവ്വകലാശാലയിലെ പ്രൊഫസർമാരും സന്നദ്ധരായി. വയസ്സന്മാരായ പ്രൊഫസർമാർ... അതോടെ പെൺകുട്ടികളും ധാരാളമായി മുന്നണിയിലേക്ക് വന്നു തുടങ്ങി.

മാതൃരാജ്യമെന്നത് മഹത്തായ സങ്കല്പമാണവർക്ക്. യുദ്ധം ഭീരുക്കൾക്കുള്ളതല്ലെന്നും അവർ വിശ്വസിക്കുന്നു. അവർ അസാമാന്യ തന്റേടമുള്ള പെൺകിടാങ്ങളായിരുന്നു.

മുറിവ് വെച്ച് കെട്ടാനുള്ള തുണിക്കും ബാൻഡേജിനും കടുത്ത ക്ഷാമം നേരിട്ട അക്കാലത്ത് പുരുഷന്മാർ ഉപയോഗിക്കുന്ന അടിവസ്ത്രങ്ങൾ പോലും ചോദിച്ചു വാങ്ങി വെടി കൊണ്ട് ചതഞ്ഞ മുറിവിൽ കെട്ടിക്കൊടുക്കുന്ന മാലാഖമാരായ നഴ്സുമാർ... ആയുധങ്ങൾ കൈകാര്യം ചെയ്തിരുന്ന പെൺകുട്ടികളുടെജോലി വളരെ കടുത്തതായിരുന്നുവെന്ന് യുദ്ധഭൂമിയിലെ സ്ത്രീ പോരാളികൾ അനുഭവം പങ്കുവെക്കുന്നു.' ഓരോ വിമാനത്തിലും സ്വന്തം കൈകൊണ്ട് നന്നാലുബോംബുകൾ ഘടിപ്പിക്കണം. ഓരോന്നിനും 800 റാത്തൽ ഭാരമായിരുന്നു. രാത്രി മുഴുവനും അതാണ് ജോലി. ഒരു വിമാനം പറന്നുയരുമ്പോൾ അടുത്തത് വന്നിറങ്ങിയിരിക്കും. ശരീരം സാഹചര്യങ്ങൾക്കനുസരിച്ച് വല്ലാതെ മാറിപ്പോകുന്നു. അവർ സ്ത്രീകളല്ലാതായി മാറുന്നു. യുദ്ധം കഴിഞ്ഞപ്പോഴേക്കും അവർക്ക് ഗർഭം ധരിക്കാനുള്ള ശേഷി നഷ്ടപ്പെട്ടിരുന്നു. ആർത്തവം പോലും ഇല്ലാതായി.

അന്ന് ദുരിതമനുഭവിച്ചത് മനുഷ്യർ മാത്രമായിന്നില്ല അവർ അധിവസിച്ച ഭൂമിയും അതിലുണ്ടായിരുന്ന പക്ഷികളും മൃഗങ്ങളും മരങ്ങളുമെല്ലാം ആ യാതനകൾക്കിരയായി. യുദ്ധത്തിനു മുമ്പ് ധാരാളം വാനമ്പാടികൾ ഉണ്ടായിരുന്നു. യുദ്ധം കഴിഞ്ഞിട്ടും രണ്ടു കൊല്ലത്തോളം ഒരു കിളിപ്പാട്ടു പോലും ആരും കേട്ടില്ലെന്ന് വേദനയോടെ

അയവിറക്കുന്ന സ്ത്രീപോരാളികൾ! ഭൂമി തന്നെ കീഴ്മേൽ മറിഞ്ഞിരിക്കുന്നു. വാനമ്പാടികൾ മൂന്നാമത്തെ കൊല്ലമാണ് തിരിച്ചെത്തിയതെന്ന് സ്വെറ്റ്ലാന കുറിച്ചിടുന്നു.

യുദ്ധമുഖത്തു നിന്ന് വധശിക്ഷയ്ക്കു വിധിച്ചവരുടെ സെല്ലിലേക്ക് മാറ്റപ്പെട്ട റഷ്യൻ യുവതികൾ പ്രണയത്തെക്കുറിച്ചും അന്നാ കരിനീനയെക്കുറിച്ചും യെസേനിന്റെ കവിതകളെക്കുറിച്ചും സംസാരിച്ചു മനസ്സ് ശാന്തമാക്കി.

യുദ്ധത്തിനു മുമ്പ് ഏറ്റവും നല്ല സൈന്യാധിപന്മാരെ സ്റ്റാലിൻ വകവരുത്തിയതിനെക്കുറിച്ചും വിമർശനാത്മകമായി പുസ്തകം ചർച്ച ചെയ്യുന്നുണ്ട്. അതിക്രൂരമായ കൂട്ട പീഡനങ്ങളുടെ കഥകൾ യുദ്ധവിജയത്തോടെ അവർ മറന്നതായും പുസ്തകം സംഗ്രഹിച്ച് എഴുതുന്നു.

തന്റെ അച്ഛനും അമ്മൂമ്മയും പിതൃസഹോദരന്മാരുമടക്കം കുടുംബത്തിലെ പതിനൊന്ന് പേരെ ജർമ്മൻ സേന ജീവനോടെ കുഴിച്ചുമൂടിയ വേദനാജനകമായ ചരിത്രവും സ്വെറ്റ്ലാന പങ്കുവെയ്ക്കുന്നുണ്ട്.

ജർമ്മൻ സൈന്യം അഴിച്ചുവിട്ട പട്ടികൾ കരയുന്ന കുഞ്ഞിന്റെ ശബ്ദം പിടിച്ചെടുക്കുമെന്ന് വന്നപ്പോൾ ഒരമ്മ സ്വന്തം കുഞ്ഞിനെ ശ്വാസം മുട്ടിച്ചു കൊലപ്പെടുത്തിയതിന്റെ ഹൃദയസ്പൃക്കായ വിവരണവും ഈ പുസ്തകത്തെ ചോര മണപ്പിക്കുന്നു.

'യുദ്ധം അവസാനിച്ചിട്ടും വളരെ കാലത്തേക്ക് എനിക്ക് ആകാശത്തേക്ക് നോക്കാൻ പേടിയായിരുന്നു. പക്ഷികൾ ഒന്നും സംഭവിക്കാത്തതുപോലെ ആകാശത്തിലൂടെ പറന്നു പോകുന്നുണ്ട്. എത്ര വേഗമാണ് അവർക്ക് യുദ്ധം മറക്കാനായത്!' എന്ന വാചകത്തോടെയാണ് സ്വെറ്റ്ലാന അലക്സിവിച്ച് ഈ പുസ്തകം അവസാനിപ്പിക്കുന്നത്. മനുഷ്യരാശിക്കു വേണ്ടത് യുദ്ധമല്ല സമാധാനമാണെന്ന് ഇതിഹാസ സ്വരത്തിൽ പറഞ്ഞ ലിയോ ടോൾസ്റ്റോയിയുടെ ദർശനങ്ങൾ പിൻപറ്റിയ സ്വെറ്റ്ലാന അലക്സിവിച്ച് 'എല്ലാ യുദ്ധങ്ങളേക്കാൾ മേലെയാണ് മനുഷ്യൻ' എന്ന് ഈ പുസ്തകത്തിൽ അസന്ദിഗ്ദമായി പ്രഖ്യാപിക്കുന്നു.

ഒരു അന്യഭാഷാ കൃതിയാണെന്ന് പോലും തോന്നാത്ത വിധം വിവർത്തനം ചെയ്ത് രമാ മേനോൻ ഈ പുസ്തകത്തെ മനോഹരമാക്കിയിരിക്കുന്നു. നല്ല വായനാസുഖമുള്ള ഭാഷ. യുദ്ധഭൂമിയിലെ സ്ത്രീപോരാളികൾ (war's unwomanly Face) രചിച്ച സ്വെറ്റ്ലാന അലക്സിവിച്ച് 2015ലെ നോബൽ സമ്മാനജേതാവാണ്.

വിവർത്തനം : രമാ മേനോൻ

■

ജന്മാന്തരങ്ങൾക്കപ്പുറം

അബ്ദുൽറസാഖ് ഗുർന

യുദ്ധത്തിന്റെ ഭീകരാവസ്ഥയും ജനജീവിതത്തിലെ വിഭ്രാന്തികളും

'യുദ്ധത്തിന്റെ ഭീകരാവസ്ഥയും ജനജീവിതത്തിലെ വിഭ്രാന്തികളും കൊളോണിയൽ ആധിപത്യത്തിന്റെ നിഷ്ഠുരതകളും തുറന്നുകാട്ടുന്ന പുസ്തകമാണ് അബ്ദുൾ റസാഖ് ഗുർനയുടെ ജന്മാന്തരങ്ങൾക്കപ്പുറം.

ലോകമെമ്പാടുമുള്ള മനുഷ്യർ അനുഭവിച്ച പലായനത്തിന്റെയും ദുരിതങ്ങളുടെയും കഥയാണ് കിഴക്കൻ ആഫ്രിക്കൻ ഗ്രാമജീവിതത്തിന്റെ പശ്ചാത്തലത്തിൽ ആവിഷ്കരിക്കുന്നത്. ബൃഹത്തായ ഒരു ക്യാൻവാസിൽ അഞ്ച് പ്രധാന കഥാപാത്രങ്ങളെ ചേർത്തു പിടിച്ചാണ് ഗുർനയുടെ ഈ ഫിക്ഷൻ രൂപപ്പെടുന്നത്. 1884ൽ തുടങ്ങിയ സാൻസിബാറിലെയും ടാംഗനിക്കയിലെയും ക്രൂരമായ ജർമ്മൻ അധിനിവേശമാണ് പുസ്തകത്തിന്റെ ആദ്യ പകുതിയിൽ. സാമ്രാജ്യ വിസ്തൃതി എന്ന ലക്ഷ്യവുമായി കടന്നുവന്ന ജർമ്മൻ സൈന്യത്തെ പ്രതിരോധിച്ചതിന്റെ പേരിൽ ജനങ്ങളെ പട്ടിണിക്കിട്ട് കൊന്നൊടുക്കി അധിനിവേശ സൈന്യം നടത്തുന്ന താണ്ഡവം അതിന്റെ പൂർണ്ണ ഉഗ്രതയോടെ, ഭീകരതയോടെ, നോവൽ ചിത്രീകരിക്കുന്നു.

ഏതൊരു വായനക്കാരനും ഒരെഴുത്തുകാരനിൽ നിന്ന് പ്രതീക്ഷിക്കുന്ന എല്ലാവിധ നൈസർഗ്ഗികതയും സൗന്ദര്യവും സൂക്ഷ്മതയുമുള്ളതാണ് ഇതിന്റെ ആഖ്യാനം. ദാരിദ്ര്യത്തിന്റെയും രോഗത്തിന്റെയും മരണത്തിന്റെയും സ്ഥലികളിൽ നിന്ന് ഭയപ്പാടോടെ ഓടിയൊളിക്കുന്ന ഇല്യാസിന്റെ പാത്രസൃഷ്ടി അക്ഷരാർത്ഥത്തിൽ വായനക്കാരനെ അമ്പരപ്പിക്കുന്നതാണ്. പതിനൊന്നാം വയസ്സിൽ വീടുവിട്ട് ഇറങ്ങിപ്പോകുന്ന ഇല്യാസിനെ റെയിൽവേ സ്റ്റേഷനിൽ

വെച്ച് അധിനിവേശ സേന ബലമായി കൊണ്ടുപോകുന്നു. കൊളോണിയൽ ചൂഷണത്തിന്റെ ജീവിക്കുന്ന ഇരയായി ഇല്യാസ് നോവലിൽ നിറഞ്ഞു നിൽക്കുന്നു. അനാഥയായ ഏക സഹോദരി ആഫിയയെ പത്തു വർഷത്തിന് ശേഷമാണ് അയാൾ കണ്ടെത്തുന്നത്. അവൾ ജനിക്കുന്നതിന് മുമ്പാണ് ഇല്യാസ് നാടുവിടുന്നത്. ആഫിയ അടിമയെപോലെ ഒരു വൃദ്ധ ദമ്പതികൾക്ക് വേണ്ടി ജോലി ചെയ്യുകയായിരുന്നു. അവരുടെ മക്കളും അവളുടെ ശരീരത്തെ ക്രൂരമായി പിച്ചിച്ചീന്തി.

ആഫിയയെ ഇല്യാസ് അവരിൽനിന്നും രക്ഷപ്പെടുത്തി എഴുത്തും വായനയും പഠിപ്പിച്ചു. അത് അധികനാൾ തുടരാനായില്ല. യുദ്ധം ഇല്യാസിനെ മാടിവിളിച്ചു. 30 കൊല്ലക്കാലം തന്റെ നാടിനെ ചുട്ടുകരിക്കുകയും ജനങ്ങളെ കൊന്നൊടുക്കുകയും ചെയ്ത ജർമ്മൻ പട്ടാളത്തിനു വേണ്ടിയാണ് ഇല്യാസ് ഷൂട്ട്സ് ട്രൂപ്പിൽ അംഗമായി യുദ്ധത്തിന് പുറപ്പെടുന്നത്. അടുത്ത സുഹൃത്തായ ഖലീഫയേയും മറ്റു സുഹൃത്തുക്കളെയും ഞെട്ടിപ്പിച്ച സംഭവമായിരുന്നു അത്. ജർമ്മൻ സേനയുടെ സ്നേഹം പിടിച്ചുപറ്റിയ ഇല്യാസിന് ഒടുവിൽ എന്താണ് സംഭവിച്ചത്? സഹോദരിയുടെ അടുത്തേക്ക് തിരിച്ചു വരാൻ ആവാത്ത വിധം ഇല്യാസ് ദുരൂഹമായി അപ്രത്യക്ഷമാകുന്ന കഥാന്ത്യം കണ്ണ് നനയിക്കുന്നു.

ഗുജറാത്തിൽ നിന്ന് കുടിയേറിയ ഖാലിദിന് ആഫ്രിക്കൻ ഉമ്മയിൽ പിറന്ന മകൻ ഖലീഫയിലൂടെയാണ് കഥ തുടങ്ങുന്നത്. ഖലീഫ ഈ നോവലിൽ നായക തുല്യമായി നിറഞ്ഞുനിൽക്കുന്ന കഥാപാത്രമാണ്. ചെറുപ്പത്തിൽ അയാളുടെ സ്കൂൾ ജീവിതം ആരംഭിച്ച കാലത്താണ് ജർമ്മൻ സൈന്യം നാടു പിടിച്ചടക്കുന്നത്.അഞ്ചുവർഷത്തെ പഠനത്തിന് ശേഷം ഇന്ത്യൻ സഹോദരന്മാർ നടത്തിയിരുന്ന ബാങ്കിൽ ജോലി ലഭിക്കുന്നു. അവിടത്തെ ഇടപാടുകാരിൽ നിത്യസന്ദർശകനായിരുന്ന അമൂർ ബിയാഷാര എന്ന ക്രൂരനും നെറികെട്ടവനുമായ വ്യാപാരി ഖലീഫയെ മോഹനവാഗ്ദാനങ്ങൾ നൽകി തന്റെ സ്ഥാപനത്തിലേക്ക് ജോലിക്കായി കൊണ്ടുപോകുന്നു. ഭർത്താവ് കടം വാങ്ങിയത് തിരിച്ചുകൊടുക്കാതായപ്പോൾ വീടും പറമ്പും സ്വന്തം സഹോദരിയിൽ നിന്ന് എഴുതി വാങ്ങിയ ബിയാഷാര സഹോദരിയുടെയും ഭർത്താവിന്റെയും മരണശേഷം അനാഥയായ അവരുടെ മകൾ ആഷാഫൗദിയെ ഖലീഫയെ കൊണ്ട് കെട്ടിക്കുന്നു. ഖലീഫയുടെ വിവാഹത്തിനുമുമ്പ് അയാളുടെ അച്ഛനും അമ്മയും മരിച്ചിരുന്നു. അവർ രോഗിയായിരുന്നപ്പോൾ പഠനം മൂലം ഖലീഫ വീട്ടിൽ നിന്ന് അകന്നാണ് കഴിഞ്ഞിരുന്നത് അവരെ പരിചരിക്കാൻ കഴിയാത്തതിലുള്ള ദുഃഖം ഉള്ളിൽ ഒതുക്കിയ ഖലീഫ അതിൽ

നിന്ന് മോചനം നേടാൻ കുടുംബത്തിന്റെ സമ്പാദ്യങ്ങൾ എല്ലാം പാവപ്പെട്ടവർക്ക് വിതരണം ചെയ്യാൻ പറഞ്ഞു പള്ളിയിലെ ഇമാമിന് കൈമാറുന്നു. ഖലീഫ, ആഫിയ, ഇല്യാസ്, ഹംസ, വ്യാപാരി അമൂർ ബിയാഷാര കൊളോണിയലിസ്റ്റ് ക്രൂരതയുടെ അനന്തര ഫലങ്ങളിൽ അവർ ഓരോരുത്തരും പലതരം ഇല്ലായ്മകളും രക്ഷയും അനീതിയും അനുഭവിക്കുന്നു. ഗുർനയുടെ ജന്മാന്തരങ്ങൾക്കപ്പുറം ഒരേസമയം യൂറോപ്യൻ കൊളോണിയലിസത്തിന്റെ ലോകമെമ്പാടും വ്യാപിച്ചുകിടക്കുന്ന ഇതിഹാസവും ഭൂമിയുടെ അവഗണിക്കപ്പെട്ട ഗ്രാമജീവിതത്തിലേക്കുള്ള തുറന്ന കണ്ണാടിയുമാകുന്നു.

സുരേഷ് എംജിയുടെ മൊഴിമാറ്റം അദ്ദേഹത്തിന്റെ മറ്റു കൃതികളെപ്പോലെ തന്നെ വായനാസുഖം നൽകുന്നുണ്ട്.

വിവർത്തനം : സുരേഷ് എം.ജി.

■

കാബൂളിലെ നാരായണപക്ഷികൾ
യാസ്മിനാ ഖാദ്രാ

രക്തം വാർന്നൊലിക്കുന്ന ശ്മശാനങ്ങൾ

അഫ്ഗാനിൽ യുദ്ധാനന്തരം മനുഷ്യഹൃദയങ്ങളിൽ രൂപപ്പെട്ടു വന്ന അഗാധമായ ഗർത്തങ്ങളും ശൂന്യതകളും മതത്തിന്റെ പേരിലുള്ള ഭീകരതയും ആരേയും ഭയപ്പെടുത്തുന്ന വിധത്തിലാണ് യാസ്മിനാ ഖാദ്രാ കാബൂളിലെ നാരായണപക്ഷികൾ എന്ന നോവലിൽ ആഖ്യാനം ചെയ്യുന്നത്.

ഭൂമിയിലെ ഏറ്റവും മനോഹരമായ ഗ്രാമ കാവ്യങ്ങൾ രചിക്കപ്പെട്ട അഫ്ഗാനിലെ ആകാശച്ചുവട്ടിൽ വിനാശകാരികളായ കവചിത വാഹനങ്ങൾ ഇരമ്പി. നിർമ്മലമായ ആകാശനീലിമയിൽ വെടിമരുന്നിന്റെ പുകച്ചുരുളുകൾ ഉരുണ്ടു കൂടി. ആകാശവും ഭൂമിയും കറുത്തു മിസൈലുകളുടെ ശരവർഷത്തിനിടയിൽ ഭീതിതരായ നാരായണ പക്ഷികൾ പിരിഞ്ഞു പോയി. സ്വയം നഷ്ടപ്പെട്ട പിതൃഭൂമിക്കു വേണ്ടി ആ നിമിഷം മുതൽ അതു കേഴുകയായിരുന്നു.

അൾജീരിയൻ നോവലിസ്റ്റായ യാസ്മിനാ ഖാദ്രാ തന്റെ വിഖ്യാതമായ കാബൂളിലെ നാരായണപക്ഷികൾ എന്ന നോവൽ തുടങ്ങുന്നത് ഈയൊരു അധിനിവേശപശ്ചാത്തലത്തിലാണ്.

സർവ്വതും തകർക്കപ്പെട്ട് കത്തിക്കരിഞ്ഞ് ജീർണ്ണാവസ്ഥയിലായ ഒരു രാജ്യത്തിന്റെ നിർഭാഗ്യകരമായ ജീവിതാവസ്ഥകളാണ് നോവലിൽ. യുദ്ധാനന്തരം മനുഷ്യഹൃദയങ്ങളിൽ രൂപപ്പെട്ടു വന്ന അഗാധമായ ഗർത്തങ്ങളും ശൂന്യതകളും മതത്തിന്റെ പേരിലുള്ള ഭീകരതയും ആരെയും ഭയപ്പെടുത്തുന്ന വിധം യാസ്മിനാ ഖാദ്രാ നോവലിൽ ആഖ്യാനം ചെയ്യുന്നു. പ്രതിഷേധിക്കാൻ മറന്നു പോയവന്റെ നിശ്ശബ്ദമായ നിലവിളികളും ഊതി ഊതി തീപ്പന്തമാക്കാൻ കൊണ്ടു നടന്ന ഒരു തീപ്പൊരി നാളം ഊതലിന്റെ ശക്തികൊണ്ട് അണഞ്ഞുപോയ തേങ്ങലുകളും വലിയ സങ്കടമായി നോവലിൽ വായിച്ചെടുക്കാം.

ഇന്നലെ വരെ മനുഷ്യരും വളർത്തുമൃഗങ്ങളും പക്ഷികളും ശ്വസിച്ചിരുന്ന വായുവിൽ സ്വാതന്ത്ര്യത്തിന്റെ സുഗന്ധമുണ്ടായിരുന്നു. ഇന്ന് അവയെല്ലാം നഷ്ടമായിരിക്കുന്നു. കാബൂളിന്റെ തെരുവുകളിൽ യാചകരുടെ വിശന്ന നിലവിളികളും ആട്ടിൻപറ്റങ്ങളുടെ ദീനരോദനങ്ങളും കാക്കകളുടെ കരച്ചിലും ഇടകലർന്ന ശബ്ദങ്ങൾ മാത്രം.

ബോംബിട്ടു തകർന്ന കെട്ടിടാവശിഷ്ടങ്ങൾക്കിടയിൽ മനുഷ്യർ ഭ്രാന്തരായി ഓടി നടക്കുന്നു. ജീവിതത്തെക്കുറിച്ചുള്ള എല്ലാ പ്രതീക്ഷകളും നഷ്ടപ്പെട്ടവർ... സമാധാനത്തിലേക്ക് ഇനിയൊരു തിരിച്ചുപോക്ക് സാധ്യമല്ലാത്ത വിധം മനുഷ്യഹൃദയങ്ങളിൽ വിള്ളലുകൾ രൂപപ്പെട്ടിരിക്കുന്നു.

ഈ ഭ്രാന്തുകൾക്കിടയിൽ നിന്നാണ് യാസ്മിനാ ഖാദ്രാ നോവലിന് ജീവൻ പകരുന്ന കഥാപാത്രങ്ങളെ കണ്ടെത്തുന്നത്. അതിൽ അതീഖ് ഷൗക്കത്ത് ഉണ്ട് അയാളുടെ ഭാര്യ മുസറാത്ത് ഉണ്ട്.

കുറെ നശിച്ച ജന്മങ്ങൾക്കു വേണ്ടി പാർട്ടൈം കാവൽക്കാരനായി ജോലി ചെയ്യാൻ വിധിക്കപ്പെട്ട ജയിലറായ അതീഖ് ഷൗക്കത്ത് സമൂഹ മനസ്സാക്ഷിയെ പോലും ഭീതിപ്പെടുത്തുന്ന ആൾക്കൂട്ട കൊലപാതകത്തിന്റെ ദുരന്തമുഖത്തേക്ക് സ്വബോധം നഷ്ടപ്പെട്ട് നടന്നു നീങ്ങുന്ന കാഴ്ച അത്യധികം വേദനാജനകമായാണ് നോവലിസ്റ്റ് ആഖ്യാനം ചെയ്യുന്നത്. മുഖം മറക്കപ്പെട്ട ആവരണത്തിനുള്ളിൽ താൻ സ്നേഹിക്കുന്ന പെണ്ണിനെ തിരയുന്ന അതീഖിന്റെ ഭ്രാന്തമായ കയ്യേറ്റങ്ങൾ പലപ്പോഴും ഉൾക്കിടിലമുണ്ടാക്കുന്നു.

സ്നേഹത്തിന്റെ നിർവ്വചനങ്ങൾക്ക് പുതിയ അർത്ഥ മാനങ്ങൾ നൽകി വായനക്കാരെ അമ്പരപ്പിക്കുകയും കരയിപ്പിക്കുകയും ചെയ്യുന്ന അയാളുടെ ഭാര്യ മൂസറാത്തും വായനക്കാരന്റെ മനസ്സിൽനിന്ന് മാഞ്ഞുപോകാത്ത കഥാപാത്രങ്ങളാണ്.

കാബൂളിലെ നഗരങ്ങളും നാട്ടിൻപുറങ്ങളും മണൽപരപ്പുകളും കുന്നിൻചെരുവുകളും സാധാരണക്കാരന്റെ നിത്യക്കാഴ്ചകളിൽ നിന്ന് അകന്നുപോയതിന്റെ ഉള്ളറകളിലേക്ക് ഈ നോവൽ വെളിച്ചം വീശുന്നു.

തകർന്ന കെട്ടിടത്തിന്റെ ഇരുട്ട് നിറഞ്ഞ മുറിയിൽ നിന്ന് പുറത്തേക്കിറങ്ങി മനസ്സ് തുറന്ന് പൊട്ടിച്ചിരിക്കാൻ മോഹിക്കുന്ന ഇണകൾ. പലപ്പോഴും അവരെ തേടിയെത്തുന്നത് ചാട്ടവാറിന്റെ അപ്രതീക്ഷിതമായ പ്രഹരങ്ങളാണ്. സ്ത്രീകൾക്ക് കിണുങ്ങിച്ചിരിക്കാനുള്ള ഇടമല്ല ആൾ സഞ്ചാരമുള്ള പൊതുവഴികൾ എന്ന യാഥാർത്ഥ്യബോധം തിരിച്ചറിയാത്തവർ തെരുവിലെ ആൾക്കൂട്ടത്തിൽ അപമാനിതരാവുന്നു.

സ്ത്രീ സ്വാതന്ത്ര്യത്തിനു വേണ്ടി പ്രവർത്തിക്കുകയും കുറഞ്ഞ കാലം മജിസ്ട്രേറ്റ് ആയി സേവനം അനുഷ്ഠിക്കുകയും ചെയ്ത സുനൈറയും അവളുടെ ഭർത്താവ് മൊഹ്സിൻ റാമത്തും റോന്തു ചുറ്റുന്ന താലിബാൻ ഏജന്റുമാരുടെ ചാട്ടവാറിന്റെ പ്രഹരത്താൽ തെരുവിൽ അപമാനിക്കപ്പെട്ടവരാണ്. ഈ മുറിവ് ജീവിതകാലം മുഴുവനും സുനൈറയെ വേട്ടയാടുന്നത് നോവലിന് പുതിയ ഉൾക്കാഴ്ചയും ദിശാബോധവും നൽകുന്നു. ഭർത്താവിന്റെ കൺമുമ്പിൽ അന്യപുരുഷന്റെ പ്രഹരമേൽക്കേണ്ടി വന്നതും അന്യന്റെ സ്പർശനം ഏൽക്കേണ്ടി വന്നതും അഭിമാനിയായ സ്ത്രീക്ക് ഒരിക്കലും സഹിക്കാൻ ആവുന്നതല്ല.

ആ തെരുവ് തെമ്മാടികളോടു മാത്രമല്ല സ്വന്തം ഭർത്താവിനോടു പോലും അവൾക്കു തീർത്താൽ തീരാത്ത വെറുപ്പും പുച്ഛവും പ്രതികാരവുമായി അതു വളർന്നു. അവളെ സംബന്ധിച്ചിടത്തോളം മറ്റൊരു ആഘാതം കൂടി ഏറ്റുവാങ്ങേണ്ടി വന്നു. അത് രണ്ടു മണിക്കൂർ നേരത്തെ മതപ്രസംഗം നിർബന്ധപൂർവ്വം കേട്ടു നിൽക്കേണ്ടി വന്നതാണ്.

പ്രാർത്ഥനയ്ക്കു വന്നവരെയും വഴിയാത്രക്കാരെയും നിർബന്ധപൂർവ്വം താലിബാൻകാർ ചാട്ടവാർ ചുഴറ്റി പ്രസംഗം നടക്കുന്ന തകർന്ന കെട്ടിടത്തിലേക്ക് തെളിച്ചുകൊണ്ടിരുന്നു.

സൂര്യന്റെ കനത്ത ചൂടിൽ പർദ്ദയ്ക്കകത്ത് മമ്മി പോലെ നിശ്ചലമായിരുന്ന സുനൈറയ്ക്ക് അപ്പോൾ ശ്വാസം മുട്ടി. വിയർത്തൊലിക്കുന്ന മുഖം പർദ്ദയിൽ തുടക്കാൻ പോലും അവൾക്ക് ധൈര്യം വന്നില്ല.

ഒരു ഭ്രാന്തിയെ പോലെ അവൾ തളർന്ന് അവശയായി നിന്നു. ആത്മീയ ബലപ്രയോഗത്തിന്റെ ഈ ജീർണ്ണതയിൽ നിന്നാണ് സുനൈറയ്ക്ക് അവളുടെ സ്വത്വം നഷ്ടമാവുന്നത്. അതൊരു ദുരന്തമായിരുന്നു. സ്വന്തം ഭർത്താവിനെ പോലും അവൾ ജീവിതത്തിൽ നിന്ന് ആട്ടി അകറ്റി.

അവളുടെ ഹൃദയത്തിൽ തുറക്കാനാവാത്ത വിധം ഒരു പൂട്ടു വീണു കഴിഞ്ഞിരുന്നു. മുഹ്സിൻ റാമത്തിന് എന്നേക്കുമായി അവളുടെ മുഖം പർദ്ദയ്ക്കുള്ളിൽ നഷ്ടമായത് അയാളേയും ഭ്രാന്തനാക്കി.

അഫ്ഗാനിസ്ഥാന്റെ വർത്തമാനകാല അവസ്ഥയുടെ സവിശേഷമായ ഒരു നിഷ്ഠൂര കർമ്മം അയാൾ ചെയ്തത് മാപ്പർഹിക്കാത്ത ഒരു തെറ്റായി സുനൈറ കരുതുന്നു. ഉന്നത വിദ്യാഭ്യാസം ഉണ്ടായിട്ടും നിരക്ഷരരായ ജനങ്ങളുടെ കൂട്ടാവേശത്തിൽ മതിമറന്ന് ഒരു

സാധു സ്ത്രീക്ക് നേരെ അയാൾ എറിഞ്ഞ ഓരോ കല്ലും ചെന്ന് പതിച്ചത് സുനൈറയുടെ നെഞ്ചിലാണ്.

ഈ രണ്ടു സംഭവങ്ങളും അവളുടെ ആത്മാവിൽ സൃഷ്ടിക്കുന്ന വലിയ ആഘാതങ്ങളാണ് ഈ നോവലിന്റെ ആന്തരിക ഘടനയെ നിർണ്ണയിക്കുന്നത്. കാലത്തോടും വ്യവസ്ഥിതിയോടുമുള്ള പ്രതികാരമായാണ്.

മുഖാവരണത്തിന്റെ തടവറയിലേക്ക് സുനൈറ എന്നേക്കുമായി സ്വയം ചുരുങ്ങിപ്പോവുന്നത് എന്ന് മനസ്സിലാക്കാവുന്നതാണ്.

അസ്വസ്ഥതകൾ പേറുന്ന അഫ്ഗാനിസ്ഥാന്റെ ഭീതിപ്പെടുത്തുന്ന മുഖം തുറന്നു കാട്ടാൻ സുനൈറയുടെ പാത്രസൃഷ്ടിയിലൂടെ അൾജീരിയൻ നോവലിസ്റ്റായ യാസ്മിനാ ഖാദ്രായ്ക്ക് കഴിയുന്നുണ്ട്.

വിധികൽപനയാൽ തടവറയിലേക്ക് എത്തിപ്പെടുന്ന സുനൈറയും അവൾക്ക് കാവലായി നിൽക്കുന്ന അതീഖ് ഷൗക്കത്തും മറ്റൊരു പർദ്ദയുടെ സ്ഥാനം കയ്യേറുന്ന മുസറാത്തും കാബൂളിലെ നാരായണപക്ഷികൾ എന്ന നോവലിൽ സൃഷ്ടിക്കുന്ന ഭാവപ്രപഞ്ചം തീവ്രതരമാണ്. കുറ്റവാളികളെ പരസ്യ വിചാരണ ചെയ്യുന്ന സ്റ്റേഡിയത്തിലെ കാഴ്ചകൾ അതിഭയാനകമായി നോവൽ പകർത്തിവെയ്ക്കുന്നു.

ജീവിക്കുന്നവരുടെ മനസ്സിൽ രക്തം വാർന്നൊലിക്കുന്ന ശ്മശാനങ്ങൾ രൂപപ്പെട്ടു വരുന്നതിനെയാണ് നോവൽ അടയാളപ്പെടുത്തുന്നത്.

അമേരിക്കൻ സാമ്രാജ്യത്വ താൽപ്പര്യങ്ങളുടെ ഉപോൽപന്നമായി രൂപം കൊണ്ടതാണ് താലിബാൻ.

നോവലിന്റെ ഏറിയ പങ്കും ചെലവഴിക്കുന്നത് താലിബാനിസത്തിന്റെ ഭീകരതയെ വിവരിക്കാനാണ്. താലിബാനിസത്തെയും അവരുടെ ഭീകര നടപടികളെയും തുറന്നു കാട്ടുന്ന നോവൽ പക്ഷെ, അഫ്ഗാനിൽ സാമ്രാജ്യത്വം കൊന്നൊടുക്കിയ ലക്ഷക്കണക്കിന് നിരപരാധികളായ മനുഷ്യരെക്കുറിച്ച് അധികമൊന്നും പറയുന്നില്ല.

എങ്കിലും ഭാഷാപരമായ ചടുലതയും ആഖ്യാനത്തിലെ തീവ്രതയും ഒത്തുചേരുന്നതു കൊണ്ട് കാബൂളിലെ നാരായണപ്പക്ഷികൾ ഉജ്ജ്വല കൃതിയാണെന്ന് പറയാം.

വിവർത്തനം : പരമേശ്വരൻ

■

മയക്കോവ്സ്കിയുടെ കാമുകിമാർ

റോബർട്ട് ലിറ്റൽ

സോവിയറ്റ് യൂണിയനിലെ മയക്കോവ്സ്കിയുടെ ജീവിതകഥ

സോവിയറ്റ് യൂണിയനിലെ ദേശീയ കവിയായിരുന്നു മയക്കോവ്സ്കി. ഹൃദയത്തിൽ ആഴമേറിയ മുറിവുകളും സംശയങ്ങളും ഭീതിയുമെല്ലാം ഒളിപ്പിച്ചു വെച്ചാണ് അദ്ദേഹം അവസാനകാലം കഴിച്ചുകൂട്ടിയത്. കവി മരിച്ച് വർഷങ്ങൾക്കു ശേഷം ഒരു ഹോട്ടൽ മുറിയിൽ ഒത്തുകൂടിയ നാലു കാമുകിമാർ പങ്കിടുന്ന കിടപ്പറ രഹസ്യങ്ങൾ....വിഷാദവും ഭീതിയും സന്ദേഹവും നിറഞ്ഞ ജീവിത പ്രതിസന്ധിയിൽ കവിയുടെ ജീവൻ രക്ഷിക്കാൻ കഴിയാത്തതിലുള്ള കുറ്റബോധം പേറി നടക്കുന്നവർ... തന്റെ കവിതയ്ക്കു വേണ്ടി കാത്തു നിന്നിരുന്നവരുടെ മുന്നിൽ ഒരപരിചിതനായി നിൽക്കേണ്ടി വന്നതാണ് മയക്കോവ്സ്കിയുടെ പിൽക്കാല ചരിത്രം.

സോവിയറ്റ് കാലഘട്ടത്തിലെ ഏറ്റവും പ്രഗത്ഭനായ കവിയായിരുന്നു മയക്കോവ്സ്കി. സാർ ചക്രവർത്തിയെ സ്ഥാനഭ്രഷ്ടനാക്കാൻ അക്ഷരജ്ഞാനമില്ലാത്ത തൊഴിലാളികളെ കവിതയിലൂടെ ഉത്തേജിപ്പിച്ച റഷ്യയുടെ ദേശീയ കവി. അതിനിബിഡമായ മൂടൽമഞ്ഞിലേക്ക് തുളച്ചുകയറുന്നതായിരുന്നു മയക്കോവ്സ്കിയുടെ കവിതകൾ അത്യന്തം സാന്ദ്രമായ തലച്ചോറുകളിലേക്ക് ആ വരികൾ ജ്വാല പോലെ പടർന്നു കയറി. തന്റെ പതിനഞ്ചാമത്തെ വയസ്സിലാണ് മയക്കോവ്സ്കി റഷ്യൻ വിപ്ലവത്തിന്റെ ഉപാസകനായി മാറുന്നത്. സാറിസ്റ്റ് ഭരണകാലത്ത് ജയിൽ ശിക്ഷ അനുഭവിച്ച അദ്ദേഹം ബോൾഷെവിക്കുകളുടെ പ്രതിപുരുഷനായാണ് അറിയപ്പെട്ടിരുന്നത്.

വളരെ ചുരുങ്ങിയ കാലം മാത്രമാണ് മയക്കോവ്സ്കി ജീവിച്ചത്. 1930 ഏപ്രിൽ 14ന് മുപ്പത്താറാമത്തെ വയസ്സിൽ ശിരസ്സിൽ സ്വയം വെടിയുതിർത്തുകൊണ്ട് മരണത്തെ പുൽകി.

കവി മരിച്ച് വളരെയേറെ വർഷങ്ങൾക്കു ശേഷം 1953ൽ മോസ്കോയിലെ ഡീലക്സ് മെട്രോപോളിറ്റൻ ഹോട്ടൽ മുറിയിൽ ഒത്തുകൂടിയ മയക്കോവ്സ്കിയുടെ നാലു കാമുകിമാർ അദ്ദേഹത്തിന്റെ മഹത്വത്തെ കളങ്കപ്പെടുത്തുന്ന വിധത്തിൽ വെളിപ്പെടുത്തുന്ന നഗ്ന യാഥാർത്ഥ്യങ്ങളാണ് നോവലിലെ പ്രതിപാദ്യം.

കവിത, കല, സാഹിത്യം, വിപ്ലവം, ചരിത്രം എന്നിവയെല്ലാം ആർജ്ജവത്തോടെ ആ യുവതികളുടെ സംഭാഷണത്തിൽ ചർച്ച ചെയ്യുന്നുണ്ട്.

വിപ്ലവത്തിനു മുമ്പും പിമ്പുമുള്ള സോവിയറ്റ് റഷ്യയുടെ ഹ്രസ്വമായ ഒരു ചിത്രം ഈ സംഭാഷണത്തിൽ തെളിയുന്നു. ലിലിയ, എല്ലി, താത്യാന, നോറ എന്നീ സുന്ദരികളായ നാലു കാമുകിമാരുടെ ഏറ്റുപറച്ചിലിലൂടെയാണ് നോവൽ വികാസം പ്രാപിക്കുന്നത്.

മോസ്കോയിൽ റഷ്യൻ ഭാഷ പഠിക്കാനെത്തിയ അമേരിക്കൻ വിദ്യാർത്ഥിയും അവിടത്തെ കമ്യൂണിസ്റ്റ് പാർട്ടിയുടെ പ്രവർത്തകനുമായ റോബർട്ട് ലിറ്റൽ തന്റെ കൈവശമുണ്ടായിരുന്ന മാഗ്നറ്റിക് ടേപ്പിൽ യുവതികളുടെ സംഭാഷണങ്ങൾ പകർത്തുകയും വളരെക്കാലം ആരേഖകൾ ഒളിപ്പിച്ച് വെച്ച് സോവിയറ്റ് തിരോധാനത്തിനു ശേഷം അവ കണ്ടെടുത്ത് പരിഭാഷപ്പെടുത്തി.

നോവൽ രൂപത്തിലാക്കിയതാണെന്ന് ഗ്രന്ഥകാരൻ അവകാശപ്പെടുന്നുണ്ട്. റഷ്യൻ എഴുത്തുകാരനും ചിന്തകനുമായ ഷെർണിഷേവ്സ്കി ആവിഷ്കരിച്ച് നടപ്പിലാക്കിയ ജീവിതരീതിയെ പിന്തുടരുന്ന നോവലിലെ കഥാപാത്രങ്ങൾ സമൂഹത്തിന് നല്ല സന്ദേശങ്ങളല്ല കൈമാറുന്നത്.

ഭാര്യ, ഭർത്താവ്, കാമുകൻ എന്നിവർ ചേർന്നുള്ള ഒരു കൂട്ടുജീവിതവ്യവസ്ഥയാണ് അത്. അതെത്ര ഹൃസ്വമാണെങ്കിൽ പോലും അവർക്കത് സ്വീകാര്യവും ആനന്ദപ്രദവുമാകുന്നു.

കവിയുടെ വശീകരണ പ്രഭയിൽ അകപ്പെട്ട് സ്വന്തം ഭർത്താവിനെ ഉപേക്ഷിച്ചവളും ഭർത്താവിനെ ഒരു പാവയാക്കി നിർത്തി കാമുകനെ സ്വീകരിച്ച് ആനന്ദിക്കുന്നവളും ഈ നോവലിന്റെ കഥാഗതിയെ അപ്പാടെ മാറ്റിമറിക്കുന്നു. വ്യക്തിയുടെ ലൈംഗിക സ്വാതന്ത്ര്യത്തെയും ഭൗതിക സ്വാതന്ത്ര്യത്തെയും ബഹുമാനിച്ചു പ്രവർത്തിക്കുന്നതാണ് ചെർണി ഷേവ്സ്കി രീതി. നോവലിലെ രണ്ടു പ്രധാന കഥാപാത്രങ്ങൾ സാഹിത്യ വിമർശകനും മയക്കോവ്സ്കിയെ ഏറെ ആരാധിക്കുന്നവനുമായ ഒസിപ്പും അയാളുടെ ഭാര്യ ലിലിയയും ഷെർണിഷേവ്സ്കിയുടെ ചിന്തകളെ പിൻപറ്റുന്നവരാണ്.

കവി മയക്കോവ്സ്കിയോടൊപ്പം ഒസിപ്പിന്റെ ഭാര്യ ലിലിയയുടെ കാമനകൾ മദ്യലഹരിയിൽ കണ്ടാസ്വദിക്കുകയും തുടർന്ന് പ്രതിഫലം ചോദിച്ചു വാങ്ങുകയും അവർ മൂന്നു പേരും കൂടി ഒടുവിൽ നഗരത്തിലെ ഒരു വലിയ ഹോട്ടലിൽ കയറി വിശപ്പടക്കുകയും മദ്യപിക്കുകയും ചെയ്യുന്ന വിചിത്ര കാഴ്ചകൾ അതു നമ്മുടെ ബോധമണ്ഡലത്തെത്തന്നെ വിറകൊള്ളിക്കുന്നു.

മനുഷ്യൻ ഉയർത്തിപ്പിടിക്കുന്ന മൂല്യങ്ങൾ ശിഥിലമാകുകയും ജീർണ്ണിക്കുകയും ദുർഗന്ധം വമിപ്പിക്കുകയും ചെയ്യുന്ന ദുരന്ത കാഴ്ചകൾ ഈ നോവലിന്റെ പല ഭാഗത്തും ചിതറിക്കിടക്കുന്നു.

വിപ്ലവാനന്തര റഷ്യയിലെ കൊടുംക്ഷാമവും ആയിരക്കണക്കിന് ആളുകളുടെ പട്ടിണി മരണങ്ങളും ഈ കാലഘട്ടത്തിലൂടെയാണ് കടന്നു പോകുന്നതെന്ന് പരോക്ഷമായിട്ടെങ്കിലും നോവൽ ഓർമ്മപ്പെടുത്തുന്നുണ്ട്. ഒരാശയത്തെ അഥവാ ലൈംഗിക സർവ്വസ്വാതന്ത്ര്യത്തെ പുണരാനും സ്വീകരിക്കാനുമുള്ള ഒസിപ്പിയുടെ ആവേശത്തോടൊപ്പം, സാമൂഹിക ജീവിതത്തിന്റെ അസ്ഥിരതയാണ് റോബർട്ട് ലിറ്റൽ വരച്ചുകാട്ടുന്നത്.

മയക്കോവ്സ്കിയുടെ കാമുകിമാരിൽ സുന്ദരിയായ റഷ്യൻ പാരീസ്സുകാരി താത്യാന കവിയുടെ 'കാലുറകൾക്കുള്ളിലെ കാർമേഘം'' എന്ന കവിത ചെങ്കുപ്പായ സേനയിലെ സൈനികർക്കു വേണ്ടി വിശപ്പ് മാറ്റാൻ തെരുവിൽ പാടുമ്പോൾ നോവൽ വിളിച്ചു പറയുന്ന ചരിത്രസത്യങ്ങൾ നിഗൂഢതകൾ ഇല്ലാതെ മറനീക്കുന്നു.

ജനിച്ചുവളർന്ന നാട്ടിൽ വരാൻ ആഗ്രഹിച്ച് പാരീസിൽ കഴിയവെ, മോസ്കോയിൽ നിന്നെത്തിയ കവിയെ കണ്ടുമുട്ടുകയും പ്രണയിക്കുകയും ചെയ്തവളാണ് താത്യാന. എന്നാൽ തന്റെ കന്യകാത്വത്തെ കവി മാനിക്കണം എന്നവൾ വാശി പിടിക്കുമ്പോൾ ആ നിഷ്കളങ്ക ഹൃദയത്തിൽ നിന്നൊഴുകിയ പ്രണയത്തിന് ഒരാത്മീയ വിശുദ്ധിയും സുഗന്ധവും കൈവരുന്നുണ്ട്. റഷ്യയുടെ വിപ്ലവാത്മക രാഷ്ട്രീയ ചിന്തകൾ ഉൾക്കൊള്ളാൻ കഴിയാത്തവളാണ് താത്യാന. പാരീസിലേക്കുള്ള അവളുടെ ഒളിച്ചോട്ടം പോലും വിപ്ലവത്തെ വെറുക്കുന്നതിനാലാണ്.

വിഷാദവും ഭീതിയും സന്ദേഹവും നിറഞ്ഞ ജീവിത പ്രതിസന്ധിയിൽ കവിയുടെ ജീവൻ രക്ഷിക്കാൻ കഴിയാത്തതിലുള്ള കുറ്റബോധം പേറി നടക്കുന്ന തത്യാനയിലൂടെ നിഷ്കളങ്കമായൊരു സ്ത്രീ സാന്നിധ്യം ഈ നോവൽ അനുഭവിപ്പിക്കുന്നുണ്ട്.

മയക്കോവ്സ്കിയുടെ കവിതകളോട് അനാദരവ് പ്രകടിപ്പിക്കുന്നതു പോലും സ്റ്റാലിന്റെ കാലത്ത് റഷ്യയിൽ കുറ്റകൃത്യമായാണ് കണ്ടിരുന്നത്.

കവി അവഗണിക്കപ്പെടുന്നു എന്ന തോന്നലിൽ കാമുകിമാരിൽ ഒരാളായ ലിലിയ സ്റ്റാലിനു നേരിട്ടു കൊടുത്ത ഒരു പരാതിയെ തുടർന്ന് റഷ്യൻ മുഖപത്രമായ പ്രാവ് ദയിൽ മയക്കോവ്സ്കിയെ പ്രകീർത്തിച്ചുകൊണ്ടും അദ്ദേഹത്തിന്റെ സാഹിത്യകൃതികളുടെ പ്രചാരം വർദ്ധിപ്പിക്കേണ്ടതിന്റെ ആവശ്യകതയെക്കുറിച്ചും സ്റ്റാലിന്റെ പുതിയ പ്രസ്താവന വന്നിരുന്നു. തുടർന്നുണ്ടായ നീക്കങ്ങൾ എല്ലാം ഒരു ചരിത്രമായിരുന്നു.

ഈ നോവൽ അതിന്റെ നിഗൂഢതകൾ വെളിവാക്കിത്തരുമ്പോൾ സ്റ്റാലിൻ എന്ന ഭരണാധികാരിയുടെ ഹൃദയവിശാലതയും കവിയോട് അദ്ദേഹം വെച്ചു പുലർത്തിയ ആദരവുമാണ് നോവൽ പ്രകടമാക്കുന്നത്. എല്ലാ വിദ്യാലയങ്ങളിലും മയക്കോവ്സ്കിക്കവിതകൾ കുട്ടികൾ ചൊല്ലി തുടങ്ങിയതോടെ റഷ്യയിലെ ലക്ഷക്കണക്കിനു വരുന്ന വിദ്യാർത്ഥികൾ അദ്ദേഹത്തെ മനഃപാഠമാക്കി.

കവിയുടെ സ്മാരകങ്ങൾ രാജ്യത്തുടനീളം ഉയർന്നു വന്നു. ലെനിൻ മരിച്ചപ്പോൾ മയക്കോവ്സ്കി അദ്ദേഹത്തെപ്പറ്റി എഴുതിയ വിലാപകാവ്യം ഏറെ പ്രകീർത്തിക്കപ്പെട്ടിരുന്നു.

ഒരേ സമയം വ്യത്യസ്ത മേഖലയിൽ സർഗ്ഗവൈഭവം പ്രകടിപ്പിക്കാൻ അദ്ദേഹത്തിനു കഴിഞ്ഞിരുന്നു. അതിനാൽ തന്നെ ധാരാളം സൗജന്യങ്ങളും റഷ്യൻ സർക്കാർ അനുവദിച്ചു പോന്നിരുന്നു. മോസ്കോയിൽ സൗജന്യമായി ലഭിച്ച ഫ്ളാറ്റിലേക്ക് കാമുകിമാർക്കു പുറമെ റഷ്യൻ സാഹിത്യ ലോകത്തെ അതികായരായ മാർക്സിം ഗോർക്കിയും പാസ്റ്റർ നാക്കും അടക്കമുള്ളവരുടെ ഒഴുക്ക് ഉണ്ടായിരുന്നതായി പറയുന്നുണ്ട്. ഈ ഫ്ളാറ്റിലായിരുന്നു മയക്കോവ്സ്കിയുടെ ജീവിതത്തെ മാറ്റിമറിച്ച സംഭവ വികാസങ്ങൾ അരങ്ങു തകർക്കുന്നത്.

വിപ്ലവാനന്തരം റഷ്യ കടന്നു പോയ അതിസങ്കീർണ്ണമായ ഇരുൾ വഴികൾ നോവലിസ്റ്റ് വരച്ചുകാട്ടുന്നുണ്ട് ഈ പുസ്തകത്തിൽ. സോഷ്യലിസ്റ്റ് വിപ്ലവാനന്തരം മയക്കോവ്സ്കിയുടെ രാഷ്ട്രീയ ചിന്തയിൽ വന്ന വ്യതിയാനങ്ങൾ അദ്ദേഹത്തിന്റെ ആരാധകരെത്തന്നെ നിരാശപ്പെടുത്തി. കവി ഏറ്റവും അധികം സ്നേഹിച്ച ബോൾഷെവിക് പാർട്ടിയുടെ കടുത്ത വിരോധിയായി മാറുകയായിരുന്നു. ആശയരംഗത്തും സാഹിത്യ വീക്ഷണത്തിലുമെല്ലാം സ്റ്റാലിന്റെ വിരോധിയായി. റഷ്യയിൽ പ്രബലമായിക്കൊണ്ടിരുന്ന സോഷ്യലിസ്റ്റ് റിയലിസത്തോട് മയക്കോവ്സ്കി ശക്തമായ എതിർപ്പ് പ്രകടിപ്പിച്ചു. ദേശീയ കവിയായിരുന്ന അദ്ദേഹം പിന്നീട് ധാരാളം പരീക്ഷണങ്ങളിലൂടെയാണ് കടന്നു പോകുന്നത്. ഹൃദയത്തിൽ ആഴമേറിയ മുറിവുകളും സംശയങ്ങളും ഭീതിയുമെല്ലാം ഒളിപ്പിച്ചു വെച്ചു. തന്റെ

കവിതയ്ക്കു വേണ്ടി കാത്തു നിന്നിരുന്നവരുടെ മുന്നിൽ ഒരപരിചിതനായി നിൽക്കേണ്ടി വന്നതാണ് പിൽക്കാല ചരിത്രം

കവിയോടൊപ്പം കാമുകിമാർ പങ്കിടുന്ന കിടപ്പറ രഹസ്യങ്ങൾ മറയില്ലാതെ വെളിവാക്കുന്ന നോവലിൽ ലൈംഗിക ചുവയുള്ള പദങ്ങൾ നിറയുന്നുണ്ട്. രതിമോഹം വളർത്തുന്ന അശ്ലീല കഥകൾ എഴുതിയിരുന്ന മലയാളത്തിലെ പമ്മനെയും അയ്യനേത്തിനെയും മറ്റും പിന്നിലാക്കുന്നു ഇതിലെ പല വർണ്ണനകളും.

സോവിയറ്റ് റഷ്യയുടെ സങ്കീർണ്ണമായ വിപ്ലവകാലഘട്ടത്തിന്റെ ഓർമ്മകൾ ഈ നോവൽ പകർന്നു നൽകുന്നു എന്നതാണ് 'മയക്കോവ്സ്കിയുടെ കാമുകിമാർ' നൽകുന്ന വലിയ ആശ്വാസം.

വിവർത്തനം : പ്രൊഫ. സി.എ. മോഹൻദാസ്

■

ആക്രമണം

യാസ്മിനാ ഖാദ്രാ

കിടപ്പറ വെടിയുന്ന പലസ്തീൻ വനിത

പത്തു വർഷത്തിലധികം സ്വന്തം കിടപ്പറയിൽ ഹൃദയത്തോട് ചേർത്ത് പിടിച്ചിരുന്ന പ്രിയപ്പെട്ടവളുടെ ഉള്ളിൽ പുകഞ്ഞിരുന്ന അഗ്നിപർവ്വതം കാണാതെ പോയ വേദനയിൽ പിടയുന്ന ഡോ. അമീൻ ഴഫാരിയുടെ ജീവിതത്തിലൂടെയുള്ള ഭാവനാപൂർണ്ണ മായ സഞ്ചാരമാണ് ആക്രമണം എന്ന ഈ നോവൽ. പല സ്തീൻ-ഇസ്രായേൽ സംഘർഷത്തിന്റെ നിഗൂഢതകൾ വെളിപ്പെടുത്തുക മാത്രമല്ല പ്രതിരോധിക്കുക കൂടി ചെയ്യുന്നു പുസ്തകം. മുഹമ്മദ് മുൾസിഹോൾ എന്നാണ് യാസ്മിനാ ഖാദ്രായുടെ യഥാർത്ഥ നാമം. അൾജീരിയൻ സൈന്യത്തിൽ ജോലി ചെയ്യുമ്പോഴാണ് ഖാദ്രാ എഴുത്ത് ആരംഭിക്കുന്നത്. ആദ്യമെല്ലാം യഥാർത്ഥ പേരിൽ തന്നെ പുസ്തകങ്ങൾ പുറ ത്തിറങ്ങി. 1988 ആയപ്പോഴേക്കും പട്ടാളക്കാരുടെ രചനകൾ പ്രത്യേക നിരീക്ഷണത്തിലായി. അതോടെ മുഹമ്മദ് മുൾസി ഹോൾ സ്വന്തം ഭാര്യയുടെ പേർ തൂലികനാമമായി സ്വീക രിച്ചു. യാസ്മിനാ ഖാദ്രയായി. സ്വതന്ത്രമായി എഴുതുക അല്ലെ ങ്കിൽ എഴുത്ത് നിർത്തുക ഇതായിരുന്നു അദ്ദേഹത്തിന്റെ നിലപാട്.

'ഭീതിയുടെ ഏറ്റവും നികൃഷ്ടമായ വൈരൂപ്യമായിരുന്നു അത്.

സിഹെംമിന്റെ തല മാത്രം ഒരു ടേബിളിൽ.....

അവളുടെ ശരീരം മുഴുവനും ഇല്ലാതാക്കിയ ആ മഹാവിപത്തിൽ നിന്ന് വിചിത്രമായി കാത്തുരക്ഷിക്കപ്പെട്ട് ആ ശവക്കൂമ്പാരത്തിൽ നിന്ന് എഴുന്നു നിൽക്കുന്നു. കണ്ണുകൾ മൂടപ്പെട്ട് വായ തുറന്ന് എല്ലാ കഷ്ടപ്പാടുകളിൽ നിന്നും മോചനം നേടിയ പോലെ ശാന്തമുഖ ഭാവവുമായി സിഹെം.....'

നഗരത്തിലെ ഭീകരാക്രമണത്തിൽ കൊല്ലപ്പെട്ടവരുടെ ശവ കൂമ്പാരങ്ങൾക്കിടയിൽ സ്വന്തം ഭാര്യയുടെ വിചിത്രമുഖം ഒരു നില വിളിയോടെയാണ് ഡോ. അമീൻ ഴഫാരി തിരിച്ചറിയുന്നത്.

ഛിന്നഭിന്നമായ ശവശരീരങ്ങൾ ഒരു ഡോക്ടർ എന്ന നിലയിൽ പലപ്പോഴും, കണ്ടിട്ടുണ്ട്. ഡസൻ കണക്കിന് പേരിൽ തുന്നിച്ചേർ ത്തിട്ടുമുണ്ട്. ശരീര ഭാഗമാണെന്ന് തിരിച്ചറിയാൻ പറ്റാത്ത വിധത്തിൽ ചിന്നിച്ചിതറിയവയും അതിൽപ്പെടുന്നു. പക്ഷേ, ആ മേശമേലുള്ള, അയാൾക്കു നേരെ നോക്കുന്ന രൂപം അതിനുമൊക്കെ അപ്പുറത്താ യിരുന്നു.

പത്തു വർഷത്തിലധികം സ്വന്തം ഹൃദയത്തോട് ചേർത്ത് പിടി ച്ചിരുന്ന പ്രിയപ്പെട്ടവളുടെ മുഖം.

അവളുടെ ഉള്ളിൽ പുകഞ്ഞിരുന്ന അഗ്നിപർവ്വതം കാണാതെ പോയ വേദനയിൽ പിടയുന്ന ഡോ. അമീൻ ഴഫാരിയുടെ ജീവിത ത്തിലൂടെയുള്ള സഞ്ചാരമാണ് 'The attack'.

ആക്രമണം എന്ന ഈ നോവൽ പലസ്തീൻ-ഇസ്രായേൽ സംഘർഷത്തിന്റെ നിഗൂഢതകളിലേക്ക് വെളിച്ചം വീശുന്നു. ഒപ്പം പലസ്തീനികളെക്കുറിച്ചും ഇസ്രായേൽ പൗരന്മാരെക്കുറിച്ചുമുള്ള നമ്മുടെ മുൻവിധികളെ അപ്പാടെ മാറ്റിമറിക്കുകകൂടി ചെയ്യുന്നു. യാ സ്മിനാ ഖാദ്രായുടെ വാക്കുകളിൽ നാം ഇങ്ങനെ കേൾക്കുന്നു:

''പലസ്തീനിലെ ഓരോ ജൂതനിലും ഒരറബിയുടെ തുണ്ടുണ്ട്. ഇസ്രായേലിലുള്ള ഓരോ അറബിക്കും അവൻ അല്പം ജൂതനാ ണെന്ന വസ്തുത നിരസിക്കാൻ കഴിയില്ല.''

ഇസ്രായേലിലെ ടെൽ അവീവിൽ സുഖജീവിതം നയിച്ചു പോന്നി രുന്ന ഇസ്രായേലി പൗരത്വമുള്ള ഡോ.അമീൻ ഴഫാരിയിലും ഈ സവിശേഷത കാണാം. ഒരുപക്ഷേ അതു തന്നെയാവണം ഈ നോവലിന് മനുഷ്യത്വത്തിന്റെ ആർദ്രമായ ഒരു മുഖം വെളിവാക്കി ക്കൊടുക്കുന്നത്.

ജീവൻ രക്ഷിക്കുന്നതിനേക്കാൾ പുണ്യമായ മറ്റെന്ത് പ്രവർത്തി യാണ് ഈ ഭൂമിയിലുള്ളതെന്നാണ് ഡോ. ഴഫാരി നിഷ്കളങ്കമായെ ങ്കിലും ചിന്തിക്കുന്നത്. പക്ഷെ അവയെല്ലാം പുതിയ സാഹചര്യ ത്തിൽ ഭസ്മീകരിക്കപ്പെടുന്നു. സ്ഥായിയായ നിലനിൽപ്പില്ലാത്ത വെറും മോഹങ്ങളായി അവശേഷിക്കുന്നു.

ചാവേറാക്രമണത്തിൽ പരിക്കേറ്റവരെ ചികിത്സിക്കാൻ തുനി യുന്ന ഡോക്ടറുടെ നേരെ അപ്രതീക്ഷിതമായി ഒരു രോഗി ആക്രോ ശിക്കുകയും കാർക്കിച്ചു തുപ്പുകയും ചെയ്യുമ്പോൾ ഒരു ജനതയുടെ രക്തത്തിലലിഞ്ഞ വംശീയത മറനീക്കി പുറത്തു വരുന്നു.

കുഞ്ഞുങ്ങളടക്കം നിരവധി പേരുടെ മരണത്തിനിടയാക്കിയ ചാവേറാക്രമണം നടത്തിയത് ഡോക്ടറുടെ ഭാര്യ സിഹെം ആണെന്ന ഞെട്ടിക്കുന്ന സത്യം പുറത്തുവന്നതോടെ ഡോക്ടർ അമീൻ ഴഫാരിയുടെ ജീവിതം കൊടുംപീഡനങ്ങൾ ഏറ്റുവാങ്ങാൻ വിധിക്കപ്പെടുന്നു.

ഡോ. അമീൻ ഴഫാരി ഇസ്രായേൽ പൗരത്വമുള്ള അറബ് സർജന്റെ സുന്ദരിയായ ഭാര്യ സിഹെം പലസ്തീൻ സ്വദേശിനിയാണ്. ടെൽ അവീവിൽ സന്തുഷ്ട കുടുംബ ജീവിതം നയിക്കുന്നവരാണ് ഇവർ. ഇവർക്ക് ധാരാളം ജൂതസുഹൃത്തുക്കളുണ്ട്.

ഒരു വൈകുന്നേരം അമ്മൂമ്മയെ കാണാൻ നസറത്തിലേക്കുള്ള ബസിൽ കയറിപ്പോയ സിഹെം മടങ്ങിയെത്തുന്നില്ല. ടെൽ അവീവിലെ ഒരു റെസ്റ്റോറന്റിൽ അന്നൊരു ചാവേർ ആക്രമണം നടക്കുന്നുണ്ട്. ആശുപത്രിയിൽ പരിക്കേറ്റവർ ധാരാളമായി എത്തിയതുകൊണ്ട് ഡോക്ടർ ഭാര്യയെക്കുറിച്ച് അത്ര കാര്യമായി അന്വേഷിക്കുന്നില്ല. ഡ്യൂട്ടി കഴിഞ്ഞ് വളരെ വൈകി വീട്ടിൽ എത്തിയപ്പോഴാണ് സുഹൃത്തായ ഇൻസ്പെക്ടർ നവീദ് ഭാര്യയെക്കുറിച്ച് അന്വേഷിക്കുന്നത്. അപ്പോൾ മാത്രമാണ് സിഹെംമിനെക്കുറിച്ചുള്ള ചിന്ത അയാളെ അസ്വസ്ഥനാക്കുന്നത്. പൊലീസ് ഇൻസ്പെക്ടറുടെ നിർദ്ദേശ പ്രകാരം തിടുക്കപ്പെട്ട് ആശുപത്രിയിൽ തിരിച്ചെത്തിയ ഡോക്ടർ അങ്ങനെയാണ് ആ വിചിത്രമായ ബലിപീഠത്തിനു മുന്നിൽ എത്തപ്പെടുന്നത്.

തന്റെ അശ്രദ്ധയാണ് അവളെ മരണത്തിലേക്ക് നയിച്ചത് എന്ന് സ്വയം വിധിയെഴുതി നിരാശനായിത്തീരുന്ന അമീൻ ഴഫാരി അവളെ വഴിതെറ്റിച്ച നിഗൂഢസങ്കേതങ്ങൾ തേടി വിദൂര സ്ഥലങ്ങളിലേക്ക് പുറപ്പെടുന്നു.

വെറും അഞ്ചുവരിയിൽ അവൾ വിടപറഞ്ഞ് എഴുതിയ കത്ത് പൊലീസിനോ മറ്റോ കൈമാറാതെയാണ് ബെത്‌ലഹേമിലേക്കുള്ള ഴഫാരിയുടെ യാത്ര...

ആശുപത്രിയിൽ ഇനിയൊരിക്കലും തിരിച്ചു ചെല്ലാൻ നിവൃത്തിയില്ലാത്ത വിധം അയാൾ ഒറ്റപ്പെട്ടു കഴിഞ്ഞിരുന്നു. പക്ഷേ അപ്പോഴും സിഹെംമിന്റെ ജൂത കൂട്ടുകാരിയായ യഹൂദ കിം അയാളുടെ സംരക്ഷണം ഒരു നിഴലായിട്ടെങ്കിലും ഏറ്റെടുക്കുന്നതിലൂടെ മാനവികതയുടെ പുതിയ ചക്രവാളത്തിലേക്ക് യാസ്മിനാ ഖാദ്രായുടെ നോവൽ വികസിക്കുന്നു.

ചുറ്റുമുള്ളവരുടെ പ്രശംസ പിടിച്ചുപറ്റിയ സുന്ദരിയും ബുദ്ധിമതിയുമാണ് സിഹെം.

കൂട്ടുകാരികളായ ജൂതസ്ത്രീകളാൽ ആരാധിക്കപ്പെടുന്ന ഒരാധുനിക വനിതയ്ക്കെങ്ങനെയാണ് പെട്ടെന്ന് ഒരു നാൾ ശരീരത്തിൽ ബോംബും കയറ്റി ഗർഭിണിയെ പോലെ ഒരു പൊതുസ്ഥലത്ത് പോയി പൊട്ടിത്തെറിക്കാനാവുക?

ഒരു ഭ്രാന്തനെപ്പോലെ അവളെ പ്രണയിച്ച അമീൻ ഴഫാരിക്ക് തന്റെ പ്രേമകവനങ്ങളേക്കാൾ അന്യരുടെ പ്രസംഗങ്ങളെങ്ങനെ അവളുടെ മനസ്സ് കവർന്നെടുത്തു എന്നറിയണം!

ഡോ. ഴഫാരി ചെന്നെത്തിയ നിഗൂഢ സങ്കേതങ്ങൾ അയാളോട് ഭയപ്പെടുത്തുന്ന പല സത്യങ്ങളും വിളിച്ചു പറഞ്ഞുകൊണ്ടിരുന്നു.

അയാളുടെ വരവിൽ അസ്വസ്ഥരായ സംഘം പല ഭാഗങ്ങളിലേക്ക് ചിതറി.

എന്നിട്ടും അയാളെ അപകടപ്പെടുത്താൻ അവർ ആരും തയ്യാറായില്ല, നല്ല ഉപദേശങ്ങൾ കൊടുത്ത് തിരിച്ചയയ്ക്കാൻ ശ്രമിച്ചിട്ടും നടക്കാതായപ്പോൾ അദേൽ എന്ന ചെറുപ്പക്കാരൻ പറഞ്ഞു:

‘‘നിന്റെ ഭാര്യ സ്വയം തെരഞ്ഞെടുത്ത വഴിയാണത്. ആരും അവളെ അതിന് പ്രേരിപ്പിച്ചിട്ടില്ല. ഞങ്ങൾ ആഗ്രഹിച്ചത് അവൾ മരിക്കരുതെന്നായിരുന്നു. കാരണം ടെൽ അവീവിൽ അവൾ ഞങ്ങൾക്കൊരു ശക്തിയായിരുന്നു...’’

പ്രണയ പൂർവ്വം സിഹെം വിട പറഞ്ഞ് എഴുതിയ കത്തിലെ വരികൾ പിറക്കാനിരിക്കുന്ന കുഞ്ഞുങ്ങളെക്കുറിച്ചായിരുന്നു. അവർക്ക് നിഷേധിക്കപ്പെടുന്ന സ്നേഹത്തെക്കുറിച്ചായിരുന്നു. രാജ്യമില്ലാത്ത നമുക്ക് കുഞ്ഞ് പിറന്നാൽ അവൻ എങ്ങനെ സുരക്ഷിതനാവുമെന്ന ചോദ്യം സിഹെം ഉയർത്തുന്നു. അടിച്ചമർത്തപ്പെട്ടവർക്കിടയിലാണ് അവൾ വളർന്നത്. ഒന്നിനും ആർക്കും മാപ്പു കൊടുക്കാത്ത ലോകത്തിൽ. അനാഥയായ അവൾക്ക് മറ്റുള്ളവർക്കു മുന്നിൽ തലകുനിക്കേണ്ടി വന്നിരിക്കാം. പിന്നീടൊരിക്കലും നിവർന്നിരിക്കാൻ സാധിക്കാത്ത വിധം... ആ വേദന അവൾ ഉള്ളിൽ പേറിയിരിക്കാം.

ശരീരത്തിൽ സ്ഫോടക വസ്തുക്കൾ നിറച്ച് ദൃഢനിശ്ചയത്തോടെ മരണത്തിനു നേരെ നടക്കുന്നതോളം അവളെയെത്തിച്ചത് സിഹെം ഉള്ളിൽ കൊണ്ടു നടന്ന വെറുപ്പ് തന്നെയാണ്.

‘നിങ്ങളൊരു വഴങ്ങാത്ത വിശ്വാസിയാണ് പൂർവ്വികരുടെ പാത പിന്തുടരാത്ത അവരുടെ നിയമനിഷ്ഠ പാലിക്കാത്ത ഒരു കൂറുമാറ്റക്കാരൻ. നിങ്ങൾ കുറെക്കാലമായി അവരുടെ വ്യവഹാരത്തിൽ സഹകരിക്കാതെ മറ്റൊരു പൗരത്വം സ്വീകരിച്ചു. എന്റെ കണ്ണിൽ നിങ്ങളൊരു നിർഭാഗ്യവാനായ പാവം അനാഥനാണ്. സ്വന്തം പിതാവ് ആരെന്നറിയാത്തവനല്ല മറിച്ച്, അവന്റെ പരമ്പരാഗതമായ സമ്പ്രദായങ്ങൾ ആചാരാനുഷ്ഠാനങ്ങൾ അറിയാത്തവനാണ് നീ...’

ഓരോ സ്ഥലത്തും ഡോ. അമീൻ അപഹാസ്യകഥാപാത്രമായി മാറുന്നു! അയാളുടെ അസ്തിത്വത്തെ വിചാരണ ചെയ്യുന്നു.

35 വയസ്സുകാരി ഫത്തങ് എന്ന കന്യകയായ വിധവയുടെ തിരോധാനം പോലും രാജ്യത്തിന്റെ ഏതോ ദിക്കിൽ ഉയരാനുള്ള നിലവിളിയായി മാറുകയാണ് 'ആക്രമണത്തിൽ' അവളുടെ മുതുമുത്തച്ഛന്മാർ പടുത്തുയർത്തി, നിരവധി തലമുറകൾ ജീവിച്ചുപോന്ന തറവാട് വീട് ഇസ്രായേലി സൈന്യം തകർത്ത് തരിപ്പണമാക്കിയ വേദനയിൽ നിന്നാണ് ഫത്തങ്ങിന്റെ തിരോധാനമുണ്ടാകുന്നത്.

മൂന്ന് ആടുകളെ ബലിയറുത്ത് കുടുംബവീട്ടിൽ വിരുന്നൊരുക്കി അതിഥികളെ ആലിംഗനം ചെയ്ത് മരണത്തിലേക്ക് നടന്നു പോകുന്ന വിസ്സാമിനെ എങ്ങനെയാണ് വായനക്കാർക്ക് മറക്കാൻ സാധിക്കുക?

ഇസ്രായേലിയൻ ചെക്ക്പോസ്റ്റിലേക്ക് ചാവേറായി അവൻ ഇടിച്ചു കയറിയതിന്റെ പ്രതികാരമായി തൊണ്ണൂറ് വയസ്സ് കഴിഞ്ഞ അപ്പൂപ്പനെയും അമ്മൂമ്മയെയും ഫത്തങ്ങിനെയും കുടിലിൽ നിന്നിറക്കിവിട്ട് അഗ്നിക്കിരയാക്കുമ്പോൾ ഭയപ്പെടുത്തുന്ന ഒരു നിർവികാരതയാണ് ഫത്തങ്ങിന്റെ വാക്കുകളിൽ നാം കേൾക്കുന്നത്.

അനുവാചകന്റെ മനസ്സിന്റെ അടിത്തട്ടിലേക്ക് ഒരു തീപ്പൊരി വീഴുന്നതു പോലെ അവളുടെ ആവാക്കുകൾ നമ്മെ പൊള്ളിക്കുന്നു.

സിഹെംമിന്റെ പാത്രസൃഷ്ടിയിലൂടെ ഇസ്രായേൽ-പലസ്തീൻ സംഘർഷത്തിന്റെ തീവ്രതയാണ് നോവൽ താളുകളിൽ നിറയുന്നത്. അവരുടെ തീരാത്ത പകയുടെ കാണാപ്പുറങ്ങൾ ഈ നോവൽ അനുഭവിപ്പിക്കുന്നു.

യാസ്മിനാ ഖാദ്രായുടെ മറ്റു നോവലുകളെ പോലെത്തന്നെ ഭാഷ ഇതിലും പൂത്തുലഞ്ഞ് സുഗന്ധം പരത്തുന്നു.

വിവർത്തനം : ആലക്കാട്ട് സലില, സി.എ. അജിത്

■

ഇസ്താംബൂൾ ഇസ്താംബൂൾ

ബുറാൻ സോന്മെസ്

മർദ്ദിതരുടെ വിലാപകാവ്യം

പ്രശസ്ത ടർക്കിഷ് കവിയും നോവലിസ്റ്റുമായ ബുറാൻസൊന്മെസ് എഴുതിയ നോവലാണ് 'ഇസ്താംബുൾ ഇസ്താംബുൾ' ഒരു ഭൂഗർഭ തടവറയിൽ നടക്കുന്ന പത്ത് ദിവസത്തെ പീഡനകഥയാണിത്. ഇസ്താംബൂളിലെ രാത്രിയും പകലും ഇതിലെ കഥാപാത്രങ്ങൾ അറിയുന്നതേയില്ല. ചീസും റൊട്ടിയുമായി കാവൽക്കാർ വരുമ്പോൾ മാത്രമാണ് നേരം വെളുത്തെന്നവർ അറിയുന്നത്. അവരെല്ലാം പല പല സംഘത്തിൽ ചേർന്നു പ്രവർത്തിക്കുന്നവരാണ്. പക്ഷേ ആ രഹസ്യങ്ങൾ ഒന്നും തന്നെ പരസ്പരം പങ്കുവെക്കുന്നില്ല. ഇസ്താംബൂൾ ഇസ്താംബൂൾ എന്ന നോവൽ മർദ്ദിതരുടെ വിലാപകാവ്യമാണ്.

വംശീയ കലാപത്തിന്റെ ഇരകളായി മാറ്റപ്പെട്ട ഒരു ജനതയുടെ ദീനരോദനങ്ങളാണ് എല്ലാ ദിവസവും ലോകം കേട്ടുകൊണ്ടിരിക്കുന്നത്.

അവരുടെ ചെറുത്തുനിൽപ്പിന്റെ സാഹസികമായ കഥകൾ, അഭയാർത്ഥികളായി നാടും വീടും ഉപേക്ഷിക്കേണ്ടി വന്ന ജനതയുടെ നിസ്സഹായാവസ്ഥ, വെടിയുണ്ടകൾ ചീറിപ്പാഞ്ഞ് തലച്ചോറിനെ ഛിന്നഭിന്നമാക്കുന്ന ദൃക്സാക്ഷി വിവരണങ്ങൾ, മാധ്യമ വിചാരങ്ങൾ, പ്രതിഷേധങ്ങൾ എല്ലാം തന്നെ വാർത്തകളിൽ നിറയുകയാണ്.

അധികാരത്തിന്റെയും മണ്ണിന്റെയും ആർത്തി മൂത്ത സാമ്രാജ്യത്വ ശക്തികൾ നടത്തിയ കൊടും വഞ്ചനയുടെ ഇരകളായി വിവിധ രാജ്യങ്ങളിലായി ചിതറിക്കിടക്കുന്ന മനുഷ്യ ജന്മങ്ങൾ. ഒന്നാം ലോകയുദ്ധത്തിനു ശേഷം പടിഞ്ഞാറൻ രാജ്യങ്ങൾ ചേർന്ന് കുർദ് മണ്ണിനെ

നാലു രാജ്യങ്ങൾക്ക് പങ്കുവെച്ച് കൊടുത്ത് ഭാഷയെയും സംസ്കാരത്തെയും കുഴിച്ചുമൂടാൻ നടത്തിയ ശ്രമങ്ങൾ...

ചരിത്രം നമ്മോട് അങ്ങനെ ഞെട്ടിക്കുന്ന പല കഥകളും പറഞ്ഞു തരുന്നു.

ബുറാൻ സൊൻമേസ് എന്ന ടർക്കിഷ് എഴുത്തുകാരൻ തന്റെ 'ഇസ്താംബൂൾ ഇസ്താംബുൾ' എന്ന നോവലിൽ അവയൊന്നും ചർച്ച ചെയ്യുന്നില്ലെങ്കിലും കുർദ് ജനതയുടെ ദീനരോദനങ്ങൾ എവിടെയെല്ലാമോ ഉയർന്നു കേൾക്കുന്നുണ്ട്. നിസ്സഹായമായ അവരുടെ നിലവിളികൾ ആരുടേയൊ വെടിയൊച്ചകൾ ഇല്ലാതാക്കുന്നു.

മതമോ, വംശീയതയോ രാഷ്ട്രീയമോ വിഷയമാക്കാതെ തന്നെ അതിന്റെ അടിയൊഴുക്ക് ഈ നോവലിൽ അന്തർലീനമായി കാണാം. ഒരു ജനതയുടെ നിഷ്ഫലമായിപ്പോകുന്ന ചെറുത്തു നിൽപ്പിന്റെ ദാരുണമായ അന്ത്യങ്ങൾ പകർത്തി വായനക്കാരന്റെ സംവേദന തലത്തെ പ്രതിരോധത്തിലാക്കുന്നു ഈ നോവൽ. ഭൂനിരപ്പിൽ നിന്നും മൂന്നുനില താഴെയുള്ള പീഡനകേന്ദ്രത്തിൽ അകപ്പെട്ട ഏതാനും മനുഷ്യരുടെ കഥയാണ് 'ഇസ്താംബുൾ ഇസ്താംബുൾ'.

കഷ്ടിച്ച് മൂന്ന് പേർക്ക് മാത്രം ചുരുണ്ടുകിടക്കാൻ കഴിയുന്ന തടവറയിലെ പത്തു ദിവസങ്ങളാണ് ഈ നോവൽ ആഖ്യാനം ചെയ്യുന്നത്.

പുതിയൊരു കുറ്റവാളിയായി 'കുഹെയ്ലാൻ അമ്മാവൻ' എന്ന നാലാമതൊരാൾ കൂടി അവിടെ എത്തുന്നതോടെ കഥ പുതിയ ഘട്ടത്തിലേക്ക് പ്രവേശിക്കുന്നു. നാലാമത്തെ ആൾ കുഹെയ്ലാൻ അമ്മാവൻ മറ്റുള്ളവരുടെ സ്ഥലവും കൂടി അപഹരിക്കാൻ വന്ന ഒരു നീചനാണ് എന്ന അർത്ഥത്തിലാണ് ആദ്യ തടവുകാരനായ ക്ഷുരകൻ കാമോയുടെ നിലപാട്.

അയാളുടെ സങ്കടവും അമർഷവും കലർന്ന സ്വരത്തിൽ വേദനിക്കുന്ന ഒരു ചിരിയുണ്ട്. സഹാനുഭൂതിയുടെ സ്പർശമുണ്ട്. ഇരുട്ടിൽ അത് കാണാൻ കഴിയില്ലെങ്കിലും നമുക്കതു വായിച്ചെടുക്കാം.

'അയാളൊന്ന് ചത്തു കിട്ടിയിരുന്നെങ്കിൽ കാലൊന്ന് നീട്ടിവെയ്ക്കാമായിരുന്നു എന്നു കാമോ പറയുമ്പോൾ തടവറയുടെ ഭീതിപ്പെടുത്തുന്ന ചിത്രം മാത്രമല്ല ആ തടവറ തീർക്കുന്ന മനുഷ്യ വിദ്വേഷത്തിന്റെ കറുത്ത പുകപടലം അവിടമാകെ വ്യാപിക്കുകയാണ്.

ശരീരം വെട്ടി നുറുക്കിയ കോലത്തിൽ തള്ളിയ പുതിയ അതിഥിയെ മരണത്തിൽ നിന്ന് രക്ഷപ്പെടുത്താൻ മേലുടുപ്പ് അഴിച്ച് തറയിൽ വിരിച്ചു കിടത്തി ചികിത്സിക്കുമ്പോൾ ഈ കഥാപാത്രങ്ങളോടുള്ള എല്ലാ മുൻവിധികളും മായുന്നു.

രാത്രിയും പകലും തിരിച്ചറിയാനാവാത്ത ഇരുട്ടറയിലാണ് ഇതിലെ കഥാപാത്രങ്ങൾ വന്നു പെട്ടിരിക്കുന്നത്.

ഉള്ളംകാൽ കൊണ്ടും കൈവിരലുകൾ കൊണ്ടും തണുപ്പിനെ പ്രതിരോധിക്കാൻ പരസ്പരം സ്പർശിക്കുന്നുണ്ടെങ്കിലും അവരുടെ നഗ്നനേത്രങ്ങൾ കൊണ്ട് ആരേയും കാണാൻ സാധിക്കുന്നില്ല. കുറ്റവാളികളെ ചോദ്യം ചെയ്യലിനും പീഡനത്തിനുമായി കൊണ്ടുപോകുമ്പോൾ മാത്രം തുറക്കുന്ന ഇരുമ്പ് അഴികളിൽ കുടി അരിച്ചെത്തുന്ന മങ്ങിയ വെളിച്ചത്തിലാണ് ക്ഷുരകൻ കാമോയും ദെർമിതായ് എന്ന വിദ്യാർത്ഥിയും കുഹെയ്‌ലാൻ അമ്മാവനും ഡോക്ടറും പരസ്പരം കാണുകയും തിരിച്ചറിയുകയും ചെയ്യുന്നത്.

ഇസ്താംബൂളിലെ രാത്രിയും പകലും അവർ അറിയുന്നതേയില്ല. കെട്ട മണമുള്ള ചീസും റൊട്ടിയുമായി കാവൽക്കാർ വരുമ്പോൾ മാത്രമാണ് നേരം വെളുത്തെന്നവർ അറിയുന്നത്. അവരെല്ലാം പല പല സംഘത്തിൽ ചേർന്നു പ്രവർത്തിക്കുന്നവരാണ്. പക്ഷേ ആ രഹസ്യങ്ങൾ ഒന്നും തന്നെ പരസ്പരം പങ്കുവെയ്ക്കുന്നില്ല.

ഡോക്ടർ പറഞ്ഞു:

‘‘കാമോ... ഒരു കാര്യം ഞാൻ പറയാം. നമ്മൾ ഈ അറയ്ക്ക് പുറത്തായിരുന്നെങ്കിൽ താങ്കളെ കാണാനോ അല്ലെങ്കിൽ താങ്കളുമൊത്ത് ഒരിടം പങ്കിടാനോ ഞാൻ ആഗ്രഹിക്കുകയില്ലായിരുന്നു. എന്നാൽ ഇവിടെ സ്ഥിതി മറിച്ചാണ്. നമ്മളെല്ലാം നെഞ്ചുനീറി വേദനിക്കുന്നവരാണ്. നമ്മൾ നിരന്തരം മരണത്തോട് അടുത്തു കൊണ്ടിരിക്കുകയാണ്. ഇതിനകത്തിരുന്ന് നമുക്ക് മറ്റൊരു വ്യക്തി ഏതു തരക്കാരനാണെന്ന് തീരുമാനിക്കാൻ നേരമില്ല. നമുക്ക് പരസ്പരം നമ്മുടെ മുറിവുകൾ ഉണക്കാൻ ശ്രമിക്കാം. നമ്മളിവിടെ ഏറ്റവും ശുദ്ധരായ മനുഷ്യരാണ്. അതായത് പീഡനം സഹിക്കുന്ന മനുഷ്യർ...!!’’

അവർ അധിവസിക്കുന്ന ഭൂഗർഭതടവറയെക്കുറിച്ച് ബുറാൻ സോമ്നെസ് ഇങ്ങനെ കുറിക്കുന്നു:

‘ഒരു മീറ്റർ വീതിയും രണ്ടു മീറ്റർ നീളവുമുള്ള ഈ അറ ആദ്യമൊക്കെ വളരെ ചെറുതാണല്ലോ എന്നു തോന്നിയിരുന്നു. എന്നാൽ ഇപ്പോൾ അതുമായി ഇടപഴകിയിരിക്കുന്നു. ഇതിന്റെ ചുവരുകളും നിലവും കോൺക്രീറ്റു കൊണ്ടുണ്ടാക്കിയതാണ്. വാതിൽ ഇരുമ്പ് കൊണ്ടും.’

തുർക്കിയിൽ മനുഷ്യാവകാശ പോരാട്ടങ്ങളിൽ ഏർപ്പെട്ടപ്പോൾ ജയിൽ പീഡനങ്ങൾ അനുഭവിക്കേണ്ടി വന്ന ആളാണ് ബുറാൻ സോമ്നെസ്. നോവലിലെ തടവറ ചിത്രീകരണത്തിൽ അതു സ്വാധീനിച്ചതായി ഒരഭിമുഖത്തിൽ അദ്ദേഹം വെളിപ്പെടുത്തിയിരുന്നു.

നേരത്തെ മരിച്ചുപോയവരെ അടക്കം ചെയ്ത കുഴിയിലാണ് ഇതിലെ മനുഷ്യരും അകപ്പെട്ടിരിക്കുന്നതെന്ന ബോധത്തിലേക്ക് ഈ കൃതി കൊണ്ടു പോകുന്നു.

'ഞങ്ങളുടെ ചർമ്മത്തിനിപ്പോൾ മരിച്ചവരുടെ ഗന്ധമാണ്' എന്നൊരു കഥാപാത്രം പറയുമ്പോൾ ജീവിതത്തെക്കുറിച്ചുള്ള പ്രതീക്ഷകളും സ്വപ്നങ്ങളും പ്രണയമോഹങ്ങളും അസ്തമിച്ചു പോയവന്റെ വേദന യാണ് നമ്മുടെ കാതിൽ വന്നു പതിയുന്നത്.

പ്രത്യക്ഷത്തിൽ രാഷ്ട്രീയ നോവൽ എന്ന് തോന്നാമെങ്കിലും ഇതിലെ കഥാപാത്രങ്ങൾ ഒരിടത്തും രാഷ്ട്രീയം പറയുന്നില്ല.

ഭൂമിക്കടിയിലെ ഇടുങ്ങിയ മുറിയിൽ പീഡനങ്ങൾ അനുഭവി ക്കുമ്പോഴും അവർ ഇസ്താംബുളിനെക്കുറിച്ച് മാത്രം സംസാരി ക്കുന്നു. മഞ്ഞ് മൂടിയ നദിയെ മേഘങ്ങൾ വന്ന് ആലിംഗനം ചെയ്യുന്ന അഭൗമസൗന്ദര്യത്തെക്കുറിച്ച് സംസാരിക്കുന്നു. ചക്രവാളത്തെ കൺ കുളിർക്കെ കണ്ടു രസിക്കുന്നു.

ഓർതാ കോയ് കടൽ തീരത്തിരുന്ന് കടലിന്റെ മറുകരയെ ക്കുറിച്ച് സംസാരിക്കുന്നതായി സങ്കൽപ്പിക്കുന്നു. സ്വപ്നത്തിലെന്ന പോലെയാണ് ഇതിലെ ഓരോ കഥാപാത്രവും സഞ്ചരിക്കുന്നത്. ഇടയ്ക്കവർ കടങ്കഥകൾ പറഞ്ഞ് മനസ്സിന്റെ പിരിമുറുക്കം ഇല്ലാതാ ക്കുന്നു.

മുത്തശ്ശിയുടെ ഒരു ചോദ്യം നമുക്ക് ഇങ്ങനെ കേൾക്കാം:

"സെർപിൻ എന്റെ മകളുടെ മകളാണ്. എന്റെ ഭർത്താവിന്റെ സഹോദരിയും. ഇതെങ്ങനെ സംഭവിക്കും?'

നോവൽ വായിച്ചു തീർന്നാലും അനുവാചകനോടൊപ്പം മുത്ത ശ്ശിയും പുസ്തകത്തിൽ നിന്നിറങ്ങി ഒപ്പം ചേരുകയും ചോദ്യം ആവർത്തിക്കുകയും ചെയ്യുന്നു.

മറ്റു ചിലപ്പോൾ ഇസ്താംബൂളിലെ തെരുവിൽ കണ്ട കന്യാ സ്ത്രീകളുടെയും അവരെ പിന്തുടർന്ന ചെറുപ്പക്കാരന്റെയും കഥ പറഞ്ഞ് പൊട്ടിച്ചിരിക്കുന്നു.

കന്യാസ്ത്രീക്ക് നേരെ നഗ്നത പ്രദർശിപ്പിച്ച ചെറുപ്പക്കാരൻ മുട്ടിനൊപ്പം താഴ്ത്തിയ ജീൻസിൽ ഓടാൻ കഴിയാതെ കുടുങ്ങി പ്പോയ കഥ കേട്ട് ഊറി ചിരിക്കുന്നു. ഒരിക്കലും ചിരിക്കാത്ത ക്ഷുരകൻ കാമോയുടെ പൊട്ടിച്ചിരിയിൽ ആ ഇരുണ്ട തടവറയിലെ മുഴുവൻ വേദനയും അണഞ്ഞുപോകുന്നു.

"എന്നിട്ടെന്തു സംഭവിച്ചു?"

കഥ കേൾക്കുന്നതിനിടയിൽ ക്ഷുരകൻ കാമോയുടെ ജിജ്ഞാസ നോവലിന്റെ അവസാനം വരെ വായനക്കാരനും പങ്കിടുന്നു.

ഇസ്താംബൂളിന്റെ ഭൂതകാലത്തിൽ നിന്ന് ഖനനം ചെയ്ത കഥകളാണ് ഈ നോവലിന് ശക്തി പകരുന്നത്.

നവവധുവിന്റെ വസ്ത്രത്തിൽ കണ്ട ചോരയെക്കുറിച്ച് ചോദിക്കൂ, അവൾ പറയും:

''ഇന്നലെ രാത്രി ഞാനൊരു ചെന്നായ് ആയിരുന്നുവെന്ന്' കു ഹെയ്‌ലാൻ അമ്മാവനാണ് ഇക്കഥ നമ്മോട് പറഞ്ഞു തരുന്നത്.

ബുറാൻ സൊന്മെസ് എഴുതുന്നു.

'നിറവയർ മൂലം ഉറങ്ങാനാകാത്തവർക്ക് വിശപ്പ് മൂലം ഉറങ്ങാനാകാത്തവരെ അയൽക്കാരാക്കാൻ കഴിയില്ല.'

ഇതിന് അവർ ഒരു പോംവഴി കണ്ടു. മറ്റൊരിടത്തേക്ക് മാറിത്താമസിക്കുക. ഇസ്താബൂളിനകത്ത് അങ്ങനെ കൊച്ചു കൊച്ചു ഇസ്താംബൂളുകൾ പിറന്നു.

ഇപ്പോൾ എല്ലാവരും നഗരം വിട്ടോടിപ്പോകുന്നു. ആരും പരസ്പരം സ്പർശിക്കുന്നില്ല. സുഹൃത്തുക്കൾ പോലും! പകർച്ചവ്യാധികൾ കൂടിയപ്പോൾ ജനം ഉൾവലിയുകയാണ്.

ബൽഗ്രേഡ് കാടുകളിൽ പൊലീസ് സംഘവുമായി ഏറ്റുമുട്ടുന്ന നിരവധി യുവതി യുവാക്കൾ ഈ നോവലിലുണ്ട്. അവരുടെ ഒരേയൊരു ലക്ഷ്യം ഭൂമിക്കടിയിൽ കഴിയുന്ന കൂട്ടുകാരെ രക്ഷിക്കുക എന്നതായിരുന്നു. അതിൽ പ്രണയിക്കുന്നവരും പാതിവഴിയിൽ പ്രണയം മുറിഞ്ഞുപോയവരും ഉണ്ട്.

മണ്ണിനടിയിലെ ഇന്റെറോഗേഷൻ സെന്റർ തകർത്ത് വേണം അവരെ രക്ഷപ്പെടുത്താൻ. പക്ഷേ, വിധി ക്രൂരമായി ഈ യുവാക്കളെ പരീക്ഷിക്കുന്നു. അവരുടെ ഇരുപത് അംഗ സംഘത്തിൽ മിനെ ബാദെ എന്ന യുവതിക്ക് നെഞ്ചിൽ വെടിയേൽക്കുന്നു.

അവളെ രക്ഷിക്കാനുള്ള ശ്രമത്തിനിടയിൽ ലൈറ്റർ അലി പിടിക്കപ്പെടുന്നു. ഇരുട്ടിൽ കൊടുംവനത്തിൽ ശേഷിക്കുന്ന പതിനെട്ടു പേർക്ക് എന്തു സംഭവിച്ചുവെന്ന് പുസ്തകം പറയുന്നില്ല. ഇരുട്ടിൽ ആളറിയാതെ പരസ്പരം വെടിവെച്ച് മരിച്ചു പോയോ? അതോ കാട്ടിൽ ചിതറിപ്പോയോ...!!

വല്ലാത്തൊരു വായനാനുഭവം ഈ പുസ്തകം പകർന്നു തരുന്നു. ഒളിപ്പോർ സംഘത്തിന്റെ പെൺകരുത്തായ മിനെ ബാദെക്കും എന്താണ് സംഭവിച്ചതെന്ന് വായനക്കാരനെ ഇരുത്തി ചിന്തിപ്പിക്കുകയാണ് ഈ പുസ്തകം.

ബൽഗ്രേഡ് കാടുകളിലെ ഈ പോരാട്ടങ്ങൾക്കെല്ലാം ഒരു തുടർച്ച ആവശ്യമാണെന്ന് ബുറാൻ സോന്മെസ് പറയാതെ പറയുകയാണോ? അതോ അതിന്റെ പരിസമാപ്തി വിളിച്ചോതുകയോ?

“ദൈവത്തെ പുറത്താക്കാനുള്ള ഒരിടം ജനം നഗരത്തിൽ കണ്ടെത്തുകയാണ്. എന്നാൽ ദൈവത്തിനാകട്ടെ ഈ പുതുയുഗത്തിനോടൊത്ത് ജീവിക്കുവാൻ ഭയമാണ്” എന്ന് പറഞ്ഞുകൊണ്ടാണ് നോവൽ അവസാനിക്കുന്നത്.

‘ഇസ്താംബൂൾ ഇസ്താംബൂൾ’ എന്ന നോവൽ മർദ്ദിതരുടെ വിലാപകാവ്യമാണ്.

ബോസ്ഫറസിന്റെ സൗന്ദര്യം ആവാഹിച്ച് കാലദേശങ്ങൾക്കപ്പുറത്തേക്ക് അത് ഒഴുകിപ്പരക്കും.

വിവർത്തനം : സുരേഷ് എം.ജി.

■

നഷ്ടപൈതൃകങ്ങൾ

ഗൊറാൻ വൊജ്നോവിക്

പിതൃഭൂമി നഷ്ടപ്പെട്ടവരുടെ വിലാപകാവ്യം

ലോകഭൂപടത്തിൽനിന്ന് അപ്രത്യക്ഷമായ യൂഗോസ്ലാവ്യ എന്ന സോഷ്യലിസ്റ്റ് പിതൃഭൂമിയെക്കുറിച്ചുള്ളതാണ് ഈ നോവൽ. പ്രധാന കഥാപാത്രമായ വ്ളാദൻ ബോറോജെവിക് തന്റെ ഒമ്പതാമത്തെ വയസ്സിൽ കാണാതായ പ്രിയപ്പെട്ട അച്ഛനെ തേടി അഥവാ യുദ്ധക്കുറ്റവാളിയായ പിതാവിനെ തേടി അലയുന്നതാണ് ഇതിവൃത്തം. പതിനേഴ് വർഷങ്ങൾക്കപ്പുറവും പ്രതീക്ഷ കൈവെടിയാതെയുള്ള ഒരു മകന്റെ ദുരിതപൂർണ്ണമായ യാത്രകളാണ് ഈ പുസ്തകത്തിലുട നീളം വരച്ചിട്ടിരിക്കുന്നത്.

സോവിയറ്റ് യൂണിയന് പിന്നാലെ ലോകഭൂപടത്തിൽ നിന്ന് യൂഗോസ്ലാവിയയും മാഞ്ഞുപോയിട്ട് മൂന്നു ദശാബ്ദങ്ങളോടടുക്കുന്നു. വശ്യമായ സാംസ്കാരിക വൈവിധ്യത്തിന്റെ നാടായ യൂഗോസ്ലാവിയയെ ചെറുകഷണങ്ങളാക്കി കുഴിച്ചുമൂടാൻ പാശ്ചാത്യലോകം പൗരോഹിത്യത്തെ സമർത്ഥമായി ഉപയോഗിച്ച് നടത്തിയ മനുഷ്യഹത്യകളുടെ നീറുന്ന ചിത്രങ്ങളാണ് സ്ലോവേനിയൻ എഴുത്തുകാരനായ ഗൊറാൻ വൊജ്നോവികിന്റെ നഷ്ടപൈതൃകം നോവൽ കാഴ്ച വെയ്ക്കുന്നത്.

പൗരാണിക സംസ്കൃതിയുടെ സ്വാധീനങ്ങൾക്കു വിധേയമായി ഒരുമയോടെ ജീവിച്ചൊരു ജനത. ഒരേ ദേശീയ ഗാനവും ദേശീയ പതാകയും നെഞ്ചിലേറ്റിയർ. ലോക കായികവേദികളിൽ ഒരേ നിറത്തിലുള്ള ജഴ്സി അണിഞ്ഞ് ഐക്യത്തിന്റെയും മുന്നേറ്റത്തിന്റെയും ചരിത്രം കുറിച്ചവർ എത്ര വേഗമാണ് വംശീയതയിലേക്കും മത വൈരത്തിന്റെ ഒടുങ്ങാത്ത പകയിലേക്കും തെന്നിമാറിയതെന്ന് ബോധ്യപ്പെടുത്തുകയാണ് ഗൊറാൻ വൊജ്നോവിക്.

രാവിലെ സഹിഷ്ണുതയോടെയും സ്നേഹത്തോടെയും പെരു മാറിയിരുന്ന അവർ വൈകുന്നേരം ടെലിവിഷൻ വാർത്തയുടെ മുന്നി ലെത്തുമ്പോൾ തങ്ങളുടെ മക്കളെയും മറന്ന് ബഹളം വെയ്ക്കുന്നു. കടുത്ത ദേശീയവാദികളാവുന്നു.

മദ്യലഹരിയിൽ വെല്ലുവിളികളിലും വാഗ്വാദത്തിലും ഏർപ്പെ ടുന്നു. അപ്പോൾ അവർക്ക് സ്ലോവേനിയക്കാരും മുസ്ലിങ്ങളും സെർബു കളും ക്രോട്ടുകളും ജിപ്സികളും അൽബേനിയക്കാരും ജൂതന്മാരും എല്ലാം മോശക്കാരാണ്.

നഷ്ടപെതൃകങ്ങൾ എന്ന നോവലിൽ യൂഗോസ്ലാവിയയുടെ സാമൂഹികാന്തരീക്ഷത്തിന്റെ വിമലീകരിക്കപ്പെട്ട മുഖം ഗൊറാൻ വൊജ്നോവിക് വരച്ചുകാട്ടുന്നു.

സോവിയറ്റ് യൂണിയന്റെ പതനത്തിനു ശേഷമുള്ള തകർച്ചയുടെ ഭീതിപ്പെടുത്തുന്ന ചിത്രമാണ് 'നഷ്ടപൈതൃകങ്ങൾ' നോവൽ ആഖ്യാനം ചെയ്യുന്നത്. യൂഗോസ്ലാവിയയുടെ വിഭജനം സൃഷ്ടിച്ച കൊടിയ ദുരന്തം മൂലം ഒരു പട്ടാള കുടുംബം അനുഭവിക്കേണ്ടി വരുന്ന അനാഥത്വമാണ് ഇതിലെ പ്രതിപാദ്യം. പിതൃഭൂമിക്കു വേണ്ടി തോക്കുപിടിച്ചവനു ലഭിക്കുന്ന സൈനിക ശിക്ഷാവിധികൾ കേട്ട് രാജ്യം വിട്ടോടിപ്പോയവരുടെ വിലാപങ്ങൾ ഈ നോവലിനെ വ്യത്യ സ്തമായ വായനാനുഭവമാക്കി മാറ്റുന്നു.

ഭർത്താവ് നഷ്ടപ്പെട്ടുപോയ യുവതിയുടെ മനസ്സിന്റെ വിഭ്രാന്തി കൾ... വരണ്ട സ്വപ്നഭൂമിയിലേക്ക് പിന്തള്ളപ്പെട്ട ഒമ്പതു വയസ്സു കാരന്റെ നിലവിളികൾ... നദികളിൽ അച്ഛനോടൊത്ത് സായാഹ്നം കൊതിച്ച് കാത്തിരിക്കുന്ന അവന്റെ കുഞ്ഞു മനസ്സ് ഒരു തേങ്ങലായി ഈ നോവലിൽ നിറയുന്നു.

പല കഷണങ്ങളായി രാജ്യം വിഭജിക്കപ്പെട്ടതോടെ അനാഥമായി പ്പോയ ഒരു സെർബിയൻ കുടുംബത്തിന്റെ പട്ടാള ഉദ്യോഗസ്ഥനാ യിരുന്ന ബോറോജെവികിന്റെ കഥ പറയുകയാണ് സ്ലോവേനിയൻ എഴുത്തുകാരനായ ഗൊറാൻ വൊജ്നോവിക്.

'യൂഗോസ്ലാവിയ മൈ ഫാദർലാന്റ് എന്ന കൃതിയുടെ മലയാള മൊഴിമാറ്റമാണ് 'നഷ്ട പൈതൃകങ്ങൾ' സെർബിയ ഏറ്റവും വലുതും ശക്തവുമായ റിപ്പബ്ലിക്കാണ്. യൂഗോസ്ലാവിയയിൽ നിന്ന് വിഭജിക്ക പ്പെട്ടു പോയ മറ്റു ചെറുരാജ്യങ്ങളെപ്പോലെ അതു വിൽക്കപ്പെടാതെ പ്രതിരോധിച്ചതുകൊണ്ടാണ് ലക്ഷക്കണക്കിന് വരുന്ന സെർബിയ ക്കാരെ അവർ യുദ്ധക്കുറ്റവാളികളാക്കി മാറ്റിയത്. നോവലിലെ നായക കഥാപാത്രമായ ജനറൽ നെടെൽകോ ബോറോജെവിക് അത്തര ത്തിൽ യുദ്ധക്കുറ്റവാളിയായി പ്രഖ്യാപിക്കപ്പെട്ട് കഴിയുന്ന മനു ഷ്യനാണ്.

പിതൃരാജ്യത്തിനു വേണ്ടി പോരാടിയ ധീര സൈനികരിൽ ഉയർന്ന പട്ടാള മേധാവികൾ ഉൾപ്പെടെ പലരും ഒളിവിലാണ്. നല്ലൊരു വിഭാഗം സൈനികരും ജയിലറകളിലും.

അവരുടെയെല്ലാം കുടുംബങ്ങളിൽ സമാധാനത്തോടെ ഉറങ്ങാൻ കഴിയാത്തതിന്റെ നടുവിലാണ് നഷ്ടപൈതൃകങ്ങളുടെ കഥ ഇതൾ വിരിയുന്നത്. അങ്ങേയറ്റം ഉദ്വേഗജനകമാണ് ഈ നോവൽ.

പ്രധാന കഥാപാത്രമായ വ്ളാദൻ ബോറോജെവിക് തന്റെ ഒമ്പതാമത്തെ വയസ്സിൽ കാണാതായ പ്രിയപ്പെട്ട അച്ഛനെ തേടി അലയുന്നതാണ് ഇതിവൃത്തം.

പതിനേഴ് വർഷങ്ങൾക്കപ്പുറവും പ്രതീക്ഷ കൈവെടിയാതെയുള്ള ഒരു മകന്റെ ദുരിതപൂർണ്ണമായ യാത്രകളാണ് ഈ പുസ്തകത്തിലുടനീളം വരച്ചിട്ടിരിക്കുന്നത്. നെടെൽകോ ബോറോജെവിക് ഒരു യുദ്ധക്കുറ്റവാളിയാണ്.

നോവലിൽ ഒരിക്കൽ മാത്രം പ്രത്യക്ഷപ്പെടുന്ന അയാൾ പുസ്തകത്തിലുടനീളം നിറഞ്ഞു നിൽക്കുന്ന കഥാപാത്രമായി നമ്മുടെ മനസ്സിൽ പതിഞ്ഞു കിടക്കുന്നു.

ഒടുങ്ങാത്ത യുദ്ധഭ്രാന്തിന്റെ അനേകായിരം നിഷ്കളങ്കരായ ഇരകളിൽ ഒരാളായി ഭൂമിയുടെ ഏതോ കോണിൽ അയാൾ ജീവിക്കുന്നുണ്ട്. പക്ഷേ അതെവിടെയാണെന്ന് മാത്രം പറയുന്നില്ല.

നോവലിന്റെ അവസാനം വരെ ഈയൊരു സസ്പെൻസ് നിലനിർത്തിയാണ് ആഖ്യാതാവ് വായനക്കാരെ കൂട്ടിക്കൊണ്ടു പോകുന്നത്.

മൂന്നു വർഷം മുമ്പാണ് പ്രിയ പത്നിയായ ദുഷക്ക് അവസാനമായി നെടെൽകോയുടെ കത്ത് ഒരു ട്രക്ക് ഡ്രൈവർ കൊടുക്കുന്നത്. എവിടെ നിന്നാണ് ആ കത്തിന്റെ ഉറവിടം എന്ന് കണ്ടെത്താൻ അന്ന് ആർക്കും കഴിഞ്ഞില്ല. കത്തിന്റെ പുറത്ത് ആകെക്കൂടി വായിക്കാൻ കഴിയുന്നത് 'ജെ' എന്ന അക്ഷരം മാത്രമാണ്.

ഒരു കുറ്റാന്വേഷകനെപ്പോലെ ട്രക്കുകൾ പാർക്ക് ചെയ്ത അതിർത്തി ഗ്രാമങ്ങളിൽ അവൻ ചുറ്റി നടന്നു. ജെ കൊണ്ട് ആരംഭിക്കുന്ന പേരുകൾക്കു വേണ്ടി...

ഒടുവിൽ അവന്റെ ശ്രമം വിജയം കാണുന്നു.

എന്താണ് നെടെൽ കൊ ചെയ്ത കുറ്റം?

അത് ചെറുതായൊന്ന് പരിശോധിക്കാം.

യൂഗോസ്ലാവിയ പീപ്പിൾസ് ആർമിയുടെ ജനറൽ ആണ് അയാൾ.

നെടെൽകൊ ബോറോജെവിക് എന്നാണ് മുഴുവൻ പേര്. അയാളുടെ നേതൃത്വത്തിൽ പട്ടാളം ഒരു ഗ്രാമം കൊള്ളയടിച്ച ശേഷം

അതു കത്തിച്ചാമ്പലാക്കുകയും സ്ത്രീകളും കുട്ടികളും ഉൾപ്പെടെ നിരപരാധികളും നിരായുധരുമായ മുപ്പത്തിനാലു പേരെ നിഷ്ഠൂരമായി വെടിവെച്ചു കൊല്ലുകയും ക്രൊയേഷ്യയുടെ മഞ്ഞുമൂടിയ ചതുപ്പിൽ അവരെ കുഴിവെട്ടി മൂടുകയും ചെയ്തു. പിന്നീട് ആ മൃതദേഹങ്ങൾ കണ്ടെത്തുകയായിരുന്നു.

ഇതേ തുടർന്ന് പട്ടാളക്കോടതി നെടെൽകോയെ യുദ്ധക്കുറ്റവാളിയായി പ്രഖ്യാപിച്ചു.

വ്ളാദന് ഒമ്പത് വയസ്സുള്ളപ്പോഴാണ് അച്ഛന്റെ തിരോധാനം.

ഒരു ദിവസം തിരക്കേറിയ മാർക്കറ്റിൽ നിന്ന് കളിപ്പാട്ടങ്ങൾ വാങ്ങാൻ അച്ഛൻ കൊണ്ടുപോയതാണ്. ഒരു കടക്കാരന് കുറച്ചു പണം കൊടുത്തേൽപ്പിച്ച് അച്ഛൻ ആൾത്തിരക്കിലേക്ക് മറഞ്ഞു. പിന്നീട് അച്ഛനെ കണ്ടിട്ടില്ല. നീണ്ട പതിനേഴു വർഷങ്ങൾക്കു ശേഷവും മുപ്പത്തിനാലു പേരെ ചുട്ടുകൊന്ന ക്രൂരനായ സൈനികന്റെ മുഖം അവനെ ഭയപ്പെടുത്തുമ്പോൾ ഒപ്പം അവന്റെ ബാല്യവും യൂണിഫോം അണിയാത്ത അതേ പാട്ടാളക്കാരന്റെ നിഷ്കളങ്ക മുഖവും ഉത്തരം കിട്ടാത്ത സമസ്യകളായി തെളിഞ്ഞു വരുന്നു.

അമ്മ നിഷയെ സംബന്ധിച്ച് അച്ഛൻ മരിച്ചു പോയൊരു സൈനികനാണ്. നിഷയുടെ മാദകത്വം നിറഞ്ഞ സൗന്ദര്യം മോഹിച്ചെത്തിയ സുഹൃത്തിനെ അവൾ ജീവിതപങ്കാളിയാക്കി നാടുപേക്ഷിച്ചു.

വ്ളാദൻ അനാഥനായി.

യൂഗോസ്ലാവിയയുടെ വിഭജിക്കപ്പെട്ടു കിടക്കുന്ന വരണ്ട സ്വപ്ന ഭൂമിയിലൂടെ അവൻ അലഞ്ഞു. ഹംഗേറിയൻ അതിർത്തിയിലേക്ക് നോക്കി ഭ്രാന്തമായി അലറി വിളിച്ചു. അങ്ങിങ്ങായി വിളക്കുകൾ തെളിഞ്ഞ വീടുകളിലേക്കും ആ വിളി ചെന്നെത്തി. നോക്കെത്താത്ത ദൂരത്തോളം പരന്നു കിടക്കുന്ന സമതലങ്ങളിലൂടെ വീശിയടിക്കുന്ന കാറ്റിന്റെ ഹുങ്കാരം കേട്ട് വ്ളാദൻ നടന്നു.

ഇന്റർനെറ്റിലൂടെ അവ്യക്തമായെങ്കിലും ലഭിച്ച സൂചനയനുസരിച്ച് കാമുകി നാദിയയുടെ സഹായത്തോടെ വിയന്നയിലെ ഒരു മദ്യശാല ലക്ഷ്യമാക്കി അവൻ പുറപ്പെടുന്നു.

ക്രൊയേഷ്യൻ പേരായ ഡ്രാവ് കോവിക് എന്ന പുതിയ പേരിലാണ് നെടെൽകോ ഇപ്പോൾ അറിയപ്പെടുന്നത് എന്നവൻ മനസ്സിലാക്കുന്നു.

നെടെൽകോയെ കാണുക എന്ന അത്യധികം അപകടകരമായ ദൗത്യത്തിൽ നിന്ന് പിൻമാറാൻ പല സുഹൃത്തുക്കളും അവനെ ഉപദേശിക്കുന്നുണ്ട്. പക്ഷേ അവൻ വഴങ്ങുന്നില്ല.

ഹേഗ് ട്രിബ്യൂണൽ ശിക്ഷ വിധിച്ച ഒരു യുദ്ധക്കുറ്റവാളിയെ എങ്ങനെയാണ് നേരിടേണ്ടത് എന്നവൻ തല പുകഞ്ഞു ചിന്തിച്ചു കൊണ്ടിരുന്നു. കഠിനമായ വെറുപ്പും വിദ്വേഷവും ഹൃദയത്തെ വരിഞ്ഞുമുറുക്കി.

അച്ഛനെ കാണുന്നതു ജീവൻ അപകടപ്പെടുത്തുമെന്നാണ് അവന് ലഭിക്കുന്ന ഉപദേശങ്ങൾ.

ഒരു ഗ്രാമത്തെയും അവിടത്തെ നിഷ്കളങ്കരായ ജനങ്ങളെയും ചുട്ടുകരിച്ച പൈശാചികമായ പ്രവൃത്തിയിലേക്ക് നെടെൽക്കൊയെ പ്രേരിപ്പിച്ചത് എന്തായിരിക്കാം? നഷ്ടപൈതൃകങ്ങളുടെ വായന ഉത്തരം കിട്ടാതെ അതു നമ്മെ ശ്വാസം മുട്ടിക്കും.

നെടെൽകൊയെ പല രീതിയിൽ വായിക്കാൻ ഈ പുസ്തകം അവസരം നൽകുന്നുണ്ട്. ആ കഥാപാത്രത്തെ പൂർണ്ണമായും മന സ്സിലാക്കാൻ യുഗോസ്ലാവിയയുടെ ചരിത്രം കൂടി നാം അറിഞ്ഞി രിക്കണം.

നെടെൽകൊ ഒരു മനുഷ്യസ്നേഹിയാണ്. അയാൾ ഒരു നല്ല പിതാവാണ്. മികച്ച സോഷ്യലിസ്റ്റും കമ്മ്യൂണിസ്റ്റുമാണയാൾ. ജീവിതത്തിൽ ആയുധം പോലും കാണാത്ത നിഷ്കളങ്കരായ കുഞ്ഞു ങ്ങളെ യുദ്ധനിയമങ്ങൾ ലംഘിച്ച് വെടിവെച്ച് കൊല്ലാൻ അയാൾക്ക് എങ്ങനെയാണ് കഴിഞ്ഞത്?

ആ ശവക്കൂമ്പാരങ്ങൾക്കു നടുവിൽ ഏകനായി നിൽക്കുന്ന നെടെൽകൊ ബോറോജെവിക്കിന്റെ നിൽപ്പ് കണ്ടാലറിയാം അയാൾ അതീവ ദുഃഖിതനാണെന്ന്. ഉള്ളിൽ മനുഷ്യ സ്നേഹം തുളുമ്പുന്ന ഒരു ഹൃദയം അയാൾ ഇപ്പോഴും സൂക്ഷിക്കുന്നുണ്ടെന്ന്.

ആ സ്നേഹമാണ് വായനക്കാരെ ഭയപ്പെടുത്തുന്നത്. എന്നാൽ അയാൾ ചെയ്ത മഹാപാപത്തെ ഒരിക്കലും പൊറുത്തു കൊടുക്കാ നാവാത്തതാണ്.

1942ലെ ഒരു പ്രഭാതത്തിലേക്ക് അയാളുടെ ഓർമ്മകൾ പുറകോട്ട് സഞ്ചരിക്കുമ്പോൾ ബോറോജെവിക് കുടുംബത്തിലെ നെടെൽകോ യുടെ പിതാമഹന്മാരും നിഷ്കളങ്കരായ കുഞ്ഞുങ്ങളും അടങ്ങുന്ന പതിനൊന്ന് പേരെ നാസി പട്ടാളം കൂട്ടക്കുരുതി ചെയ്ത കഥ കൂടി നോവൽ നമ്മോട് പറയുന്നു.

അതുപോലുള്ള ഒരു ദുരന്ത ചിത്രത്തിന്റെ കെട്ടുപിണഞ്ഞ ഓർമ്മ കളിലാണ് നെടെൽകോയും ഇപ്പോൾ നിൽക്കുന്നത്.

തന്റെ അച്ഛന്റെ അകാലമരണം സൃഷ്ടിച്ച തീവ്രവേദനയിൽ നെടെൽകോയും മനുഷ്യരെ കൂട്ടത്തോടെ കൊന്നു കത്തിക്കുന്ന ഭ്രാന്തനായ ഒരാളായി മാറി.

1992ൽ നെടെൽകോയുടെ ബറ്റാലിയൻ ചാമ്പലാക്കിയ ക്രൊയേഷ്യൻ ദുരന്തത്തിൽ കത്തിയെരിയുന്ന ശവങ്ങൾക്കിടയിൽ അച്ഛന്റെ ബാല്യത്തെ നെടെൽകൊ കണ്ടെത്തുന്നുണ്ട്. വർഷങ്ങൾ കഴിഞ്ഞിട്ടും കെട്ടുപോകാത്ത ഓർമ്മകൾ.

അച്ഛന്റെ ക്രൂരകൃത്യങ്ങൾ തെളിയിക്കുന്ന ചില ഫോട്ടോകൾ അവൻ കണ്ടു. ആ ശവക്കൂമ്പാരങ്ങളിലേക്ക് വലതു കൈ നീട്ടിപ്പിടിച്ചു നിൽക്കുന്ന ഒരു ചിത്രം. ഏതോ ചോര പൊടിയുന്ന കുഞ്ഞിനെ തൊടാനെന്ന പോലെ സാന്ത്വനത്തിന്റെ ആർദ്രമായ സ്പർശം പകരാനെന്ന പോലെ...

പക്ഷേ, അതിൽ നിന്നെല്ലാം വ്യത്യസ്തവും ഭീകരവുമായ മറ്റ് ഏതാനും ചിത്രങ്ങൾകൂടി വ്‌ളാദനു കാണാൻ കഴിഞ്ഞതോടെ അവന്റെ എല്ലാ നിയന്ത്രണങ്ങളും വിട്ടു പോയി.

അച്ഛനെ ജീവനു തുല്യം സ്നേഹിച്ചിരുന്ന വ്‌ളാദൻ ബോറോജെവിക് അതുവരെ അനുഭവിക്കാത്ത ഏതോ ഇരുണ്ടഗർത്തത്തിലേക്ക് പിടഞ്ഞു വീഴുന്നു.

അച്ഛനോടുള്ള വെറുപ്പും വിദ്വേഷവും അവനിൽ ആളിക്കത്തുന്നു. സാമ്രാജ്യത്വത്തിനുവേണ്ടി മനുഷ്യവംശത്തെ വേട്ടയാടിയ മൃഗം എന്നു പോലും അവൻ ഉള്ളിൽ അലറുന്നു.

ഏതോ സ്ത്രീയുടെ മൃതശരീരത്തിൽ കാൽ കയറ്റി വെച്ച് ഷൂസിന്റെ ചരട് കെട്ടുന്നതും കത്തിക്കൊണ്ടിരിക്കുന്ന മൃതശരീരങ്ങൾക്കിടയിലേക്ക് ഒരു കുഞ്ഞിന്റെ പ്രജ്ഞയറ്റ ശരീരം കൊണ്ടിടുന്നതും അവനു കണ്ടു നിൽക്കാനായില്ല.

സുഹൃത്ത് ബ്രാൻ പിന്നെയും കുറെയേറെ ചിത്രങ്ങൾ അവനു മുന്നിലേക്ക് എറിഞ്ഞു കൊടുത്തു. അതൊന്നും കാണാനുള്ള ശക്തി അവനില്ലായിരുന്നു.

നഗരത്തിലെ ഒരു വലിയ ഹോട്ടലിന്റെ ശീതീകരിച്ച മദ്യശാലയിൽ തിരിച്ചറിയാൻ കഴിയാത്ത വിധം നീട്ടി വളർത്തിയ താടിക്കാരൻ വൃദ്ധനായ അച്ഛനെ ഒരപരിചിതനെപ്പോലെ കണ്ടുമുട്ടുന്ന മുഹൂർത്തത്തിലേക്കാണ് പുസ്തകത്തിന്റെ അവസാന പേജുകൾ മറിയുന്നത്.

അച്ഛന്റെ നിസ്സഹായത നിറഞ്ഞ ന്യായീകരണങ്ങളെ അവൻ ചെറുത്തു തോൽപ്പിക്കുന്നുണ്ട്. വിധിയിൽ വിശ്വാസമർപ്പിച്ച് ആശ്വാസം കൊള്ളുന്ന അച്ഛനെ അവൻ പരിഹസിക്കുന്നുമുണ്ട്.

അസാധാരണമായ ഒരു കൂടിക്കാഴ്ചയുടെ സംഘർഷാത്മകത നിറഞ്ഞ വായനയിലേക്കാണ് ഈ പുസ്തകം നമ്മെ കൊണ്ടുപോകുന്നത്.

അവനിപ്പോഴും അച്ഛനോടൊപ്പം ദ്വീപുകളിലേക്ക് സഞ്ചരിക്കാൻ കാത്തിരിക്കുന്ന ഒരു കൊച്ചുകുട്ടിയാണ്. പക്ഷേ, അയാൾ ചെയ്ത തെറ്റുകളെ ന്യായീകരിക്കാനാൻ അവനാവില്ല. അവന്റെ വാക്കുകൾ വിഷലിപ്തമായ വെടിയുണ്ടകളായി ആ വൃദ്ധ ഹൃദയത്തിൽ ആഞ്ഞ് തറക്കുന്നു.

അച്ഛന്റെ കൂട്ടുകാരനായ ഡാനിലോ പറഞ്ഞ വാക്കുകളെല്ലാം അവൻ വിസ്മരിച്ചു.

"അച്ഛനെക്കുറിച്ചുള്ള കഥകൾ വിശ്വസിക്കരുത്. കൊലപാതകിയായി അവർക്ക് നെടെൽകോയെ വേണം. അതും ഒരു സെർബിയൻ ജനറലിനെ!"

യുദ്ധവെറി പൂണ്ട ലോകത്ത് സംഭവിക്കുന്ന പീഡാനുഭവങ്ങളെ ഭാവതീവ്രമായി ആവിഷ്കരിക്കുന്ന ഉജ്ജ്വലമായ കൃതിയാണ് 'നഷ്ട പൈതൃകങ്ങൾ'. തെളിമയുള്ള ഭാഷയിലാണ് ബിന്ദു മിൽട്ടൺ ഈ നോവൽ വിവർത്തനം ചെയ്തിരിക്കുന്നത്.

വിവർത്തനം : ബിന്ദു മിൽട്ടൻ

■

വെള്ള പുതപ്പിക്കുന്നവർ

സിനാൻ അൻതൂൺ

മനുഷ്യത്വം എല്ലാറ്റിനും മീതെയാണ്

യുദ്ധത്തിലും വംശീയ കലാപത്തിലും മരിച്ചു വീഴുന്നവരുടെ മൃതദേഹങ്ങൾ കഴുകി വൃത്തിയാക്കുവാൻ വിധിക്കപ്പെട്ട ജവാദ് കാസിം എന്ന ചിത്രകാരന്റെ കഥയാണ് വെള്ള പുതപ്പിക്കുന്നവർ. യുദ്ധത്തിന്റെയും വംശീയ കൊലവിളി യുടെയും ലോകത്ത് നിന്ന് കൊണ്ട് മനുഷ്യത്വം എല്ലാ റ്റിനും മീതെയാണെന്ന് പ്രഖ്യാപിക്കുന്ന മാനവ ദർശനം. അറബ് സാഹിത്യകാരനായ സിനാൻ അൻതൂൺ നൽകുന്ന സന്ദേശം അതാണ്. നോവലിൽ ഉൾച്ചേർന്നിരിക്കുന്ന ശില്പ കലാദർശനങ്ങൾ ഇറാഖിന്റെ പൗരാണിക ശേഷിപ്പുകളെയും സംസ്കൃതിയെയും കലാ പാരമ്പര്യത്തെയും അതിമനോ ഹരമായി ആഖ്യാനം ചെയ്യുന്നു.

യുദ്ധത്തിൽ ധീരരക്തസാക്ഷികളായ ജനതക്കും അവരുടെ മൃത ദേഹങ്ങൾ കുളിപ്പിച്ച് വെള്ളപുതപ്പിച്ച മനുഷ്യർക്കുംവേണ്ടിയുള്ള അക്ഷര പ്രണാമമാണ് സിനാൻ അൻതൂൺ എഴുതിയ വെള്ള പുതപ്പി ക്കുന്നവർ.

യുദ്ധഭൂമിയിൽ ഒഴുകിയ മനുഷ്യരുടെ ജീവരക്തം കൊണ്ട് എഴുത പ്പെട്ടതാണ് ഈ നോവൽ. യുദ്ധത്തിലും ബോംബ് ആക്രമണത്തിലും വംശീയ കലാപത്തിലുമൊക്കെ മരിച്ചു വീഴുന്നവരുടെ മൃതദേഹ ങ്ങൾ കഴുകി വൃത്തിയാക്കുവാൻ വിധിക്കപ്പെട്ട ജവാദ് കാസിം എന്ന ചിത്രകാരന്റെ കഥയാണ് അറബ് സാഹിത്യകാരനായ സിനാൻ അൻതൂൺ ഈ നോവലിലൂടെ പറയുന്നത്. ഇഷ്ടമില്ലാഞ്ഞിട്ടും മരിച്ചവരുടെ ശവക്കച്ച കെട്ടാൻ നിർബന്ധിതനാവുന്ന ജവാദ് അതിൽ നിന്ന് കിട്ടുന്ന ചെറിയ വരുമാനം കൊണ്ടാണ് രോഗിയായ ഉമ്മയെ ക്കൂടി പോറ്റുന്നത്.

കഴിക്കുന്ന ഭക്ഷണം മരണത്തിന്റെ ഔദാര്യമാണല്ലോ എന്ന ചിന്ത അവനെ വല്ലാതെ പീഡിപ്പിക്കുന്നുണ്ട്.

വാപ്പ ജീവിച്ചിരിക്കുമ്പോൾ വീട്ടിൽ വരുന്ന ചെലവിന്റെ ഒരു വിഹിതം തന്റെ ശില്പകലയിൽ നിന്ന് ലഭിക്കുന്ന വരുമാനത്തിൽ നിന്ന് കൊടുക്കാമെന്ന് പറഞ്ഞിട്ടും ആദർശത്തോടെ ജീവിക്കുന്ന ആ പിതാവ് അതിന് സമ്മതിക്കുന്നില്ല. ഇത് കേവലമൊരു തൊഴിലല്ലെന്നും ദൈവസാമീപ്യം ലഭിക്കാനുള്ള വഴിയാണെന്നുമാണ് കാസിം ഹസ്സൻ മകനെ പഠിപ്പിക്കുന്നത്.

'മരണത്തിന്റെ ഉടമസ്ഥതയിലുള്ള മഗൈസിൽ' എന്നാണ് കുളിപ്പുരയെ ഈ നോവൽ വിശേഷിപ്പിക്കുന്നത്. ജീവിതത്തിന്റെ എല്ലാ സുഖങ്ങളും കഷ്ടപ്പാടുകളും അനുഭവിച്ചു തീരും മുമ്പേ മരിച്ചു വീഴുന്നവരാണ് കുളിപ്പുരയിൽ എത്തുന്നത്. അവരെ കഴുകി വൃത്തിയാക്കുന്ന വെള്ളം അവന്റെ കണ്ണീര് കലർന്ന് ഒഴുകിയെത്തുന്നത് പരിസരത്തുള്ള മാതള മരത്തിൻ ചുവട്ടിലാണ്.

ജവാദിന്റെ മോഹങ്ങളും മോഹഭംഗങ്ങളും അവൻ കാണുന്ന പേക്കിനാവുകളുടെ നിഗൂഢതകളും അറിയുന്നത് ആ മാതള മരം മാത്രമാണെന്ന സന്ദേശം നോവൽ ഉയർത്തിപ്പിടിക്കുന്നു.

ഇറാഖിന്റെ തെരുവുകളിൽ മരിച്ചു വീഴുന്നവരുടെ അനാഥപ്രേതങ്ങൾ അവകാശികളില്ലാതെ കുമിഞ്ഞുകൂടുന്നു. പട്ടാളക്കാരുടെ കണ്ണ് വെട്ടിച്ച് ഒരു മൃതദേഹം മഗൈസിലിൽ എത്തിക്കാൻ പാടുപെടുന്ന ഒരു മനുഷ്യനെ നോവൽ പരിചയപ്പെടുത്തുന്നുണ്ട്.

വഴിയിൽ വെച്ച് തന്റെ കാറിൽ കയറിയ ഒരു യാത്രക്കാരൻ ബോംബ് ആക്രമണത്തിൽ കൊല്ലപ്പെട്ടപ്പോൾ നാടും വീടും പേരും ഏതെന്ന് അറിയാത്ത അയാളെ വഴിയിൽ ഉപേക്ഷിക്കാൻ കൂട്ടാക്കാതിരുന്ന ആ മനുഷ്യന്റെ ഹൃദയവിശാലത മനുഷ്യവംശത്തോടുള്ള എഴുത്തുകാരന്റെ അടങ്ങാത്ത സ്നേഹവും കൊളോണിയൽ വിരുദ്ധ മനോഭാവവും പ്രകടമാക്കുന്നു.

നാടിനുവേണ്ടി രക്തസാക്ഷികളായവരെ ചേർത്ത് പിടിക്കാനും അവരുടെ പദവി ഉയർത്താനും ശ്രമിക്കുന്ന കുളിപ്പുര രംഗങ്ങൾ അനുവാചകഹൃദയത്തെ സ്പർശിക്കുന്ന തരത്തിലാണ് ആഖ്യാനം ചെയ്തിരിക്കുന്നത്.

യുദ്ധത്തിന്റെയും വംശീയ കൊലവിളിയുടെയും ഇടയിലും മനുഷ്യത്വം എല്ലാറ്റിനും മീതെയാണെന്ന് പ്രഖ്യാപിക്കുന്ന മാനവദർശനമാണ് ഈ അറബ് സാഹിത്യകാരൻ മുന്നോട്ട് വെക്കുന്നത്. നോവലിൽ ഉൾച്ചേർന്നിരിക്കുന്ന ശില്പകലാദർശനങ്ങൾ ഇറാഖിന്റെ പൗരാണിക ശേഷിപ്പുകളെയും സംസ്കൃതിയെയും കലാ

പാരമ്പര്യത്തെയും എടുത്തു കാട്ടുന്നുണ്ട്. ബാഗ്ദാദിൽ പ്രതിമകൾ തകർക്കപ്പെടുകയും കൊള്ളയടിക്കപ്പെടുകയും ചെയ്യുമ്പോൾ ആ മഹത്തായ ശേഷിപ്പുകളാണ് ഇല്ലാതാകുന്നത്

ജവാദ് സദ്ദാമിനെ അങ്ങേയറ്റം വെറുത്തിരുന്നു എന്നാൽ അൽ ഫിർദൗസ് ചത്വരത്തിൽ അദ്ദേഹത്തിന്റെ പ്രതിമ നിലം പൊത്തിയപ്പോൾ അറിയാതെ അവൻ തേങ്ങിപ്പോകുന്നുണ്ട്. ഇറാഖിന്റെ പരിണതി അവൻ കണ്ടത് ഇങ്ങനെ ആയിരുന്നില്ല.

ചരിത്രം പ്രതിമകളും സ്മാരകങ്ങളും തമ്മിലുള്ള സംഘട്ടനമാണെന്ന് അപ്പോൾ അവന്റെ ഉള്ള് മന്ത്രിക്കുന്നത് നമുക്ക് കേൾക്കാം.

ഇറാഖിന്റെ ഭൂതകാലങ്ങളിൽ ചരിത്രം ഇതുപോലെ നിശ്ചലമായ ഘട്ടങ്ങൾ ഉണ്ടായിട്ടുണ്ടെന്ന് സ്വാബ്റി അങ്കിളും ഒരിടത്ത് മന്ത്രിക്കുന്നുണ്ട്

സദ്ദാം ഹുസൈന്റെ കാലത്ത് ബാഗ്ദാദ് ഒരു തടവറയായിരിക്കാം. എന്നാൽ ഇപ്പോൾ വംശീയ മാനങ്ങളുള്ള ധാരാളം ജയിലറകളായി അത് വിഭജിക്കപ്പെട്ടിരിക്കുന്നു എന്ന ഭയപ്പെടുത്തുന്ന യാഥാർത്ഥ്യത്തിലേക്കാണ് പുസ്തകം വിരൽ ചൂണ്ടുന്നത്. 'സദ്ദാമിന്റെ കാലത്ത് സ്നേഹിച്ച പെണ്ണിനെ ചേർത്തു പിടിച്ചു കൊണ്ട് വിശാലമായ ആ ജയിലറയിൽ ചുറ്റി നടക്കാമായിരുന്നു'വെന്ന ജവാദിന്റെ ആത്മഗതത്തിൽ കേൾക്കുന്നത് ഇറാഖിന്റെ വർത്തമാനകാല യുവത്വം നേരിടുന്ന പ്രതിസന്ധികളാണ്.

ജവാദുമായി വിവാഹം ഉറപ്പിച്ച് മോതിരങ്ങൾ കൈമാറിയ സുന്നി കാമുകിയും വിധവയുമായ റീമിന്റെ കുടുംബം വിവാഹം മൂലം വരുത്തി വെക്കുന്ന അപകടങ്ങളെ മുൻകൂട്ടി കണ്ടിരിക്കുമോ? ചികിത്സയ്ക്കാണ് നാടുവിടുന്നത് എന്നു പറഞ്ഞതിൽ സത്യമുണ്ടോ?

വലിയ നിലയിൽ ജീവിക്കുന്ന ആ കുടുംബത്തിന്റെ സ്വത്തുക്കൾ മുഴുവനും വിറ്റൊഴിവാക്കാൻ ഏർപ്പാടാക്കിയാണവർ ബ്രിട്ടനിലേക്ക് പോകുന്നത്.

സ്നേഹിച്ച പുരുഷനെ മാത്രമല്ല പിറന്ന നാടിനെയും ഉപേക്ഷിക്കേണ്ടി വരുന്ന മഹാദുരന്തം. മൃതദേഹങ്ങളെ കഴുകുന്ന കൈകളെ ഗാഢമായി ചുംബിച്ചു കൊണ്ട് ജവാദിന്റെ ജീവിതത്തിലേക്ക് കടന്നു വന്ന ഗയ്ദാ എന്ന കാമുകിയുടെ സ്ഥിതിയും മറ്റൊന്നല്ല. അരാജകത്വം ഭയന്ന് കുടുംബത്തോടൊപ്പം സ്വീഡനിലേക്ക് അവരും പോകുന്നതോടെ ജവാദിന്റെ ജീവിതം തീർത്തും ഒറ്റപ്പെടുകയും മനസ്സ് ശൂന്യമായിത്തീരുകയും ചെയ്യുന്നു. മഞ്ഞ് പൊഴിയുന്ന ഒരു രാത്രിയിൽ കുളിപ്പുരയിലെ മാർബിൾ ടേബിളിൽ നഗ്നയായി കിടക്കുന്ന റീമിനെ സ്വപ്നം കണ്ടുകൊണ്ടാണ് ഈ നോവൽ ആരംഭിക്കുന്നത്.

അവന്റെ പേക്കിനാവുകളിലൂടെ ഒരു രാജ്യത്തിന്റെയും ജനത യുടേയും ദുരന്തങ്ങളാണ് നോവൽ പകർത്തി വെയ്ക്കുന്നത്.

വംശീയവും വർഗ്ഗീയവുമായ വിദ്വേഷത്താൽ തകർന്നു പോയ ഇറാഖിന്റെ ഭീതിപ്പെടുത്തുന്ന തെരുവുകളിലൂടെയാണ് സിനാൻ നമ്മെ കൊണ്ടുപോകുന്നത്.

എത്ര ഓടിയൊളിക്കാൻ ശ്രമിച്ചാലും പിന്നെയും മരണത്തിന്റെ കുളിപ്പുരയിൽ തന്നെ എത്തിച്ചേരുന്ന ജവാദിന്റെ ദുർവിധിയിലൂടെ മരണം ഒഴിയാബാധയായി മാറിയ ഇറാഖിന്റെ ഭീതിപ്പെടുത്തുന്ന മുഖം നോവലിസ്റ്റ് കാട്ടിത്തരുന്നു.

മൂന്നക്ഷരമുള്ള പേരിനെ ചൊല്ലി പോലും ബാഗ്ദാദിന്റെ തെരു വോരങ്ങളിൽ ഉയരുന്ന കൊലവിളികൾ മനുഷ്യൻ എന്ന പദത്തെ പോലും കളങ്കപ്പെടുത്തുന്നു. ശിയാ കുടുംബത്തിലെ ഒരാൾ സ്വന്തം കുഞ്ഞിന് ഉമർ എന്ന് പേരിട്ടതാണ് കാരണം. ഉമർ സുന്നിയാണത്രെ! മഗൈസിലിൽ മൃതദേഹങ്ങളെ കുളിപ്പിച്ച് കഫൻ ചെയ്യുന്നത് ശിയാ വിഭാഗത്തിലെ കാസിം ഹസ്സന്റെ കുടുംബമാണ്.

പാരമ്പര്യമായി അവരാണ് ആ ജോലി ചെയ്തുവരുന്നത്. പ്രതി ഫലം കണക്കു പറഞ്ഞ് ആരിൽ നിന്നും അയാൾ വാങ്ങാറില്ല അത് ദൈവനിന്ദയാണെന്ന് അയാൾ വിശ്വസിക്കുന്നു.

മരിച്ചവർ മാലാഖമാർക്കൊപ്പം ദൈവത്തിന്റെ അടുത്തേക്ക് പോകേണ്ടവരാണെന്നും അവരെ കർപ്പൂരവും താമരയിതളും കലർ ത്തിയ വെള്ളത്തിൽ ശുദ്ധിയാക്കുന്നത് വലിയ പുണ്യമാണെന്നു മാണ് പിതാമഹന്മാർ പഠിപ്പിച്ചിട്ടുള്ളത്.

അറിയപ്പെടുന്ന ഒരു കലാകാരനാവാൻ മോഹിച്ച് ഫൈൻ ആർ ട്സ് അക്കാദമിയിൽ ചേർന്നു പഠിക്കുമ്പോഴാണ് ജവാദ് കാസിം റീമിനെ പരിചയപ്പെടുന്നതും സ്നേഹിക്കുന്നതും. എന്നാൽ വിധി അവന്റെ മോഹങ്ങളെ തകർത്തെറിയുന്നു.

സിനാൻ അൻതൂൺ എഴുതിയ 'വെള്ളപുതപ്പിക്കുന്നവർ' എന്ന നോവൽ ജവാദ് കാണുന്ന പേക്കിനാവുകളിലൂടെ കടന്നുപോകു മ്പോൾ രാത്രിയിൽ ഉറങ്ങാൻ പോലും ഭയപ്പെടുന്ന പ്രതിമകളെയും തെരുവിൽ നാം കണ്ടുമുട്ടുന്നു. നിർബന്ധിത സൈനിക സേവന ത്തിനു പോയ സഹോദരൻ അമ്മൂരി ഇറാനുമായി നടന്ന യുദ്ധത്തിൽ മരിക്കുന്നതും അതു കഴിഞ്ഞ് രണ്ടു വർഷത്തിനു ശേഷം നടക്കുന്ന ഇറാഖിന്റെ കുവൈറ്റ് അധിനിവേശവും അവിടെ സൈന്യത്തെ വിന്യസിപ്പിക്കാൻ വേണ്ടി മാത്രം ഇറാനിൽ നിന്നുള്ള പട്ടാളപിൻ മാറ്റവും കുളിപ്പുരയിൽ മാത്രം ജീവിതം തളച്ചിടപ്പെട്ട കാസിം ഹസ്സനെ

പ്രതിരോധത്തിലാക്കുന്നുണ്ട്. 'എന്തിനു വേണ്ടിയായിരുന്നു എട്ടു വർഷക്കാലത്തെ യുദ്ധവും അമ്മുരിയുടെ ജീവത്യാഗവും?' എന്ന ചോദ്യം നോവൽ ഉയർത്തിക്കൊണ്ടുവരുന്നുണ്ട്.

ഇറാഖിനെ അമേരിക്ക ആക്രമിച്ചപ്പോൾ വീടിനടുത്ത് വീണ ബോംബ്സ്ഫോടനത്തിന്റെ ആഘാതത്തിലാണ് വൃദ്ധൻ മരണപ്പെടുന്നത്. ദൈവസാമീപ്യം അനുഭവിക്കുന്ന വിധത്തിലുള്ള അപൂർവ്വമായൊരു രംഗഭാഷ നിർമ്മിച്ചെടുക്കുന്നുണ്ട് കഥാകാരൻ. ജവാദിന്റെ പാത്രസൃഷ്ടിയിലും ഈ സൂക്ഷ്മത നിഴലിക്കുന്നുണ്ട്.

തുടരെത്തുടരെയുള്ള അവന്റെ പേക്കിനാവുകളും അവൻ നേരിടുന്ന വിചാരണയും വേറിട്ട അനുഭവ ലോകത്തേക്ക് നമ്മെ കൊണ്ടുപോകുന്നു.

പിതാവിന്റെ മരണത്തോടെയാണ് മൃതദേഹങ്ങൾ കഴുകുന്ന ജോലി ജവാദ് ഏറ്റെടുക്കേണ്ടി വന്നത്. പ്രശസ്തനായ ജിയോ കോമിത്തിയെ പോലെ അറിയപ്പെടുന്ന കലാകാരനാവാനാണ് അവൻ മോഹിച്ചത്.

എന്നാൽ വാപ്പയുടേയും ജ്യേഷ്ഠസഹോദരന്റെയും മരണവും മഗൈസിൽ നോക്കി നടത്തിയിരുന്ന ഹമ്മൂദിയുടെ തിരോധാനവും ഉമ്മയുടെ അസുഖവും കുടുംബത്തിലേക്കുള്ള വരുമാനം നിലച്ചതും ജവാദിന്റ മോഹങ്ങളെ തകർത്തെറിയുന്നു.

സാമ്രാജ്യത്വം കശക്കിയെറിഞ്ഞ മധ്യപൗരസ്ത്യ ദേശത്തെ മനുഷ്യരുടെ നിലവിളികളാണ് ഈ നോവലിൽ കേൾക്കുന്നത്.

അറബിയിൽനിന്ന് നേരിട്ടാണ് ഈ പുസ്തകം മൊഴിമാറ്റം ചെയ്തിരിക്കുന്നത്.

വിവർത്തനം : ഡോ.എൻ. ഷംനാദ്

■

ബാഗ്ദാദിന്റെ വിലാപങ്ങൾ

യാസ്മിനാ ഖാദ്രാ

കഫ്ര് കറാമിലെ അബാബീൽ പക്ഷികൾ

വൃദ്ധനും രോഗിയുമായ ഒരു കിണർ പണിക്കാരന്റെ മകനാണ് ബാഗ്ദാദിന്റെ വിലാപങ്ങൾ എന്ന നോവലിലെ നായകൻ. അമേരിക്കൻ പട്ടാളം യൂണിവേഴ്സിറ്റി കയ്യേറിയതോടെ വിദ്യാഭ്യാസം മുടങ്ങിപ്പോയ അവൻ ഗ്രാമത്തിൽ തിരിച്ചെത്തുമ്പോൾ കണ്ട കാഴ്ച ഭയാനകമായിരുന്നു. മാരകായുധങ്ങൾ കണ്ടെടുക്കാനുള്ള ശ്രമത്തിനിടയിൽ പട്ടാളം കിണർ പണിക്കാരന്റെ വീടും പരിശോധിക്കുന്നു. ഒരു ജനതയെ മുഴുവനും നശിപ്പിക്കാനുള്ള വൈറസ് വാഹകനായി മാറുന്ന യുവാവ്. വർത്തമാന ലോകത്തിന്റെ മുഴുവൻ സങ്കടങ്ങളും നോവലിസ്റ്റ് പകർത്തി വെയ്ക്കുന്നു. ടൈഗ്രീസ് നദിക്കരയിലെ വിസ്ഫോടനങ്ങൾക്കും ചിതറിത്തെറിക്കുന്ന കബന്ധങ്ങൾക്കുമിടയിലെ നിലയ്ക്കാത്ത നിലവിളികളായി മാറുന്നു ഈ നോവൽ.

'**ഫി**ദായിനുകളുടെ സംഘത്തിൽ ചേരാൻ ഇറാഖിന്റെ നാട്ടുമ്പുറങ്ങളിൽ നിന്ന് അനേകായിരം പേരാണ് നഗരത്തിൽ എത്തിച്ചേരുന്നത്. ഓരോ പ്രഭാതത്തിലും അത്തരം സംഘങ്ങൾ ഇറാഖിന്റെ പല ഭാഗങ്ങളിൽ നിന്നുള്ള ബസ്സുകളിൽ ബാഗ്ദാദിലെ ബസ്സ് സ്റ്റാന്റുകളിൽ ഇറക്കിവിടുന്നു. പലതരം കാരണങ്ങളാൽ പ്രേരിതരായ അവർക്കൊക്കെ ഒരൊറ്റ ലക്ഷ്യമേ ഉണ്ടായിരുന്നുള്ളൂ. അന്ധമായ ലക്ഷ്യം... പകരം വീട്ടുക... യാങ്കിപ്പടയോട്...

ബാഗ്ദാദിന്റെ വിലാപങ്ങൾ എന്ന നോവൽ സാമ്രാജ്യത്വം ചവിട്ടിയരച്ച ഇറാഖിന്റെ പൂർവ്വകാല ചിത്രങ്ങളെ കോർത്തിണക്കിയുള്ളതാണ്. സദ്ദാം ഹുസൈന്റെ മരണശേഷം രചിക്കപ്പെട്ടതാണ് ഈ കൃതി. ടൈഗ്രീസ് നദിക്കരയിലെ വിസ്ഫോടനങ്ങൾക്കും ചിതറി

ത്തെറിക്കുന്ന കബന്ധങ്ങൾക്കുമിടയിലെ നിലയ്ക്കാത്ത നിലവിളികളായി മാറുന്നു ഈ നോവൽ.

ഇറാഖിന്റെ അനന്തവിസ്തൃതമായിക്കിടക്കുന്ന മരുഭൂമികളിലെവിടെയൊ മറഞ്ഞുകിടക്കുന്ന കഫ്ര് കറാം എന്ന ബദൂവിഗ്രാമത്തിൽ നിന്നുള്ള ഒരു സാധാരണ യുവാവാണ് ഇതിലെ പ്രധാന കഥാപാത്രം.

പരമ്പരാഗത രീതിയിലുള്ള കുടിലുകളാണ് കഫ്ര് കറാമിൽ. വൈക്കോലും കളിമണ്ണും കൂട്ടിക്കുഴച്ചുണ്ടാക്കിയ കൊച്ചു കൊച്ചു വീടുകൾ.

സമൃദ്ധമായ ഈന്തപ്പനമരങ്ങൾക്കിടയിൽ നൂറ്റാണ്ടുകളായി സമാധാനത്തോടെ ജീവിച്ചു വന്നവരായിരുന്നു അവിടത്തെ ജനങ്ങൾ. അവർ യുദ്ധം അനുഭവിക്കാത്തവരാണ്. ആയുധം കാണാത്തവരാണ്. അമേരിക്കയുടെ മിസൈൽ ആക്രമണത്തിൽ ബാഗ്ദാദ് കത്തിയെരിഞ്ഞപ്പോഴും കഫ്ര് കറാമിന്റെ ആകാശം ശൂന്യമായി കിടന്നു. ഒരു ഹെലികോപ്റ്റർ പോലും അതുവഴി കടന്നു പോയിട്ടില്ല. യുദ്ധം തുടങ്ങിയതു മുതൽ നൂറുകണക്കിന് ആക്രമണങ്ങൾ നടന്നിട്ടും ആയിരക്കണക്കിന് ആളുകൾ കൊല്ലപ്പെട്ടിട്ടും ഒരു പട്ടാള സംഘവും ആ ഗ്രാമത്തിന്റെ ശാന്തിയെ പിടിച്ചുലച്ചിട്ടില്ല. എങ്കിലും കഫ്ര് കറാമിലെ ജനങ്ങൾക്ക് ഇറാഖിൽ തകർന്നു വീഴുന്ന ചരിത്ര സ്മാരകങ്ങളും കെട്ടിടങ്ങളും ഭക്ഷണ ഫാക്ടറികളും ജീർണ്ണിച്ച് അഴുകിയ മനുഷ്യരുടെ ഭീതിപ്പെടുത്തുന്ന ചിത്രങ്ങളും കാണാമായിരുന്നു. സഫീർ കഫെയിൽ വന്നിരിക്കുന്നവർക്ക് കാണാൻ സയ്യദ് ഔദാര്യമായി വാങ്ങിക്കൊടുത്ത ടെലിവിഷൻ സ്ക്രീനിൽ തെളിയുന്ന അൽ ജസീറ വാർത്തകൾ അവരുടെ ദിനരാത്രങ്ങളെ നടുക്കിയിരുന്നു.

പുക മൂടി വികൃതമായ ഫലൂജയുടെ ചെറുത്തു നിൽപ്പും അവിടെ മരിച്ചു വീഴുന്ന സ്ത്രീകളുടെയും കുട്ടികളുടെയും ജഡങ്ങളും ആൾക്കൂട്ടത്തിന്റെ ബഹളങ്ങൾക്കിടയിൽ ശ്വാസമടക്കിപ്പിടിച്ചവർ കണ്ടിരുന്നു.

ഇറാഖികളെ കൊന്നൊടുക്കുന്ന സഖ്യസേനയെ തുരത്താൻ ആകാശത്തുനിന്ന് അബാബീൽ പക്ഷികൾ പറന്നിറങ്ങുമെന്ന് വിശ്വസിക്കുന്നവർ! സഹസ്രാബ്ദങ്ങൾക്ക് മുമ്പ് കഅബയെ ആക്രമിക്കാൻ വന്നപ്പോൾ അക്രമകാരികളെ തുരത്തിയത് പോലെയുള്ള ദൈവികമായ ഇടപെടൽ സ്വപ്നം കണ്ടവർ.

ഗ്രാമീണരുടെ ദൃഢപ്പെട്ടുപോയ വിശ്വാസത്തെയും ബലഹീനതകളേയും വിശുദ്ധിയെയും നിഷ്കളങ്കതയെയും അറബ് വംശജനായ നോവലിസ്റ്റ് യാസ്മിനാ ഖാദ്രാ അനാവൃതമാക്കുന്നു.

ദിനോസറുകളെ പോലെ അബാബീൽ പക്ഷികൾക്കും വംശ നാശം സംഭവിച്ചുവെന്ന് പുതിയ കാലത്തെ വിലയിരുത്തുന്ന മാലികിനെ ദൈവനിഷേധിയായും അയാളെ ചെകുത്താൻ ആവേശിച്ചതായും യാസീൻ വിമർശിക്കുന്നിടത്ത് ഉരുത്തിരിയുന്ന ധൈഷണക സംവാദങ്ങൾ നോവലിന് നവീനവും മൗലികവുമായ ഒരു ദിശാബോധം നൽകുന്നുണ്ട്. അങ്ങനെയാണ് ആറു ചെറുപ്പക്കാർ ആ ഗ്രാമത്തിൽ നിന്ന് യാത്ര തിരിക്കുന്നത്. യാസീൻ പറഞ്ഞു: ''വിശുദ്ധ ഗ്രന്ഥത്തിൽ പ്രതിപാദിച്ച അബാബീൽ പക്ഷികൾ ഇനി നമ്മളാണ്...!''

യാത്ര തിരിക്കുന്നതിനു മുമ്പ് അതിദാരുണമായ ഒരു മിസൈൽ ആക്രമണം നടന്നിരുന്നു. ഗ്രാമത്തിലെ ഹൈതം തോട്ടത്തിൽ വെച്ചു നടന്ന വിവാഹ സൽക്കാരത്തിൽ അന്ന് നൂറുകണക്കിന് ആളുകളാണ് കത്തിക്കരിഞ്ഞത്.

മറ്റൊരവസരത്തിൽ മന്ദബുദ്ധിയുള്ള സുലൈമാന്റെ മരണം കഫ്ര് കറാമിനെ ആകെ ആശയക്കുഴപ്പത്തിലാക്കിയിരുന്നു. അവൻ സുഖമില്ലാത്തവനാണെന്ന് പറഞ്ഞിട്ടും പട്ടാളക്കാരൻ വെടിവെച്ചു തുടരെത്തുടരെ വെടികളേറ്റിട്ടും സുലൈമാൻ നിർത്താതെ ഓടി.

അവൻ ചാവേർ ആണെന്ന് സംശയിച്ച് തലയ്ക്ക് ഉന്നം വെച്ചു.

നിമിഷ നേരം കൊണ്ട് അത് ചിന്നിച്ചിതറി.

അതോടെ കഫ്ര് കറാമിൽ ക്രോധം യുദ്ധസമാനമായി മറനീക്കി പുറത്തുവന്നു. ആറു ചെറുപ്പക്കാർ അവരുടെ ഏറ്റവും വിശ്വസ്തരായവരോട് പറഞ്ഞു പ്രാർത്ഥിക്കാൻ. അവർക്കുവേണ്ടി... ആചാരപൂർവ്വമുള്ള വിടവാങ്ങലിനു ശേഷം അവർ ഇരുട്ടിൽ മറഞ്ഞു. മരുഭൂമികൾ താണ്ടിക്കടന്നു.

മരിച്ചവർക്ക് നീതി വാങ്ങിക്കൊടുക്കുമെന്ന പ്രതിജ്ഞയുമായി സംഘം പല വഴികളായി പിരിയുന്നു.

വൃദ്ധനും രോഗിയുമായ ഒരുകിണർ പണിക്കാരന്റെ മകനാണ് ബാഗ്ദാദിന്റെ വിലാപങ്ങൾ എന്ന നോവലിലെ നായകൻ. പട്ടാളം യൂണിവേഴ്സിറ്റി കയ്യേറിയതോടെ വിദ്യാഭ്യാസം മുടങ്ങിപ്പോയ അവൻ ഗ്രാമത്തിൽ തിരിച്ചെത്തുന്നു. മാരകമായ ആയുധങ്ങൾ കണ്ടെടുക്കാനുള്ള തീവ്രശ്രമത്തിനിടയിൽ പട്ടാളം കിണർ പണിക്കാരന്റെ വീടും കർശനമായി പരിശോധിക്കുന്നു. ചോദ്യം ചെയ്യലിൽ വൃദ്ധനെ സ്ത്രീകളുടെ മുന്നിൽ നഗ്നനാക്കി ക്രൂരമായി മർദ്ദിക്കുകയും വിലിച്ചിഴക്കുകയും ചെയ്യുന്നു.

'നേരും നെറിയുമുള്ള ഒരു ബദുയിൻ ഒരിക്കലും കാണാൻ പാടില്ലാത്തതാണ് ഞാനന്ന് കണ്ടത്. അതോടെ ഞാൻ നിലയില്ലാത്ത കയത്തിലേക്ക് ശൂന്യതയിലേക്ക് വഴുതി വീണു. പുരാണങ്ങളുടെയും

ഇതിഹാസങ്ങളുടെയും ലോകത്തിലെ സകലമാന മായക്കഥകളുടേയും നിറവും തിളക്കവും എനിക്ക് നഷ്ടമായി. എന്റെ അന്തരാളത്തിലിരുന്ന് ഒരു ക്രൂരമൃഗം മുരണ്ടു. ഈ അപമാനം സ്വന്തം രക്തം കൊണ്ട് കഴുകിക്കളയാൻ...'

മരുഭൂമിയിൽകൂടി ദിവസങ്ങൾ നീണ്ട അലച്ചിലുകൾക്കു ശേഷം മുഴുഭ്രാന്ത് പിടിച്ചിരിക്കുന്ന നഗരത്തിലാണ് അവൻ എത്തപ്പെട്ടത്. കാലു കഴക്കുമ്പോൾ എവിടെയൊ അവിടെ കിടന്നുറങ്ങും. കവലകളിൽ, ടൈഗ്രീസിന്റെ തീരത്ത്, പള്ളികളിൽ... അവൻ അഭയം തേടിപ്പോയ ബന്ധുകൂടിയായ ഡോ. ഫറ അവനെ കയ്യൊഴിഞ്ഞു. കുറച്ചു പണം കൊടുത്തുകൊണ്ട്.

'ഇപ്പോൾ ബാഗ്ദാദ് ആണ് ഭൂമിയിലെ ഏറ്റവും അപകടം പിടിച്ച സ്ഥലമെന്ന്' അവൾ ഭയത്തോടെ ഓർമ്മിപ്പിക്കുന്നു.

തിരിച്ചുപോകാൻ അവൾ ഉപദേശിക്കുന്നുണ്ടെങ്കിലും 'കഫ്ര് കറാമിലെ സംഭവങ്ങൾക്കു ശേഷം എനിക്കെങ്ങനെ മനുഷ്യനെ സ്നേഹിക്കാനാവും?' എന്ന ന്യായമായ മറുചോദ്യം അവൻ പലവട്ടം ഉയർത്തുന്നു.

ബാഗ്ദാദിന് അഗതികളോട് ഒരു ദാക്ഷിണ്യവുമില്ല എന്ന തിരിച്ചറിവിൽ മുറിവേറ്റ മനസ്സുമായി അവൻ വീണ്ടും യാത്ര തുടരുന്നു...

സായുധ ജിഹാദിൽ ചേരാൻ കഫ്ര് കറാമിൽ നിന്ന് പുറപ്പെട്ട ആറംഗ സംഘത്തിൽപെട്ടവരെ ഒറ്റയൊറ്റയായി പല ഭാഗങ്ങളിൽ വെച്ച് അവൻ കണ്ടുമുട്ടുന്നു. ഒടുവിൽ ഗ്രാമത്തിൽ മിന്നൽ പര്യടനം നടത്താറുള്ള സയ്യിദിന്റെ അതിനിഗൂഢമായ സങ്കേതത്തിലാണ് അവൻ എത്തിപ്പെടുന്നത്. അവിടെ വെച്ച് പുതിയ ടി.വി. സെറ്റുകളിൽ ബോംബുകൾ ഘടിപ്പിക്കുന്നത് അവൻ നേരിൽ കണ്ടു.

ഗറില്ല യുദ്ധമുറകളുടെ അടിസ്ഥാന തത്ത്വങ്ങൾ സയ്യിദ് അവനെ പഠിപ്പിക്കുന്നു. ഒരു വിരുന്നുസത്ക്കാരത്തിന് പോകുമ്പോലെയാണ് മനുഷ്യബോംബുകൾ മരണം വരിക്കുന്നത് എന്നവൻ മനസ്സിലാക്കി. മാനസാന്തരം വന്ന ചാവേറുകളുടെ കഥകളും നിസ്സംഗമായി അവൻ കേട്ടിരുന്നു'

ബെൽറ്റിൽ നിറയെ റൊട്ടിക്കഷണങ്ങൾ തിരുകി നിറച്ച് വീർപ്പിച്ച് ചെക്ക് പോസ്റ്റിലേക്ക് നടന്നു നീങ്ങിയ അദ്നാന്റെ മരണം വായനക്കാർക്ക് മറക്കാനാവില്ല.

അദ്നാൻ സ്ഫോടനത്തിന് ഇരയാക്കിയ സ്കൂൾ ബസ്സിൽ നിന്ന് തെറിച്ചു ഒരു മരക്കൊമ്പിൽ മൂന്നുദിവസം ആരും അറിയാതെ തൂങ്ങിക്കിടന്ന കൊച്ചു പൈതലിന്റെ ജഡം അദ്നാനെ മാനസാന്തരപ്പെടുത്തി.

അയാൾ കോട്ട് ഊരിക്കളഞ്ഞ് ചാവേറിന്റെ പ്രതീതി ജനിപ്പിച്ച് പട്ടാള ക്കാരെ കൊഞ്ഞനം കാട്ടി മരണം ഏറ്റുവാങ്ങുകയായിരുന്നു.

തീവ്രവാദ സംഘത്തിന്റെ കൈ കൊണ്ടുള്ള ഒമറിന്റെ മരണം വാക്കിന്റെ പിഴവാണ്. വിശന്നപ്പോൾ ആദ്യമായി ഭക്ഷണം വാങ്ങി ത്തന്നതും രണ്ടുനാൾ ഉറങ്ങാൻ അഭയം തന്നതും ഒമർ ആയിരുന്നു.

പക്ഷേ, തന്റെ വാക്ക് പിഴച്ചതിന് ഒമറിന്റെ വിലപ്പെട്ട ജീവനാണ് നഷ്ടമായത്.

ഓരോ ദിവസവും അവന് പുതിയ പാഠങ്ങളും അറിവുകളും ഉണ്ടായി. യൂണിവേഴ്സിറ്റിയിൽ പഠിക്കുമ്പോൾ ഡോ. ജലാലിന്റെ പ്രസംഗത്തോട് അവന് ആരാധനയുണ്ടായിരുന്നു.

സായുധ ജിഹാദിനേയും അതിന്റെ നയങ്ങളേയും കഠിനമായി അപലപിക്കുന്നവരുടെ കൂട്ടത്തിൽ എണ്ണപ്പെട്ട വ്യക്തിയായിരുന്നു ഡോ. ജലാൽ. ആയിരങ്ങളാണ് അയാളുടെ പ്രസംഗം കേൾക്കാൻ തടിച്ചുകൂടുന്നത്.

ടൈഗ്രീസ് തീരത്തെ ആർഭാടമായ ഹോട്ടലിൽ പ്രൊഫ. ജലാ ലിനെ അവൻ കണ്ടത് വലിയ മനം മാറ്റത്തോടെയാണ്.

പ്രൊഫ. ജലാൽ ഒരു ചോദ്യോത്തര വേളയിൽ ഇങ്ങനെ പറഞ്ഞു:

'ഇറാഖിന്റെ മേലുണ്ടായ ഈ ആക്രമണം വർഷങ്ങളായി അവർ ആസൂത്രണം ചെയ്തുകൊണ്ടിരിക്കയായിരുന്നു. സെപ്റ്റംബർ 11 ആണ് അതിന് തുടക്കം കുറിച്ചത് എന്നാണോ നിങ്ങൾ കരുതുന്നത്? അല്ലേയല്ല. അതു വെറും ഒഴികഴിവായിരുന്നു.

ഇറാഖിന്റെ സ്വന്തം ആണവ നിലയത്തിന് സദ്ദാം ഹുസൈൻ തറക്കല്ലിട്ട ആ നിമിഷം തുടങ്ങിയതാണ് ഇറാഖിനെ പാടെ നശി പ്പിക്കാനുള്ള പാശ്ചാത്യ ഗൂഢാലോചന. പെന്റഗണിന്റെ ലക്ഷ്യ സ്ഥാനത്ത് സദ്ദാമോ ഇറാഖി എണ്ണയോ മാത്രമായിരുന്നില്ല. ഇറാ ഖിന്റെ പ്രതിഭ അതായിരുന്നു അവരുടെ ഉന്നം... ഇറാഖിൽ ആണവാ യുധങ്ങളൊന്നും ഇല്ലെന്ന് ഉറപ്പായപ്പോൾ അവരുടെ സൈന്യം സമർത്ഥമായി ഇറാഖി ജനതയ്ക്കെതിരെ തിരിഞ്ഞു. വാണിജ്യ നി രോധനങ്ങൾ കൊണ്ടും മാനസിക സമ്മർദ്ദം കൊണ്ടും. അവരെ സംബന്ധിച്ചിടത്തോളം എല്ലാ അറബികളും ടെററിസ്റ്റുകളാണ്.'

ഒരു വൈറസ് വാഹകനായി കുടുംബത്തിനും രാജ്യത്തിനും വേണ്ടി മരിക്കാൻ തയ്യാറായ അവനിൽ ആ വാക്കുകൾ ആത്മ വിശ്വാസം ജനിപ്പിച്ചു.

ചരിത്രത്തിൽ ഇന്നേവരെ ആരും നടത്തിയിട്ടില്ലാത്ത ഒരു ദൗത്യ ത്തെക്കുറിച്ച് സയ്യദ് അവനോട് സംസാരിക്കുന്നതോടെ ബാഗ്ദാ ദിന്റെ വിലാപങ്ങൾ ക്ലൈമാക്സിലേക്ക് നീങ്ങുന്നു.

ജോർദാൻ അതിർത്തിയിൽനിന്ന് അധികം അകലെയല്ലാത്ത അർറുത്ബായിലെ വൈറോളജിസ്റ്റായ പ്രോഫ. ഘനിയുടെ ക്ലീനിക്കിൽ ദിവസങ്ങൾ നീണ്ട പരീക്ഷണങ്ങൾ... പലവിധ ടെസ്റ്റുകൾക്കും കുത്തിവെപ്പുകൾക്കും അവൻ വിധേയനാവുന്നു. പ്രൊഫസർ ഘനി അമേരിക്കയിലെ പ്രശസ്തമായ ഗവേഷണ ശാലയിൽ നിന്ന് പുറത്താക്കപ്പെട്ടവനാണ്. പരീക്ഷണഘട്ടങ്ങളിൽ അവനെ രഹസ്യമായി നിരീക്ഷിച്ചിരുന്ന ഡോ. ജലാൽ ദുരൂഹതകൾ ബാക്കിയാക്കി യാത്രയാകുന്നു. കോടിക്കണക്കിന് മനുഷ്യരുടെ ജീവൻ കവർന്നെടുക്കുന്ന ഈ ദൗത്യത്തിൽ നിന്ന് പിൻമാറണമെന്ന് പറയുന്ന ആ നിമിഷം അയാൾ വധിക്കപ്പെടുന്നു.

ബെയ്റൂട്ട് എയർപോർട്ടിൽ ഒരു വൈറസ് വാഹകനായി ലണ്ടനിലേക്കുള്ള വിമാനം കാത്തിരിക്കുമ്പോൾ ജീവിതത്തിലേക്ക് തിരികെ വിളിക്കുന്ന മനോഹരമായ കാഴ്ചകളാണ് ഖാദ്രാ പകർത്തി വെക്കുന്നത്. വിട പറയുന്ന ഒരമ്മയും മകനും തമ്മിലുള്ള ഊഷ്മളമായ ആലിംഗനം അവന്റെ എല്ലാ കണക്കുകൂട്ടലും തെറ്റിക്കുന്നു.

സ്ത്രീകളുടെ മേൽ താലിബാൻ നടത്തിയ ക്രൂരതകളാണ് യാസ്മിനാ ഖാദ്രായുടെ കാബൂളിലെ നാരായണ പക്ഷികൾ എന്ന നോവലിന്റെ കേന്ദ്ര പ്രമേയമെങ്കിൽ സാമ്രാജ്യത്വ അധിനിവേശത്തിനും തീവ്രവാദത്തിനും എതിരെയുള്ള പ്രതിരോധമാണ് ബാഗ്ദാദിന്റെ വിലാപങ്ങൾ.

വിവർത്തനം : പ്രഭാ ആർ ചാറ്റർജി

■

സൈന്ധവതടത്തിലെ സാമ്രാജ്യങ്ങൾ
ആലിസ് അൽബിനിയ

സിന്ധുനദിയുടെ കണ്ണീർത്തടത്തിലൂടെ

കറാച്ചിയിലെ അറബിക്കടലിൽ ലയിക്കുന്നതു മുതൽ സിന്ധുവിന്റെ ഉത്ഭവസ്ഥാനം വരെ ആലീസ് അൽബിനിയ നടത്തിയ സാഹസിക യാത്രാനുഭവങ്ങളാണ് ഈ പുസ്തകം. ഭാരതത്തിന്റെ ഹൃദയഭൂമിയിൽ പിറന്ന ഒരു നദിയെ അടുത്തറിയാനുള്ള എഴുത്തിന്റെ തീർത്ഥയാത്ര. നദിയെക്കുറിച്ചുള്ള നഷ്ടബോധമാണ് ഈ യാത്രപുസ്തകം. ബുർക്കയണിഞ്ഞ ഒരു പഷ്ടൂൺ വനിതയെപോലെ വഴികാട്ടികളുടെ നിരീക്ഷണ വലയത്തിൽ തീവ്രവാദികളും കൊള്ളക്കാരും മറഞ്ഞിരിക്കുന്ന ഗ്രാമങ്ങളിലൂടെയുള്ള ഓരോ യാത്രയിലും ആലീസിന്റെ പേന നിറച്ച് വെച്ചത് കണ്ണീർ കഥകളാണ്.

ദൈവം മനുഷ്യനും ജീവജാലങ്ങൾക്കും നൽകി അനുഗ്രഹിച്ച നദികളെ മലിനമാക്കുന്നതും തടഞ്ഞു നിർത്തുന്നതും അങ്ങേയറ്റം നീചപ്രവർത്തിയാണെന്ന് എഴുതാൻ ആലീസ് അൽബിനിയയെ പ്രേരിപ്പിച്ചത് റമദാൻ മാസത്തിൽ കറാച്ചിയിലെ മസ്ജിദിൽനിന്ന് കേട്ട ഖുർആൻ വ്യാഖ്യാനമാണ്.

ആയിരക്കണക്കിനു വർഷം പ്രായമായ ഒരു മഹാനദിയുടെ ഐതിഹാസിക സമരചരിത്രമാണ് അവർ നമ്മോട് പറയുന്നത്.

മനുഷ്യവാസം തുടങ്ങും മുമ്പ്, പിറവിയെടുത്ത സിന്ധു നദിക്ക് പറഞ്ഞാൽ തീരാത്തത്ര കഥകളുണ്ട്. ആഫ്രിക്കൻ ഭൂഖണ്ഡത്തിൽ നിന്നും കുടിയേറി വന്ന ധീരന്മാരിൽ നിന്ന് തുടങ്ങുന്നു ആ കഥകൾ.

അലക്സാണ്ടറുടെയും പേർഷ്യൻ രാജാക്കന്മാരുടെയും സൈനിക ബലപ്രയോഗത്തിന് വേദിയായി മാറിയ സിന്ധുവിന്റെ തീരങ്ങളിലായിരുന്നു

ലോകത്തെ പ്രബലമായ നാലു മതങ്ങളും വേദഗ്രന്ഥങ്ങളും പിറവി കൊണ്ടത്.

സിന്ധു നദിക്കരയിൽ തകർന്നടിഞ്ഞ നാഗരികതയുടെ സാംസ്കാരിക ശേഷിപ്പുകൾ ബൃഹത്തായ ഒരു ക്യാൻവാസിലെന്ന പോലെയാണ് ആലീസ് കണ്ടെടുക്കുന്നത് ഇന്ത്യൻ സർവ്വേ രേഖകളെ അടിസ്ഥാനമാക്കി സി ഐ എ പുറത്തിറക്കിയ ഭൂപടം നോക്കിയാണ് ഈ വിദേശ എഴുത്തുകാരിയുടെ സഞ്ചാരം. സിന്ധുവിനെ അടുത്തറിയാനുള്ള സാഹസികമായ ഒരു യാത്രയാണത്.

2300 വർഷം മുമ്പ് ഇന്ത്യയെ കീഴടക്കാൻ വന്ന അലക്സാണ്ടറുടെ സഞ്ചാരവഴികളികളിലൂടെയാണ് അവരുടെയും യാത്ര. ബുർക്കയണിഞ്ഞ ഒരു പഷ്ടൂൺ വനിതയെപോലെ വഴികാട്ടികളുടെ നിരീക്ഷണ വലയത്തിൽ തീവ്രവാദികളും കൊള്ളക്കാരും മറഞ്ഞിരിക്കുന്ന ഗ്രാമങ്ങളിലൂടെയുള്ള ഓരോ യാത്രയിലും അവരുടെ പേന നിറച്ച് വെച്ചത് കണ്ണീർ കഥകളാണ്.

കാടും മലയും നദിയും കുന്നിൻ താഴ്വാരങ്ങളും മഞ്ഞുമൂടിയ ഹിമപർവ്വതനിരകളും മനുഷ്യകുടിയേറ്റത്തിന്റെ വീരഗാഥകൾ പറഞ്ഞു കൊണ്ടിരുന്നു.

കറാച്ചിയിലെ അറബിക്കടലിൽ ലയിക്കുന്നതു മുതൽ സിന്ധുവിന്റെ ഉത്ഭവസ്ഥാനം വരെ ആലീസ് നടത്തിയ യാത്രാനുഭവങ്ങളാണ് സൈന്ധവ തടത്തിലെ സാമ്രാജ്യങ്ങൾ എന്ന പുസ്തകത്തിന്റെ ഉള്ളടക്കം.

കൊളോണിയൽ പേരുകളും ചിഹ്നങ്ങളും വലിച്ചെറിഞ്ഞ് പാക്കിസ്ഥാൻ എന്ന രാജ്യം ഉദയം കൊണ്ടതു മുതൽ ടിബറ്റിൽ ആയിരക്കണക്കിന് വർഷങ്ങൾക്കു മുമ്പ് സിന്ധു ജനിച്ചതു വരെയുള്ള ചരിത്രം പുനഃസൃഷ്ടിക്കുകയാണ് ഗ്രന്ഥകാരി.

സിന്ധുനദിയിലെ വെള്ളത്തിൽ അധികവും വരുന്നത് ടിബറ്റിലേയും ലഡാക്കിലേയും ബാൾട്ടിസ്ഥാനിലേയും പർവ്വതനിരകളിൽ നിന്നാണ്. അവിടെനിന്നും നദി ഊറ്റിയെടുക്കുന്ന ജലം മുഴുവനും അണക്കെട്ട് നിർമ്മാണത്തിനായി തടഞ്ഞുവെച്ച കാഴ്ച ഹൃദയവേദനയോടെയാണ് ഗ്രന്ഥകാരി അടയാളപ്പെടുത്തുന്നത്.

എഴുത്തുകാരിയെ അങ്ങേയറ്റം വേദനിപ്പിക്കുകയും കരയിപ്പിക്കുകയും ചെയ്ത കാഴ്ചയായിരുന്നു അത്.

അവർ അന്വേഷിച്ചു വന്ന സിന്ധു നദി ഇതായിരുന്നില്ലെന്നും അതിനെ പല രാജ്യങ്ങളും കീറിമുറിക്കുകയും വികൃതമാക്കുകയും ചെയ്തിരിക്കുന്നുവെന്നും സങ്കടപ്പെടുന്നുണ്ട്.

നദി ചെറുതായിരിക്കുന്നു. അണക്കെട്ടുകളിൽ അത് വീർപ്പു മുട്ടുന്നു. അതിന്റെ സ്വച്ഛന്ദമായ പ്രവാഹം ഇല്ലാതായിരിക്കുന്നു.

സിന്ധുവിനെ കോളനിവത്കരിച്ച ബ്രിട്ടനും പാക്കിസ്ഥാന്റെ പട്ടാള ഭരണകൂടവും ചൈനയും പാക്കിസ്ഥാനിൽ വിത്തിറക്കുന്ന ദിവസം നോക്കി അങ്ങോട്ടുള്ള വെള്ളം തടഞ്ഞ ഇന്ത്യയും ഇതിൽ പങ്കുകാരാണെന്ന് എഴുത്തുകാരി വാദിക്കുന്നു.

അഫ്ഗാൻ മലയിടുക്കുകളിലും വനാന്തരങ്ങളിലും കാണാൻ കഴിഞ്ഞ ആയിരക്കണക്കായ പൗരാണിക ശിലാലിഖിതങ്ങളെക്കുറിച്ചും കലാരൂപങ്ങളെക്കുറിച്ചും പുസ്തകം പ്രതിപാദിക്കുന്നുണ്ട്.

ആധുനിക കാലത്തെ ചിത്രങ്ങളും ശില്പങ്ങളും മുഖത്തിന് പ്രാധാന്യം കൊടുക്കുമ്പോൾ, ലഡാക്കിൽ കാണുന്ന പ്രാകൃത ചിത്ര ങ്ങളും കൊത്തുപണികളും വായനക്കാരന് പുതിയ കാഴ്ചപ്പാടുകൾ പകർന്നു തരുന്നു.

കൈകൾക്ക് മാത്രമാണ് അവിടെ പ്രാധാന്യം. അരിസ്റ്റോട്ടിൽ കൈയെ സാർവലൗകിക അവയവം എന്നു വിശേഷിപ്പിച്ചതിന്റെ പൊരുളും ഇവിടെ ചേർത്തു വായിക്കാം.

നൂറ്റാണ്ടുകൾ പഴക്കമുള്ള ഈ അപൂർവ്വ ശേഷിപ്പുകൾ സംര ക്ഷിക്കപ്പെടേണ്ടതിന്റെ അനിവാര്യതയിലേക്കു കൂടി പുസ്തകം വിരൽ ചൂണ്ടുന്നു.

നിർഭാഗ്യവശാൽ അവയിൽ പലതും കെട്ടിട നിർമ്മാതാക്കളുടെ യന്ത്രങ്ങളിൽ അമർന്ന് പൊടിയുന്നു.

എഴുത്തുകാരിയുടെ ഭാഷയിൽ 'കേക്ക് മുറിച്ചുവിൽക്കുന്നത് പോലെ' പാറകൾ മുറിച്ച് വിൽക്കുമ്പോൾ ഇന്ത്യൻ പുരാവസ്തു വകുപ്പ് മിഴി പൂട്ടുന്നു.

സിന്ധുവിന്റെ തീരത്തുടനീളമുള്ള എണ്ണമറ്റ സൂഫിവര്യന്മാരുടെ ശവകുടീരങ്ങളെക്കുറിച്ചും ആഴത്തിലുള്ള പഠനങ്ങൾ ഉണ്ട്. സൂഫി വര്യനായ ഷാ ഇനായത്തിന്റെ കഥ തന്നെ ഉദാഹരണമാണ്. ഫ്രഞ്ച് വിപ്ലവത്തിനും മുമ്പായിരുന്നു അത്. കാറൽ മാർക്സും എംഗൽസും ജനിക്കുന്നതിനു മുമ്പ് എന്നു തന്നെ പറയാം.

ലോകത്തെ ആദ്യത്തെ സോഷ്യലിസ്റ്റ് ആയിരുന്നു ഷാ ഇനാ യത്. കർഷകത്തൊഴിലാളി പ്രസ്ഥാനത്തിനു രൂപം കൊടുത്ത ആദ്യത്തെ വിപ്ലവകാരിയും.

'വിതയ്ക്കുന്നവൻ തിന്നും' എന്ന മുദ്രവാക്യവുമായി സിന്ധിലെ ഭൂവുടമ സമ്പ്രദായത്തിനെതിരെ പ്രക്ഷോഭം നടത്തിയ ഷാ ഇനാ യത്തിന്റെ കഥ ഹൃദയസ്പർശിയായി മാറുന്നുണ്ട്.

അദ്ദേഹത്തിന്റെ ആശയങ്ങൾ സിന്ധിലെ അന്നത്തെ സാഹചര്യങ്ങളാൽ പ്രചരിക്കപ്പെടാതെ പോയതായും ഗ്രന്ഥകാരി വിലയിരുത്തുന്നു.

ഷാ ഇനായത് കർഷകർക്ക് കൃഷി ചെയ്യാൻ സ്വന്തം ഭൂമി സൗജന്യമായി നൽകിയാണ് മാതൃക കാട്ടിയത്. 280-മത്തെ വയസ്സിൽ അനുരഞ്ജന ചർച്ചയ്ക്കെന്ന വ്യാജേന കൊട്ടാരത്തിൽ വിളിച്ചു വരുത്തി ശിരസ്സ് എടുത്തതിന്റെ രക്തപങ്കിലമായ ഏടുകൾ പുസ്തകത്തിലുണ്ട്.

ബ്രിട്ടീഷുകാർ അടിമത്തം ഇല്ലാതാക്കിയെങ്കിലും അതിന്റെ കെട്ടുപിണഞ്ഞ സങ്കീർണ്ണതകളിൽ ജീവിക്കുന്ന ഷീദികളെക്കുറിച്ചും പുസ്തകം വിശദമായി പറയുന്നു.

കറുത്ത വംശജനായ ബിലാലിന്റെ വംശാവലിയിൽ പെട്ടവരാണ് ഷീദികൾ. മഖ്ബറകളിലെ ഉറൂസുകളിൽ അവതരിപ്പിക്കുന്ന ആഫ്രിക്കൻ തനതു കലാരൂപമായ മൂഗർമാൻ ചെണ്ടവാദ്യങ്ങളാണ് ഇന്ന് ഷീദികളെ ഒന്നിപ്പിച്ച് നിർത്തുന്നത്.

ഷീദികളെ പുനരുദ്ധരിക്കാൻ ശ്രമിച്ച പ്രശസ്ത കവി മുസാഫിറിന്റെ കാവ്യലോകത്തേക്കും ആവേശത്തോടെ ഗ്രന്ഥകാരി കടന്നു ചെല്ലുന്നു. സിന്ധു നദി അതിന്റെ പൗരാണികമായ ഓർമ്മകളിൽ നിന്നും അകലുകയാണ്.

അണക്കെട്ടുകളിൽ തളച്ചിടപ്പെട്ടവളായി, വിഷമാലിന്യങ്ങൾ കലർന്ന്, ആചാരവിശ്വാസങ്ങളുടെ പേരിൽ വലിച്ചെറിയുന്ന മൃതശരീരങ്ങളെയും വഹിച്ച് ഇനി എത്ര കാലം എന്നറിയാതെ...

'സുന്ദരിയായ പെൺകുതിരയെ പോലെ വേഗതയാർന്ന് തിളങ്ങുന്ന തെളിനീരുമായി സമതലങ്ങൾ ചുറ്റിയ സിന്ധു. അവളെ കാണുന്നതു തന്നെ ആനന്ദകരമാണ്' എന്ന് ഋഗ്വേദം പാടി പുകഴ്ത്തിയ സിന്ധു. അതിന്റെ ഇരുകരകളിൽ കൂടിയുള്ള ആലീസ് അൽബിനിയയുടെ യാത്ര വായനക്കാർക്ക് പുതിയ അനുഭവമാകും. ചരിത്രവും വർത്തമാനവും കൈകോർക്കുന്ന സൈന്ധവ തടത്തിലെ സാമ്രാജ്യങ്ങൾ ലോക സഞ്ചാര സാഹിത്യം തേടിപ്പോകുന്നവർക്ക് മുതൽക്കൂട്ടാണ്.

വിവർത്തനം : ബിന്ദു മിൽട്ടൻ

■

ടെഹ്റാനിലെ തടവുകാരി

മറീന നെമാത്

എവിടെ ചെന്നാലും ആകാശം ഒന്നുതന്നെ

രണ്ടര വർഷം കൊണ്ട് ടെഹ്റാനിലെ എവിൻ തടവറയിൽ മറീന കണ്ടതും, കേട്ടതും അനുഭവിച്ചതുമായ ജയിൽപീഡന ങ്ങളുടെ കഥയാണ് 'ടെഹ്റാനിലെ തടവുകാരി' ശ്വാസം അടക്കിപ്പിടിച്ചു കൊണ്ടല്ലാതെ ഈ പുസ്തകം വായിച്ചു തീർക്കാനാവില്ല. പുസ്തകത്തിന്റെ ഓരോ പേജിലും നിര പരാധികളുടെ രക്തം വാർന്നു കിടക്കുന്നു. ഖൊമേനി ഭരണം തന്റെ ജീവിതത്തെ മാറ്റി മറിച്ചു എന്നു പറയുന്ന മറീന ജയിലർ അലിയെ പോലെ ഖൊമേനിയിലും നന്മ കണ്ടെ ത്താൻ പുസ്തകം ശ്രമിക്കുന്നുണ്ട്. എവിൻ തടവറയിൽ നിന്നുള്ള മോചനത്തിനുശേഷം എഴുതപ്പെട്ടത്. ഒരേയിരുപ്പിന് വായിച്ചു തീർക്കാൻ പ്രേരിപ്പിക്കുന്ന ഭാഷയും ശൈലിയും. അന്യഭാഷ കൃതിയുടെ സ്വാഭാവിക മടുപ്പ് ഇല്ലാതാക്കുന്നു.

'എവിടെ ചെന്നാലും ആകാശം ഒന്നു തന്നെ' എന്നൊരു പേർഷ്യൻ പഴമൊഴി എടുത്തുദ്ധരിച്ചു കൊണ്ടാണ് മറീന നെമാത് 'ടെഹ്റാ നിലെ തടവുകാരി' എന്ന വിഖ്യാത കൃതി ആരംഭിക്കുന്നത്.

രാഷ്ട്രീയ തടവുകാരെ പീഡിപ്പിച്ചു കൊല്ലുന്ന കുപ്രസിദ്ധമായ എവിൻ തടവറയിൽ ഉണ്ടായ മറീനയുടെ അനുഭവമാണ് ഈ പുസ്തകം. ചരിത്രം പുനർരചിക്കുമ്പോൾ ഉണ്ടായ വൻ പിഴവുകളാണ് ഈ പുസ്തകത്തിലെ പ്രതിപാദ്യം.

സ്വത്ത് കൊള്ളയടിച്ച് രാജ്യത്തെ ലൈംഗിക അരാചകത്വത്തി ലേക്ക് നയിച്ച ഷാഭരണകൂടത്തെ തൂത്തെറിഞ്ഞ് അധികാരത്തിൽ വന്ന ഖൊമേനിയുടെ ഇസ്ലാമിക ഭരണകൂടം നടപ്പാക്കിയ പരിഷ് കരണത്തിന്റെ ആദ്യ നാളുകളിൽ മറീനയ്ക്ക് സംഭവിക്കുന്ന തെറ്റു കളും അതേതുടർന്ന് അവൾ അനുഭവിക്കേണ്ടി വരുന്ന പീഡന ങ്ങളുമാണ് 'ടെഹ്റാനിലെ തടവുകാരി'. വധശിക്ഷയിൽ നിന്ന്

തലനാരിഴയ്ക്ക് രക്ഷപ്പെട്ട് അന്യരാജ്യത്ത് അഭയം തേടുന്നതിലൂടെയാണ് ഈ പുസ്തകം അവസാനിക്കുന്നത്.

മറീനയുടേത് ഇനിയൊരു പുനർജന്മമാണ്. കനഡയിലെ അനന്തവും ആഴമേറിയതുമായ നീലാകാശവും നക്ഷത്ര ശോഭയിൽ തിളങ്ങുന്ന നഗരവും അവളെ കാത്തിരിക്കുന്നു.

പണ്ട് അവളുടെ മുത്തശ്ശിക്കും ഇതുപോലുള്ള അനുഭവമായിരുന്നു. ജനിച്ച നാടും വീടും ഉപേക്ഷിക്കേണ്ടിവന്ന മുത്തശ്ശി അന്ന് ഒരുപാട് കരഞ്ഞിരുന്നു. ക്രിസ്തു മതവിശ്വാസിയായ മുത്തശ്ശി റഷ്യൻ വംശജയായിരുന്നു. മുത്തച്ഛൻ ഇറാൻകാരനും.

റഷ്യൻ വിപ്ലവത്തെത്തുടർന്ന് ഇറാനിലേക്ക് ഓടിപ്പോരേണ്ടി വന്നവരായിരുന്നു ആ ദമ്പതികൾ. റഷ്യ വിടുമ്പോൾ മുത്തശ്ശി ഗർഭിണിയായിരുന്നു.

മറീനയുടെ അച്ഛനെ വയറ്റിൽ ചുമന്നായിരുന്നു അവർ അന്ന് നാടുവിട്ടത്. ഇന്ന് മറീനയ്ക്ക് സംഭവിച്ചിരിക്കുന്നതും ഏറക്കുറെ മുത്തശ്ശിയുടെ അനുഭവമാണ്. അതേ പ്രയാസങ്ങളും വേദനകളും തന്നെയാണ്.

പരിചയമില്ലാത്ത നാട്ടിലേക്ക് അഭയാർത്ഥിയായി കൈക്കുഞ്ഞുമായി പൂർവ്വബന്ധങ്ങളുടെ വേരുകൾ അറുത്തുമാറ്റി ഒരു യാത്ര...

എവിൻ തടവറയിൽ വധശിക്ഷയിൽ നിന്നൊഴിവാകാൻ ജയിലറായ അലിയുടെ നിർബന്ധത്തിനു വഴങ്ങി മറീന ഇസ്‌ലാം മതം സ്വീകരിക്കുകയും അലിയെ വിവാഹം ചെയ്യുകയുമായിരുന്നു.

എന്നാൽ ആ ബന്ധം അധികനാൾ തുടരാനായില്ല. അലി ദുരൂഹസാചര്യത്തിൽ വധിക്കപ്പെട്ടു. അയാളുടെ മരണ ശേഷം മറീന പൂർവ്വകാമുകനും ക്രിസ്ത്യാനിയുമായ ആന്ദ്രേയെ വിവാഹം ചെയ്തത് എവിനിലെ ഒരു വിഭാഗം ഗാർഡുകൾക്കിടയിൽ കടുത്ത അമർഷത്തിന്നിടയാക്കി. അത് അവളുടെ ജീവൻ അപകടത്തിലാക്കിയിരുന്നു.

കുറേക്കാലം നഗരത്തിൽ നിന്ന് വിട്ട് മാറി താമസിച്ചെങ്കിലും ഒടുവിൽ യുക്തിപൂർവ്വമായ തീരുമാനം അവൾ കൈക്കൊള്ളുകയായിരുന്നു. സ്നേഹിച്ച പുരുഷനോടൊത്ത് നാട് ഉപേക്ഷിക്കുകയെന്നത്. ആ തീരുമാനം വധശിക്ഷയേക്കാൾ കടുപ്പമേറിയ വേദനയാണ് അവൾക്ക് സമ്മാനിച്ചത്.

മറീന ആ വേദന ഇങ്ങനെ പങ്കുവെയ്ക്കുന്നു.

ഇറാനിലെ എന്റെ ജീവിതമാണെന്നെ ഞാനാക്കിയത്. ഞാൻ ഇവിടെ വിട്ടുപോകുന്നത് എന്റെ ആത്മാവിന്റെ എന്റെ ഹൃദയത്തിന്റെ ഒരംശമാണ്. ഇവിടെയാണെന്റെ പ്രിയ സുഹൃത്തുക്കളെ അടക്കം

ചെയ്തിരിക്കുന്നത്. എനിക്ക് ഈ നാട് വിട്ട് പോകുകയല്ലാതെ ഇപ്പോൾ മറ്റ് മാർഗ്ഗമില്ല...''

വളർന്നു വലുതായ വീട്, കളിച്ചു നടന്ന പാർക്ക്, വിശ്വാസത്തിന്റെയും സമാധാനത്തിന്റെയും പ്രതീകമായ പള്ളി, നീലകാസ്പിയൻ കടൽ, തുറമുഖത്തിന്റെ രണ്ടു വശങ്ങളും ബന്ധിപ്പിച്ച പാലം, ഉയരമേറിയ മലനിരകളുടെ മടിത്തട്ടിൽ വിശ്രമിച്ച നെൽവയലുകൾ എല്ലാം ഇനി അവൾക്ക് ഓർമ്മകളായി മാറുകയാണ്.

സ്കൂളിൽ പഠിച്ചു കൊണ്ടിരിക്കുമ്പോൾ പതിനാറാമത്തെ വയസ്സിലാണ് മറീന അറസ്റ്റു ചെയ്യപ്പെടുന്നത്. അവൾക്ക് അതിന്റെ കാരണം ഇനിയും മനസ്സിലായില്ല. ഒരു ദിവസം ടെഹ്റാനിലെ രണ്ട് വിപ്ലവഗാർഡുകൾ വീട്ടിൽ വന്നു കയറി. അവളുടെ മുറി പരിശോധിച്ചു. അവർ ഏറ്റവും കൂടുതൽ വെറുക്കുന്ന പാശ്ചാത്യ ഭാഷയിൽ അച്ചടിച്ച പുസ്തകങ്ങളായിരുന്നു മുറി നിറയെ. അതെല്ലാം വാരി വലിച്ച് അവർ കൊണ്ടുപോയി. കൂടെ മറീനയേയും. ഖൊമേനിയുടെ ഭരണകാലത്ത് പാശ്ചാത്യ പുസ്തകങ്ങൾക്ക് ഇറാനിൽ വിലക്കുകൾ ഉണ്ടായിരുന്നു. ആ പുസ്തകങ്ങളെല്ലാം മറീനയ്ക്ക് സമ്മാനിച്ചത് പുസ്തക കടക്കാരനായ ഒരു അമേരിക്കക്കാരനായിരുന്നു.

എന്നാൽ മറീനയെ ശരിക്കും അറസ്റ്റിലേക്ക് നയിച്ചത് ഈ പുസ്തകങ്ങൾ ഒന്നുമല്ല. ഇമാമിന്റെ ഉദ്ബോധനങ്ങൾ പഠിപ്പിക്കുന്നതിന് അവൾ തന്റെ ക്ലാസ് ടീച്ചറെ ചോദ്യം ചെയ്തതാണ് കാരണം.

ഗണിത ശാസ്ത്രം പഠിപ്പിക്കുന്ന ടീച്ചറോട് രാഷ്ട്രീയം പഠിപ്പിക്കാതെ ഗണിത ശാസ്ത്രം പഠിപ്പിക്കൂ എന്നവൾ പറഞ്ഞിരുന്നു. ആ നിമിഷം മുതൽ സ്കൂളിലെ അന്തരീക്ഷം നിറംകെട്ടു. അവിടെ വെറുപ്പും വിദ്വേഷവും വ്യാപിച്ചു. ടീച്ചർ അവളെ ക്ലാസ്സിനു പുറത്തു നിർത്തി. പല കുട്ടികളും അവൾക്ക് ഐക്യദാർഢ്യം പ്രകടിപ്പിച്ചെങ്കിലും അവരെയെല്ലാം പിന്നീട് കാണാതായി. ചില കുട്ടികളെ മറീന എവിൻ തടവറയിൽ കണ്ടുമുട്ടി. അതിൽ സാറയും തരേനയും മീനയും ഉണ്ടായിരുന്നു

ജയിൽമേധാവിയായ അലി ഷാ ഭരണകാലത്ത് എവിനിൽ ക്രൂരമായി പീഡിക്കപ്പെട്ട ആളാണ്. ആ ഒരു അനുഭവമാകാം തടവുകാരോട് അയാൾ അല്പം ദയ കാട്ടുന്നത്. പ്രത്യേകിച്ച് മറീനയോട്. അവളിൽ തോന്നിയ അനുരാഗമാണ് എവിൻ തടവറയിൽ അവളുടെ ജീവൻ പൊലിയാതിരുന്നത്.

എത്രയെത്ര കന്യകമാരാണ് അവിടെ വെടിയേറ്റു മരിക്കുന്നതും പീഡിക്കപ്പെടുന്നതും.

മറീന അനുഭവം കുറിക്കുന്നു:

'സാറയെ അവളുടെ പുതപ്പിലിട്ട് പൊക്കിയെടുത്ത് ഗാർഡുകൾ കൊണ്ടു പോകുമ്പോൾ അവളെ മരിക്കാൻ അനുവദിക്കണേയെന്ന് പ്രാർത്ഥിക്കുന്നവൾ. മരണത്തിനു മുമ്പുള്ള ബലാൽത്സംഗം അതോർക്കാനേ കഴിയുന്നില്ല...'

ഇതിന്റെയെല്ലാം കാരണങ്ങൾ അജ്ഞാതമാണ്. ബൊമേനിക്കെതിരെയുള്ള ഓരോ ശബ്ദവും ഇസ്ലാമിന് എതിരെയുള്ള ശബ്ദമായി വ്യാഖ്യാനിക്കപ്പെടുന്നുണ്ട്.

അതിൽ മറഞ്ഞു കിടക്കുന്ന സാമ്രാജ്യത്വ താത്പര്യങ്ങളെ കാണാതിരുന്നു കൂടാ. റിസാഷായുടെ ഏകാധിപത്യവാഴ്ചയും അമേരിക്കയുടെയും ബ്രിട്ടന്റെയും എണ്ണ താത്പര്യങ്ങളും സി ഐ എ യെ ഉപയോഗിച്ച് നടത്തിയ അട്ടിമറികളും വിപ്ലവത്തിനു വഴിവെച്ചതു മുതലാണ് എവിൻ തടവറയിൽ നിരപരാധികളെ പീഡിപ്പിച്ചു കൊണ്ടുള്ള ചരിത്രം മാറ്റി എഴുതുന്നത് എന്ന് ഇറാന്റെ പൂർവ്വ ചരിത്രത്തിലേക്ക് കണ്ണോടിച്ചാൽ അറിയാം.

ഭീതിയുടെ പര്യായമായി മാറിയ എവിൻ തടവറയിൽ ഗർഭിണിയായ സ്ത്രീ പ്രസവിക്കുന്നതും കുഞ്ഞിനെ കാണുന്നതിന് മുമ്പ്തന്നെ അച്ഛൻ വധിക്കപ്പെടുന്നതും മറീന അടക്കമുള്ളവർ കുഞ്ഞിനെ മാറി മാറി താരാട്ടുന്നതും സ്വപ്നത്തിലെന്ന പോലെ വായിക്കാനെ നമുക്കാവൂ.

ഗർഭിണിയുടെയും മുലയൂട്ടുന്നവരുടേയും മേൽ വധശിക്ഷ നടപ്പാക്കാൻ ഇസ്ലാം അനുവദിക്കുന്നില്ല. ഷീദ എന്ന ഇരുപതുകാരിയുടെ വധശിക്ഷ നീട്ടിയത് അതുകൊണ്ടാണ്. അവൾ ഗർഭിണിയായിരുന്നു.

'ആർക്കെങ്കിലും എന്റെ ആത്മാവിന്റെ സ്വരം കേൾക്കാമോ?' എന്ന് മരണത്തിന് മുമ്പ് ജയിൽ ചുമരിൽ എഴുതിപ്പോകുന്ന ഷിറിൻ ഹഷേമിയെ എങ്ങനെയാണ് മറക്കാനാവുക? ആ ചുമരുകളിൽ നിന്ന് എപ്പോഴും അവളുടെ നിലവിളി ഉയരുന്നത് കേൾക്കാം. സഹോദരൻ നഷ്ടമായ ആഘാതത്തിൽ ദേഹമാസകലം ഓർമ്മകൾ എഴുതി നിറയ്ക്കുന്ന സാറയും ദുഃഖമല്ലാതെ മറ്റൊന്നും ഈ തടവുകാർ നമുക്കു നൽകുന്നില്ല.

'ടെഹ്റാനിലെ തടവുകാരി'യിൽ മറീന നെമാത് അനുഭവം പങ്കിടുന്നത് ശ്വാസം അടക്കിപ്പിടിച്ച് വായിച്ച് പോകാനേ കഴിയൂ.

കന്യക രക്തസാക്ഷിയായാൽ അവൾക്ക് ദൈവപ്രീതിയും സ്വർഗവും ലഭിക്കുമെന്ന ഒരു വിശ്വാസം നിലനിൽക്കുന്നതു കൊണ്ട് മരണത്തിന് മുമ്പ് ക്രൂരമായി ബലാൽസംഗം ചെയ്താണ് അവർ നീതി നടപ്പാക്കിയിരുന്നതെന്ന് മറീന എഴുതുമ്പോൾ അതെല്ലാം വെറും കെട്ടുകഥകൾ മാത്രമാണെന്ന് തിരുത്തുന്നുണ്ട്.

മറീനയുടെ നിർബന്ധിത മതംമാറ്റവും അലിയുമായുള്ള വിവാഹവും ഒരു നിഷ്ഠൂര കഥാപാത്രമായി അലിയെ വായനക്കാരിൽ കുടിയിരുത്താനാണ് പുസ്തകം ശ്രമിക്കുന്നതെങ്കിലും അലിയുടെ രക്തസാക്ഷിത്വം നമുക്ക് നൽകുന്ന സന്ദേശം മറ്റൊന്നാണ്.

എവിനിൽ നടന്നുകൊണ്ടിരിക്കുന്ന വൃത്തികെട്ട ആചാരങ്ങളോടുള്ള എതിർപ്പ് പ്രകടിപ്പിക്കുന്നതിന് അലി കണ്ടെത്തിയ വിചിത്ര മാർഗ്ഗമായിരിക്കാം മറീനയുമായുള്ള വിവാഹമെന്നു സൂക്ഷ്മവായനയിൽ തോന്നിപ്പോവും.

മറീന മാലാഖമാരെ സ്വപ്നം കാണുന്നവളും അവരിൽ വിശ്വസിക്കുന്നവളുമാണ്. അവളുടെ വിഷമഘട്ടങ്ങളിലെല്ലാം മനുഷ്യരൂപത്തിൽ വന്ന് സഹായം നൽകുന്നതിനെ നന്ദിയോടെ അവൾ സ്മരിക്കാറുമുണ്ട്. അവൾക്ക് അറിവിന്റെ വെളിച്ചം പകർന്നു നൽകിയ പുസ്തകക്കടക്കാരൻ ആൽബർട്ട് ആ അർത്ഥത്തിൽ മാലാഖയാണ്.

വധശിക്ഷ വിധിക്കുകയും പിന്നീട് അത് ജീവപര്യന്തമായി ഇളവ് ചെയ്യുകയും രണ്ടര വർഷം തികയുന്നതിനു മുമ്പ് മറീന ജയിൽ മോചിതയാകുകയും ചെയ്തത് അലി എന്ന മാലാഖയുടെ ഇടപെടലാണ്.

അയാൾ ഉള്ളിൽ കൊണ്ടു നടന്നത് കാമാസക്തിയല്ലെന്നും, മതനൈതികതയുടെ മറവിൽ ജയിലിൽ നടക്കുന്ന പ്രവർത്തികളോടുള്ള ആത്മരോഷമാണെന്നും നല്ല വായനക്കാർ തിരിച്ചറിയാതിരിക്കില്ല. നിരപരാധികളെ കൊന്നൊടുക്കുന്നതിൽ നിന്ന് ജയിലിനെ മോചിപ്പിച്ചെടുക്കാൻ അലി നടത്തുന്ന ശ്രമങ്ങൾ പരാജയപ്പെടുന്നത് അയാളിൽ നിരാശയുളവാക്കിയിരുന്നു. ഏറ്റവും ഒടുവിൽ നിരപരാധിയായ മീനയുടെ മരണമാണ് അലിയെ തളർത്തിയത്.

മറീനയുമൊത്ത് സുഖജീവിതം നയിക്കാൻ ആഗ്രഹിച്ച അലി അവൾക്കിഷ്ടമില്ലാത്ത ജോലിപോലും രാജിവെയ്ക്കുന്നുണ്ട്. രണ്ടര വർഷം കൊണ്ട് ടെഹ്റാനിലെ എവിൻ തടവറയിൽ മറീന കണ്ടതും കേട്ടതും അനുഭവിച്ചതുമായ പീഡനങ്ങളുടെ കഥയാണ് ടെഹ്റാനിലെ തടവുകാരി.

ഖൊമേനി ഭരണം തന്റെ ജീവിതത്തെ മാറ്റി മറിച്ചു എന്നു പറയുന്ന മറീന ജയിലർ അലിയെ പോലെ ഖൊമേനിയിലും നന്മ കണ്ടെത്താൻ പുസ്തകം ശ്രമിക്കുന്നുണ്ട്. ഒരേയിരുപ്പിന് വായിച്ചു തീർക്കാൻ പ്രേരിപ്പിക്കുന്ന ഭാഷയും ശൈലിയും. അന്യഭാഷ കൃതിയുടെ സ്വാഭാവിക മടുപ്പ് ഇല്ലാതാക്കുന്നു.

വിവർത്തനം : സുരേഷ് എം.ജി.

■

50 ക്ലാസിക് കൃതികൾ

വിവർത്തനം: എൻ. മൂസക്കുട്ടി

വിശ്വസാഹിത്യ കൃതികളിലൂടെ ഒരു സ്വർഗ്ഗയാത്ര

പലപ്പോഴും വായിക്കണമെന്ന് ആഗ്രഹിക്കുകയും ജീവിതത്തിന്റെ യാന്ത്രികതയിൽ വായന നഷ്ടപ്പെടുകയോ ശുഷ്കിച്ചു പോവുകയോ പൾപ്പ് ഫിക്ഷനുകളിലേക്ക് വഴിമാറിപ്പോവുകയോ ചെയ്ത സന്ദർഭത്തിൽ ലോക ക്ലാസ്സിക്കുകൾ പലതും വായിക്കാൻ കഴിയാതെ പോയിട്ടുണ്ട്. എന്നാൽ ആ സങ്കടം പൂർണ്ണമായും ഇല്ലാതാക്കുകയാണ് വിവർത്തകനായ എൻ. മൂസക്കുട്ടി. 50 ക്ലാസിക് കൃതികൾ എന്ന ഈ പുസ്തകം അത്യുത്കൃഷ്ടമായ ലോക ക്ലാസിക് കൃതികളിലൂടെയുള്ള ഒരു ചിന്തകന്റെ സർഗ്ഗാത്മക യാത്രയാണ്.

ലോകഭാഷയിൽ അത്ഭുതങ്ങൾ സൃഷ്ടിച്ച മനുഷ്യേതിഹാസങ്ങളായ 50 ക്ലാസിക് കൃതികളെ കുറിച്ചുള്ള പഠനമാണ് പ്രശസ്ത ഗ്രന്ഥകാരനും വിവർത്തകനും കേരള സാഹിത്യ അക്കാദമി അവാർഡ് ജേതാവുമായ എൻ. മൂസക്കുട്ടി രചിച്ച '50 ക്ലാസിക് കൃതികൾ' എന്ന പുസ്തകം. 'വിശ്വസാഹിത്യ ജാലകം' എന്ന ശീർഷകത്തിൽ ദേശാഭിമാനിയിൽ പ്രസിദ്ധീകരിച്ച ലേഖനങ്ങളുടെ സമാഹാരമാണ് ഈ ഗ്രന്ഥം.

പലപ്പോഴും വായിക്കണമെന്ന് ആഗ്രഹിക്കുകയും ജീവിതത്തിന്റെ യാന്ത്രികതയിൽ വായന നഷ്ടപ്പെടുകയോ ശുഷ്കിച്ചു പോകുകയോ പൾപ്പ് ഫിക്ഷനുകളിലേക്ക് വഴിമാറി പോകുകയോ ചെയ്ത സന്ദർഭത്തിൽ ലോക ക്ലാസിക്കുകൾ പലതും വായിക്കാൻ കഴിയാതെ പോയിട്ടുണ്ട്. എന്നാൽ ആ സങ്കടം പൂർണമായും ഇല്ലാതാക്കുകയാണ് എൻ. മൂസക്കുട്ടി.

'50 ക്ലാസിക് കൃതികൾ' എന്ന ഈ പുസ്തകം അത്യുത്കൃഷ്ടമായ ലോക ക്ലാസിക് കൃതികളിലൂടെയുള്ള ഒരു ചിന്തകന്റെ

സർഗ്ഗാത്മക യാത്രയാണ്. ഇതിഹാസങ്ങളെ ആഴത്തിൽ പഠിക്കാനും വിശകലനം ചെയ്യാനും സഹായിക്കുന്ന ഈ ഗ്രന്ഥത്തിൽ ടോൾസ്റ്റോയിയുടെ യുദ്ധവും സമാധാനവും, വിക്ടർ ഹ്യൂഗോയുടെ പാവങ്ങൾ, ബൽസാക്കിന്റെ ഓൾഡ് ഗോറിയോട്ട്, ഹെമിങ്ങ്‌വേയുടെ കിഴവനും കടലും, ദസ്തയേവ്സ്കിയുടെ കാരമസോവ് സഹോദരന്മാർ, എൻ.മൂസക്കുട്ടിക്ക് മികച്ച വിവർത്തകനുള്ള കേരള സാഹിത്യ അക്കാദമിയുടെ അവാർഡ് നേടിക്കൊടുത്ത ജെയിംസ് ജോയ്സിന്റെ യൂലിസസ് തുടങ്ങി അമ്പതോളം ഇതിഹാസ കൃതികളാണ് ഗ്രന്ഥകാരൻ പഠനവിധേയമാക്കുന്നത്. ലളിതമായ ആഖ്യാനശൈലിയിലാണ് ഓരോ ഗ്രന്ഥത്തേയും പരിചയപ്പെടുത്തുന്നത്.

കിഴവനും കടലും

സാന്റിയാഗോ എന്ന മുക്കുവനും പതിനെട്ടടി നീളമുള്ള മർളിൻ എന്ന കൂറ്റൻ കടൽമത്സ്യവും തമ്മിലുള്ള മൂന്നു ദിവസത്തെ ഐതിഹാസികമായ പോരാട്ടത്തിന്റെ കഥ പറയുന്ന ഹെമിങ്ങ് വേയുടെ 'കിഴവനും കടലും' മൂസക്കുട്ടിയുടെ ആഖ്യാന ചാരുതയിൽ ആസ്വാദ്യമായിത്തീരുന്ന ലേഖനമാണ്. നിരവധി അർത്ഥതലങ്ങളെ ഹെമിങ്ങ്‌വേ ഈ നോവലിൽ സമർത്ഥമായി സന്നിവേശിപ്പിച്ചതായി ഗ്രന്ഥകാരൻ കണ്ടെത്തുന്നു. ചൂണ്ടയിൽ കുടുങ്ങിയ മത്സ്യത്തെ വഞ്ചിയിൽ കയറ്റാൻ കിഴവന് കഴിയുന്നില്ല. അത് വഞ്ചി വലിച്ചുകൊണ്ടു പോകുകയാണ്. വല്ലാതെ കഷ്ടപ്പെടുന്ന കിഴവൻ തളരുന്നു. ഒടുവിൽ തന്റെ പ്രതിയോഗിയോട് തോന്നുന്നത് ഒരു തരം സഹാനുഭൂതിയും മതിപ്പുമാണ്. മൂന്നു ദിവസത്തെ പോരാട്ടത്തിനൊടുവിൽ മത്സ്യത്തെ കീഴ്പ്പെടുത്തുന്നുണ്ടെങ്കിലും കരയിൽ എത്തുമ്പോഴേക്കും സ്രാവുകൾ തിന്നു തീർത്തതിന്റെ ബാക്കി അസ്ഥികൂടം മാത്രം അവശേഷിക്കുന്നതാണ് കഥ.

പാവങ്ങൾ

ഷഷ്ഠിപൂർത്തിയോടടുത്താണ് വിക്ടർ ഹ്യൂഗോ അദ്ദേഹത്തിന്റെ ക്ലാസിക് കൃതിയായ പാവങ്ങൾ രചിക്കുന്നത്. ഈ വിശ്വോത്തര രചനയേയും എഴുത്തുകാരനേയും പരിചയപ്പെടുത്തുമ്പോൾ വിക്ടർ ഹ്യൂഗോയുടെ ആരാധകവൃന്ദത്തിന്റെ വ്യാപ്തിയും ഈ ലേഖനത്തിൽ നമുക്ക് വായിച്ചെടുക്കാനാകുന്നു. ഇരുപത് ലക്ഷത്തിലേറെ ജനങ്ങളാണ് ഈ വിശ്വസാഹിത്യകാരന്റെ ശവസംസ്കാര ചടങ്ങിൽ അന്ത്യാഞ്ജലി അർപ്പിക്കാൻ എത്തിയത്. ഹ്യൂഗോയുടെ പ്രശസ്തമായ വാക്കുകളും ലേഖനത്തോടൊപ്പം മൂസക്കുട്ടി ചേർത്തു വെക്കുന്നുണ്ട്. ''എവിടെ മനുഷ്യൻ അജ്ഞനും നിരാശനുമായിരിക്കുന്നു, എവിടെ ഭക്ഷണത്തിനു വേണ്ടി സ്ത്രീകൾ വിൽക്കപ്പെടുന്നു, എവിടെ

കുട്ടികൾ അറിവുണ്ടാക്കാനുള്ള ഗ്രന്ഥവും തണുപ്പ് മാറാനുള്ള അടുപ്പും കിട്ടാതെ കഷ്ടപ്പെടുന്നു അവിടെയെല്ലാം 'പാവങ്ങൾ' എന്ന ഗ്രന്ഥം വാതിൽക്കൽ മുട്ടി വിളിച്ചു പറയും എനിക്ക് വാതിൽ തുറന്ന് തരിക, ഞാൻ വന്നിരിക്കുന്നത് നിങ്ങളെ കാണാനാണ് എന്ന്.''

യുദ്ധവും സമാധാനവും

ടോൾസ്റ്റോയ് കൃതികൾ റഷ്യയുടെ മുഖക്കണ്ണാടിയാണെന്ന് ലെനിൻ വിശേഷിപ്പിച്ചിട്ടുണ്ട്. ടോൾസ്റ്റോയിയെ ലോകോത്തര നോവലിസ്റ്റിന്റെ പദവിയിലേക്കുയർത്തിയ 'യുദ്ധവും സമാധാനവും' മൂസക്കുട്ടി നമ്മെ പരിചയപ്പെടുത്തുന്നത് അതിൽ കൃത്യമായി രേഖപ്പെടുത്തിയ വാക്കുകളുടെയും കഥാപാത്രങ്ങളുടെയും കണക്കുകൾ അടയാളപ്പെടുത്തിയാണ്.

ഡോക്ടർ ഷിവാഗോ

ഇരുപതാം നൂറ്റാണ്ടിൽ ഏറ്റവും അധികം ശ്രദ്ധിക്കപ്പെട്ട രാഷ്ട്രീയ നോവലുകളിൽ ഒന്നായ റഷ്യൻ എഴുത്തുകാരൻ ബോറിസ് പാസ്റ്റർനാക്കിന്റെ 'ഡോക്ടർ ഷിവാഗോ'യെ മൂസക്കുട്ടി വിലയിരുത്തി അവതരിപ്പിക്കുമ്പോൾ ശ്രദ്ധേയമായ ഉൾക്കാഴ്ചകൾ പകരുന്നുണ്ട്. 1917ലെ റഷ്യൻ വിപ്ലവത്തിന്റെയും തുടർന്നുള്ള ആഭ്യന്തര കലാപത്തിന്റെയും പാശ്ചാത്തലമാണ് നോവലിൽ. പടിഞ്ഞാറൻ രാജ്യങ്ങളിൽ ഏറ്റവും അധികം വിറ്റഴിക്കപ്പെട്ട ഡോക്ടർ ഷിവാഗോ 1986 വരെ സോവിയറ്റ് യൂണിയനിൽ രഹസ്യമായിട്ടാണ് പ്രചരിച്ചിരുന്നതെന്നും ഗ്രന്ഥകാരൻ സാക്ഷ്യപ്പെടുത്തുന്നു.

ആയിരത്തൊന്നു രാവുകൾ

കഥാ പ്രണയികൾക്ക് ഇന്നേവരെ ലഭിച്ചതിൽ ഏറ്റവുമധികം കൊണ്ടാടപ്പെട്ടതും ജനപ്രീതിയാർജ്ജിച്ചതുമായ 'ആയിരത്തൊന്നു രാവുകൾ' ഇനിയും വരാനിരിക്കുന്ന അനേകം തലമുറകളെ ഈ കഥ രസിപ്പിക്കാനുള്ളതാണെന്നും പറഞ്ഞുകൊണ്ടാണ് ഗ്രന്ഥകാരൻ കൃതിയെ പരിചയപ്പെടുത്തുന്നത്.

ഹോമറിന്റെ ഇലിയഡും ബൽസാക്കിന്റെ ഓൾഡ് ഗോറിയോട്ടും ചെക്കോവിന്റെ ആറാം നമ്പർ വാർഡും തോമസ് മോറിന്റെ ഉട്ടോപ്യൻ സോഷ്യലിസവും മാർക്സിന്റെ മൂലധനവും ചാൾസ് ഡാർവിന്റെ ഒറിജിൻ ഓഫ് സ്പീഷിസും തുടങ്ങി വിഖ്യാത രചനകളെയും അവയുടെ കർത്താക്കളേയും അടുത്തറിയാനും പഠിക്കാനും ലോക ക്ലാസിക്കുകൾ തേടി പോകുന്നവർക്ക് ഒരു മുതൽകൂട്ടാണ് 'എൻ. മൂസക്കുട്ടിയുടെ 50 ക്ലാസിക് കൃതികൾ' എന്ന ലേഖന സമാഹാരം. ■

അടിമത്തത്തിന്റെ പന്ത്രണ്ടു വർഷങ്ങൾ

സോളമൻ നോർത്തപ്

ജീവിതത്തിന്റെ ചതഞ്ഞ മുറിവുകൾ

ഒരു സ്വതന്ത്ര്യ രാജ്യത്ത് സ്വാതന്ത്ര്യനായി സന്തോഷത്തോടെ ഭാര്യയോടും മക്കളോടുമൊപ്പം ജീവിക്കുമ്പോഴാണ് അടിമ വ്യാപാരികൾ സോളമൻ നോർത്തപിനെ തട്ടിക്കൊണ്ടു പോകുന്നത്. ചതിയിൽ കുടുങ്ങിപ്പോകുന്ന നോർത്തപ് തന്റെ ശ്രേഷ്ഠമായ കലയിലൂടെയാണ് ജീവിതം വീണ്ടെടുക്കുന്നത്. ഒരുപക്ഷേ, ആ മാസ്മരികമായ സംഗീതോപകരണവും സിദ്ധിയും ഇല്ലായിരുന്നുവെങ്കിൽ സാധാരണ അടിമകളെ പ്പോലെ അയാളുടെ ജീവിതവും കെട്ടുപോകുമായിരുന്നു! 'അടിമത്തത്തിന്റെ പന്ത്രണ്ടു വർഷങ്ങൾ' പല വായനകൾ ആവശ്യപ്പെടുന്ന കൃതിയാണ്.

ശരീരം മറ്റൊരാൾക്ക് വിധേയപ്പെട്ട് അടിമയായി ജീവിതം നയി ക്കേണ്ടി വരികയെന്നത് എത്രമാത്രം വേദനാജനകമാണ്. നമുക്ക് ആലോചിക്കാൻ പോലും പ്രയാസമാകുന്ന ഒരാളുടെ ജീവിതത്തിന്റെ ചതഞ്ഞ മുറിവുകളാണ് സുരേഷ് എം ജി മൊഴി മാറ്റം ചെയ്ത സോളമൻ നോർത്തപിന്റെ 'അടിമത്തത്തിന്റെ പന്ത്രണ്ടു വർഷ ങ്ങൾ.'

മനുഷ്യനെ വിലക്കു വാങ്ങിയോ വാടകയ്ക്ക് എടുത്തോ ജന്മി മാരുടെ കൃഷിയിടങ്ങളിൽ അടിമവേല ചെയ്യാൻ വിധിക്കപ്പെട്ട ഒരു കൂട്ടം മനുഷ്യരുടെയും അതിനു വഴിവെച്ച കാലത്തിന്റെയും ഓർമ്മ പുസ്തകമാണ് ഈ നോവൽ. നിയമപരിഷ്കാരത്തിലൂടെ അടിമത്തം നിർത്തലാക്കിയിട്ടും അമേരിക്ക പോലുള്ള പരിഷ്കൃത രാജ്യങ്ങളിൽ നടന്നുവന്നിരുന്ന ക്രൂരമായ നരനായാട്ടും മനുഷ്യത്വഹീനമായ മർദ്ദനമുറകളും സോളമൻ നോർത്തപ് ഈ പുസ്തകത്തിലൂടെ ആലേഖനം ചെയ്യുന്നു.

പത്തൊമ്പതാം നൂറ്റണ്ടിന്റെ മധ്യദശകങ്ങളിൽ അമേരിക്കയിലെ ലൂയിസിയാനയിൽ കറുത്ത വംശജനായ സോളമൻ നോർത്തപ് അനുഭവിച്ച പീഡനങ്ങളാണ് പുസ്തകത്തിൽ പ്രതിപാദിച്ചിരിക്കുന്നത്.

ഒരു വയലിനിസ്റ്റായ അയാൾ തൊഴിൽ അന്വേഷിച്ച് ഇറങ്ങിയതായിരുന്നു. ഒരു ഗ്രാമത്തിൽ വെച്ച് പരിചയപ്പെട്ട രണ്ടു പേർ നോർത്തപിന്റെ കഴിവുകളിൽ വിശ്വാസം അർപ്പിക്കുകയും കൂടുതൽ വേതനം വാഗ്ദാനം ചെയ്ത് നഗരത്തിലെ സർക്കസ് കൂടാരത്തിലേക്ക് എന്ന വ്യാജേന തന്ത്രപൂർവ്വം തട്ടിക്കൊണ്ടു പോകുന്നതിലൂടെ കഥ ഇതൾ വിരിയുന്നു.

യാത്രാമധ്യേ അപരിചിതരെ സംബന്ധിച്ച പല സംശയങ്ങളും ദുരൂഹതകളും നോർത്തപിന്റെ ചിന്താമണ്ഡലത്തിൽ ഉയരുന്നുണ്ടെങ്കിലും മോഹനമായ നഗരജീവിതവും ഉയർന്ന വേതനവും സ്വപ്നം കണ്ടുകൊണ്ടുള്ള ആ യാത്രയിൽ അയാൾ തീർത്തും നിശ്ശബ്ദനും അനുസരണശീലക്കാരനുമായി മാറുന്നു. വഴിമദ്ധ്യേ രാത്രിയിൽ ഒരു സത്രത്തിൽ തളർന്നുറങ്ങിയ നോർത്തപ് ഉണർന്നപ്പോൾ തന്റെ കണ്ണുകളെപ്പോലും വിശ്വസിക്കാൻ കഴിയാത്തതു പോലുള്ള കാഴ്ചയാണ് കണ്ടത്. തന്റെ കഴുത്തും കൈകാലുകളും ബന്ധിക്കപ്പെട്ട നിലയിൽ ഒരു ഇരുട്ടുമുറിയിൽ ആരോ തള്ളിയിട്ട നിലയിൽ തറയിലാണയാൾ കിടന്നിരുന്നത്. ചാട്ടവാറിന്റെ ഗർജ്ജനത്തിനും നിലവിളികൾക്കുമിടയിൽ നഗ്നമാക്കപ്പെട്ട കബന്ധങ്ങൾ.

അനുസരണക്കേട് കാട്ടിയ അടിമയുടെ ശരീരം ചെന്നായ്ക്കൾ കടിച്ചുകീറുന്നതും മറവിയുടെയും മരണത്തിന്റെയും ലോകത്തേക്ക് തളർന്നു വീഴുന്നതും മനോവിഭ്രാന്തിയോടെയല്ലാതെ വായിക്കാനാവില്ല.

നോർത്തപ് കണ്ടതും അനുഭവിച്ചതുമായ കറുത്തവന്റെ ദുരിത ജീവിതമാണ് നോർത്തപിന്റെ ആത്മകഥാപരമായ ഈ പുസ്തകം. മനുഷ്യത്വം മരവിച്ചു പോയിട്ടില്ലാത്തവന്റെ നിശ്ശബ്ദമായ തേങ്ങലുകളും പ്രാർത്ഥനകളുമാണ് ഈ മൊഴിമാറ്റ കൃതിയിൽനിന്നും നമുക്ക് വായിച്ചെടുക്കാനാകുക!

കൊളോണിയൽ ചങ്ങലകളൊന്നുമില്ലാതെ ഒരു സ്വതന്ത്ര രാജ്യത്ത് ജീവിക്കുന്ന മനുഷ്യന്റെ മേൽ നടത്തുന്ന പീഡന മുറകൾ ഇതിലും ഭയാനകമാണെന്ന് സുരേഷ് എം ജിയുടെ ചില വിവർത്തന ഗ്രന്ഥങ്ങളെങ്കിലും മുമ്പ് സാക്ഷ്യപ്പെടുത്തിയിട്ടുണ്ട്. അടിമത്തത്തിന്റെയും സ്വാതന്ത്ര്യത്തിന്റെയും രണ്ടവസ്ഥകളിലും വീണു പിടയുന്നവരുടെ അതിജീവന കഥകൾ വായനക്കാരെ വിഷാദചിത്തരാക്കുകയും ചിന്തിപ്പിക്കുകയും ചെയ്യുന്നു.

തലമുറകളായി അടിമത്തം അനുഭവിക്കുന്നവരാണ് സോളമൻ നോർത്തപിന്റെ കുടുംബം.

അച്ഛൻ, അമ്മ, അപ്പൂപ്പൻ എന്നിവരൊക്കെ തങ്ങളുടെ ശരീരവും ജീവനും മറ്റുള്ളവർക്ക് വിധേയപ്പെട്ട് ജീവിച്ച് കഷ്ടത അനുഭവിച്ച വരായിരുന്നു. എന്നാൽ ഒരു സ്വതന്ത്ര്യരാജ്യത്ത് സ്വതന്ത്രനായി സന്തോഷത്തോടെ ഭാര്യയോടും മക്കളോടുമൊപ്പം ജീവിക്കുമ്പോ ഴാണ് അടിമവ്യാപാരികൾ അയാളെ തട്ടിക്കൊണ്ടു പോകുന്നത്.

'അടിമത്തത്തിന്റെ പന്ത്രണ്ടു വർഷങ്ങൾ' പല വായനകൾ ആവശ്യ പ്പെടുന്ന കൃതിയാണ്.

ജയിലറകളിലും ഭൂഗർഭ തടവറകളിലും ജീവിതം നഷ്ടമായി പ്പോകുന്നവരുടെ വിലാപങ്ങളും ആത്മസംഘർഷങ്ങളും കണ്ണീരും അടിമത്തമെന്ന പ്രാകൃത ജീവിതാവസ്ഥയുടെ നോവുകളും പേറു ന്നതാണ് സുരേഷിന്റെ ഈ മൊഴിമാറ്റകൃതി.

ചതിയിൽ കുടുങ്ങിപ്പോകുന്ന നോർത്തപ് തന്റെ ശ്രേഷ്ഠമായ കലയിലൂടെയാണ് ജീവിതം വീണ്ടെടുക്കുന്നത്. ഒരുപക്ഷേ, ആ മാസ്മരികമായ സംഗീതോപകരണവും സിദ്ധിയും ഇല്ലായിരുന്നു വെങ്കിൽ സാധാരണ അടിമകളെപ്പോലെ അയാളുടെ ജീവിതവും കെട്ടുപോകുമായിരുന്നു.

സോളമൻ നോർത്തപ് കടന്നു പോയ ജീവിതത്തിന്റെ ഏറ്റവും ദുഷ്കരമായ അവസ്ഥകൾ അടിമത്തമെന്ന വാക്കിനു പുതിയ നിർവ്വചനം കൂടിയായി മാറുന്നു.

ഈ പുസ്തകം നോവൽ വിഭാഗത്തിലാണ് ഉൾപ്പെടുത്തിയതെ ങ്കിലും രസാനുഭൂതി പകരുന്ന ഭാവനയോ കാല്പനികത്തികവാർന്ന ആഖ്യാനമോ ഇതിൽ കടന്നു വരുന്നില്ല. നോർത്തപിന്റെ ആത്മ കഥാ പുസ്തകം എന്നു പറയുന്നതാവും ശരിയെന്ന് തോന്നുന്നു.

ലൂയിസിയാനയിലെ കരിമ്പിൻതോട്ടങ്ങളിലും പരുത്തിപ്പാട ങ്ങളിലും ഗോതമ്പ് വയലുകളിലും നോർത്തപ് അനുഭവിക്കുന്ന തീക്ഷ്ണമായ ജീവിതം പറയുകയാണ് ഈ പുസ്തകം. അടിമച്ചാള യിൽനിന്ന് യജമാനനോടൊത്ത് ഇറങ്ങി വരുന്ന നീഗ്രോ അടിമ കളുടെ വൈകാരികത മുറ്റി നിൽക്കുന്ന ജീവിത മുഹൂർത്തങ്ങൾ വായനക്കാരന്റെ കരളലിയിപ്പിക്കുന്നു. "കരയണ്ട അമ്മേ... ഞാൻ നല്ല കുട്ടിയായിത്തന്നെയിരിക്കും."

മക്കളെ അമ്മയിൽ നിന്ന് വേർപെടുത്തിയ നിലവിളി കേട്ട് സഹി ക്കാനാവാതെ കൊച്ചുബാലികയായ റണ്ടാൾ തിരിഞ്ഞു നോക്കി പറയുമ്പോൾ ആരുടെ കണ്ണാണ് നനയാതിരിക്കുക!

ഒന്നര നൂറ്റാണ്ടു മുമ്പുള്ള ഒരു സമ്പന്ന രാഷ്ട്രത്തിൽ നടമാടിയിരുന്ന വർണ്ണക്കൊതിയും പീഡനമുറകളും റിപ്പബ്ലിക്കൻ കാലത്തും തുടരുന്നത് നമ്മെ ലജ്ജിപ്പിക്കുന്നു. സോളമൻ നോർത്തപിന്റെ അടിമത്തത്തിന്റെ പന്ത്രണ്ടു വർഷങ്ങൾ പുതിയ കാലത്ത് പ്രസക്തവുമാകുന്നതു അതുകൊണ്ടു കൂടിയാണ്.

ജനറൽ ഹാരിസണിന്റെ മൃതദേഹം വഹിച്ചുകൊണ്ടുള്ള വിലാപയാത്ര ആ കാലഘട്ടത്തെ തിരിച്ചറിയാൻ സഹായിക്കുന്നുണ്ട്.

അടിമത്തത്തിന് എതിരെ പോരാടി സ്വന്തം ജീവൻ കുരുതി കൊടുത്ത അമേരിക്കൻ പ്രസിഡണ്ട് ആയിരുന്ന ബെഞ്ചമിൻ ഹാരിസണിന്റെ മുത്തച്ഛനാണ് ജനറൽ ഹാരിസൺ.

വർണ്ണശബളമായി പുസ്തകത്തിൽ നിറഞ്ഞ കഥകളോ അതോ എന്റെ കഥയോ കൂടുതൽ അടിമത്തമുള്ളതും കൂടുതൽ ക്രൂരവുമെന്ന് അത് വായിച്ചവർ തീരുമാനിക്കട്ടെ എന്ന ആമുഖത്തോടെയാണ് പുസ്തകം ആരംഭിക്കുന്നത്.

വിവർത്തനം : സുരേഷ് എം.ജി.

■

ക്ലാവ് പിടിച്ച കാലം
സ്വെറ്റ്ലാന അലക്സിവിച്ച്

സോഷ്യലിസ്റ്റ് വ്യവസ്ഥിതിയുടെ ഉദയവും അസ്തമയവും

സോഷ്യലിസ്റ്റ് വ്യവസ്ഥിതിയുടെ ഉദയവും അസ്തമയവും നേരിട്ട് അനുഭവിച്ച വ്യക്തികളുടെ ആത്മഗതങ്ങളിലൂടെ സോവിയറ്റ് റഷ്യയുടെ പൊയ്മറഞ്ഞ ഒരു കാലഘട്ടത്തെ തീവ്രമായി അടയാളപ്പെടുത്തുകയാണ് 2015ലെ നൊബേൽ പുരസ്കാര ജേതാവ് കൂടിയായ സ്വെറ്റ്ലാന അലക്സിവിച്ച്. ജീവിതത്തിലെ ഏറ്റവും നല്ല കാര്യങ്ങൾ നമുക്ക് സൗജന്യമായാണ് ലഭിക്കുന്നതെന്ന് സ്വെറ്റ്ലാന അടയാളപ്പെടുത്തുന്നു. ഉദാഹരണത്തിന് 'സ്നേഹം' എന്നാൽ ഏതോ വേദിയിൽ നിന്ന് ആരോ വിളിച്ചു പറഞ്ഞു. 'വിൽക്കൂ... പണമുണ്ടാക്കൂ...' സോഷ്യലിസ്റ്റ് സാമ്രാജ്യം ഭൂമുഖത്തു നിന്ന് അപ്രത്യക്ഷമായതിന്റെ പിന്നിൽ ഈ പരസ്യ വാചകമാണെന്ന് പുസ്തകം അടിവരയിടുന്നു.

ഒരിക്കൽ ഒരു വയോധിക തനിച്ച് താമസിക്കുന്ന വീട്ടിൽ ഒരു കള്ളൻ കയറി. പാതിരാത്രിയായിരുന്നു. ശബ്ദം കേട്ട് പെട്ടെന്ന് അവർ കണ്ണ് തുറന്നപ്പോൾ കണ്ടത് വീട്ടിനകത്ത് ചെറുപ്പക്കാരനായ ഒരു മോഷ്ടാവിനെയാണ്. ഒരു ഒറ്റമുറി ഫ്ളാറ്റായിരുന്നു അത്.

അയാൾ അലമാര തുറന്ന് അതിനുള്ളിൽ നിന്നും സകലതും വാരി വലിച്ച് പുറത്തിട്ടു. തറയിൽ സാധനങ്ങൾ വാരിയെറിഞ്ഞ് അയാൾ ഈർഷ്യയോടെ പിറുപിറുത്തു.

'ഈ ബുദ്ധിജീവികളെക്കൊണ്ട് തോറ്റു. നേരാംവണ്ണമുള്ള ഒരു കമ്പിളിക്കോട്ട് പോലുമില്ലല്ലോ...!'

അയാൾ വാതിൽ ഒച്ച വെച്ചടച്ച് ഇറങ്ങിപ്പോയി. അയാൾക്ക് മോഷ്ടിക്കാൻ പറ്റുന്നതായി ആ വീട്ടിൽ ഒന്നും ഉണ്ടായിരുന്നില്ല. വായിക്കാനുള്ള കുറെ നല്ല പുസ്തകങ്ങളല്ലാതെ!'

2015ലെ നോബൽ സമ്മാന ജേതാവ് സ്വെറ്റ്‌ലാന അലക്സിവിച്ചിന്റെ ക്ലാവു പിടിച്ച കാലത്തിലാണ് കള്ളന്റെ രസകരമായ കഥയുള്ളത്.

റഷ്യയിലെ ജനങ്ങൾ അങ്ങനെയായിരുന്നുവത്രെ. അവർ മക്കൾക്കായി കരുതി വെച്ചിരുന്നത് പണമോ ആഭരണങ്ങളോ ആയിരുന്നില്ല. പുസ്തകങ്ങളായിരുന്നു. പുസ്തകങ്ങളെ അഗാധമായി പ്രണയിക്കുന്നവരാണ് റഷ്യക്കാർ എന്ന് സ്വെറ്റ്‌ലാനയുടെ മറ്റു ചില പുസ്തകങ്ങളും സാക്ഷ്യപ്പെടുത്തുന്നുണ്ട്. റഷ്യയിലെ ജീവിതം ജനങ്ങളെ പഠിപ്പിച്ചത് അങ്ങനെയായിരുന്നു.

പെരിസ്ട്രോയിക്കാനന്തര റഷ്യൻ ജനതയുടെ ജീവിതാവസ്ഥകൾ കൃത്യമായി വരച്ചുവെയ്ക്കുന്ന കൃതിയാണ് ക്ലാവു പിടിച്ച കാലം. ചരിത്രത്തിന്റെ പുനർനിർമ്മിതിയോ വ്യാഖ്യാനമോ അല്ല മറിച്ച്, ജീവിച്ചു കൊണ്ടിരിക്കുന്ന മനുഷ്യരുടെ ഓർമ്മകളിലൂടെ, അവരുടെ വാക്കുകളിലൂടെ റഷ്യയുടെ പഴയ കാലത്തേയും പുതിയ ജീവിത രീതിയേയും അടയാളപ്പെടുത്തുകയാണ്.

അവരുടെയെല്ലാം അന്തഃരംഗത്തിൽ ഉണ്ടാക്കിയ മുറിവുകളും വേദനകളും അമർഷവും വെറുപ്പും ഓരോരോ വ്യക്തികളിലൂടെ സ്വെറ്റ്‌ലാന ആഖ്യാനം ചെയ്യുന്നു.

'പണ്ട് ഞങ്ങളുടെ വീടുകളിൽ പണത്തെക്കുറിച്ചു ആരും ചർച്ച ചെയ്തിരുന്നില്ല. അത്തരം സംസാരങ്ങൾ ഒരു നാണക്കേടായാണ് കരുതിയിരുന്നത്.' ഒരു സ്ത്രീ പറയുന്നു.

പണം എന്താണെന്നു പോലും അറിയാത്ത ഒരു തലമുറ അവിടെ വളർന്നിരുന്നു.

'പണം എന്നാൽ സന്തോഷം എന്നല്ല.' അങ്ങനെയാണ് ഞങ്ങൾ പഠിച്ചു വളർന്നത്. ജീവിതത്തിലെ ഏറ്റവും നല്ല കാര്യങ്ങൾ നമുക്ക് സൗജന്യമായാണ് കിട്ടുന്നത്. ഉദാഹരണത്തിന് 'സ്നേഹം.'

എന്നാൽ ഏതോ വേദിയിൽ നിന്ന് ആരോ വിളിച്ചു പറഞ്ഞു.

'വിൽക്കൂ... പണമുണ്ടാക്കൂ...'

അതോടെ കച്ചവടസാധ്യതകൾ ആരാഞ്ഞുകൊണ്ട് ബാങ്കുകൾക്കു മുമ്പിൽ ജനങ്ങൾ വരി നിന്നു.

കഴിഞ്ഞ എഴുപതു കൊല്ലമായി പരിപാലിച്ചു പോന്നതെല്ലാം റഷ്യൻ തെരുവുകളിൽ ഇടിഞ്ഞു വീണു.

ഉദാത്തമായ സ്നേഹസങ്കൽപ്പങ്ങൾക്കു പകരം വിദ്വേഷത്തിന്റെ കാർമേഘങ്ങൾ ഉരുണ്ടുകൂടി. വിദ്യാലയങ്ങളിൽ പോലും നിർബന്ധമായി വിളിച്ചിരുന്ന 'സഖാവ്' വിളി ഏതോ കാലത്തെ ഓർമ്മ പോലെയായി.

പെരിസ്ട്രോയിക്കയിലൂടെ എല്ലാം മാറ്റിമറിക്കപ്പെട്ട റഷ്യൻ ജീവിതാവസ്ഥകളെക്കുറിച്ചാണ് സ്വെറ്റ്ലാന അലക്സിവിച്ചി എഴുതുന്നത്.

വ്യത്യസ്ത മേഖലകളെ പ്രതിനിധാനം ചെയ്യുന്ന അവരുടെയെല്ലാം തകർന്ന സ്വപ്നങ്ങളും കണ്ണീരുമാണ് പുസ്തകത്തിൽ.

'ഞാൻ ലോകത്തെ നോക്കിക്കാണുന്നത് ഒരെഴുത്തുകാരിയായാണ്. ചരിത്രകാരിയായല്ല.' ഗ്രന്ഥകാരി പറയുന്നു. ചെർണോബിൽ പ്രാർത്ഥന, യുദ്ധഭൂമിയിലെ സ്ത്രീ പോരാളികൾ, ക്ലാവു പിടിച്ച കാലം എന്നീ പുസ്തകങ്ങളെല്ലാം വായിച്ചവർ സ്വെറ്റ്ലാനയുടെ ഈ അഭിപ്രായം ശരിവെക്കും. പരാജയപ്പെട്ട വ്യക്തികളാണ് ഈ പുസ്തകത്തിലെല്ലാം നിറയുന്നത്.

വിജയികളുടെ കഥകൾക്കൊന്നും അവരുടെ എഴുത്തിൽ ഒരു സ്ഥാനവുമില്ല. ഘോര യുദ്ധത്തിലൂടെ നാസി സൈന്യത്തിൽ നിന്ന് ബ്രെസ്റ്റ് കോട്ടയെ രക്ഷിച്ച ടിമേറിയൻ സിനാടോവിന്റെ കഥയിലൂടെ സ്വെറ്റ്ലാന ആ സത്യമാണ് വായനക്കാരോട് വിളിച്ചു പറയുന്നത്. നമുക്ക് അവരോട് ഏറെ ഇഷ്ടം തോന്നുന്നതും സിനാടോവിനെ പോലുള്ളവരുടെ മനസ്സിനെ തുറന്നു കാണിക്കുമ്പോഴാണ്.

1992ലെ ശരത്കാലം. യെൽസിൻ ഒരു പ്രഖ്യാപനം നടത്തി. സോവിയറ്റ് ജീവിതശൈലിക്ക് എന്തെങ്കിലും കുറവ് സംഭവിച്ചാൽ ഞാൻ റെയിൽ പാളത്തിൽ മലർന്ന് കിടക്കുമെന്ന്. എന്നിട്ടെന്തുണ്ടായി?

'യെൽസിൻ ഇപ്പോഴും നമ്മോടൊപ്പം ജീവിക്കുന്നു. റയിൽപാളത്തിലേക്ക് ചാടിയത് ഒരു പാവം പട്ടാളക്കാരൻ.'

ഒരു മനുഷ്യൻ ഇങ്ങനെയാണ് ആത്മരോഷം കൊള്ളുന്നത്. സ്വെറ്റ്ലാന ആ കഥ ഇങ്ങനെയാണ് വിവരിക്കുന്നത്:

എല്ലാ വർഷവും സിനാടോവ് ബ്രസ്റ്റ് കോട്ട സന്ദർശിക്കാൻ എത്തുമായിരുന്നു. കൂട്ടുകാരുമൊത്ത് പഴയ ഓർമകൾ അയവിറക്കി നഗരം ചുറ്റിക്കറങ്ങി സന്തോഷത്തോടെ അയാൾ തിരിച്ചു പോകും. ഒരിക്കൽ ലെനിൻ ഗ്രാഡ് സ്റ്റേഷനിൽ കൂട്ടുകാരനുമായി സിനാടോവ് എത്തി.

വണ്ടി വരാൻ ഇനിയും താമസമുണ്ട്. അവർ സ്വൈര്യമായി ഇരിക്കാൻ ഒരിടം അന്വേഷിച്ചു. ഒഴിഞ്ഞ കസേരകളൊന്നും കണ്ടില്ല. അവർ മിക്കവാറും ഒഴിഞ്ഞുകിടക്കുന്ന പുറത്തെ ഇടനാഴിയിലേക്ക് കടന്നു. ഒരു വശത്ത് കാപ്പി വിൽക്കുന്ന സ്ഥലം. ഇരിക്കാൻ ധാരാളം നല്ല കസേരകളുണ്ട്.

അവർ ഇരുന്നതും ഒരു ചെറുപ്പക്കാരി ഓടി വന്ന് പുറത്തേക്ക് വിരൽ ചൂണ്ടി ഒട്ടും മയമില്ലാതെ 'നിങ്ങൾക്കിവിടെ ഇരിക്കാൻ

അനുവാദമില്ല. ഈ മുറി ബിസിനസ്സ് ക്ലാസ്സ് യാത്രക്കാർക്കുള്ളതാണ്' എന്നു പറഞ്ഞു.

വൃദ്ധനായ സിനാടോവിന് അത് വലിയ അഭിമാന ക്ഷതമാണ് സൃഷ്ടിച്ചത്. അയാൾ അപ്പോൾ ആലോചിച്ചത് താൻ യുദ്ധം ചെയ്തത് ഇങ്ങനെ അപമാനിതനാവാൻ വേണ്ടിയായിരുന്നോ എന്നാണ്.

തന്റെ മരണാനന്തര ചെലവുകൾക്കുള്ള പണവും ഒരു ആത്മഹത്യാക്കുറിപ്പും കീശയിൽ തിരുകി വെച്ചു കൊണ്ട് അയാൾ റയിൽ പാളത്തിൽ ജീവൻ അവസാനിപ്പിച്ചു.

മനുഷ്യനെ വിഭജിക്കുന്ന അലങ്കാരങ്ങളും പാശ്ചാത്യ ജീർണ്ണതകളും കാണാനുള്ള അശക്തിയാണ് സിനാടോവിനെ മരണത്തിലേക്ക് നയിച്ചത്.

റഷ്യയിലെ ജീവിതം ഒരു കടങ്കഥ പോലെയാണെന്ന് ചില മനുഷ്യരുടെ ആത്മഗതങ്ങൾ വെളിപ്പെടുത്തിത്തരുന്നു.

'ഞങ്ങൾ മുമ്പോട്ടു കുതിക്കുകയായിരുന്നു. പക്ഷേ, ചെന്നു ചേർന്നത് എവിടെയാണെന്ന് ദൈവത്തിനു മാത്രമേ അറിയൂ. ബഹിരാകാശത്ത് ആദ്യം എത്തിയ മനുഷ്യൻ റഷ്യക്കാരനാണ്. ലോകത്തിലെ ഏറ്റവും നല്ല ടാങ്കുകളും മിസൈലുകളും ബഹിരാകാശ പേടകങ്ങളും നിർമ്മിച്ചതും റഷ്യയാണ്. ആ ബഹിരാകാശ കപ്പലുകളും മിസൈലുകളും നിർമ്മിക്കാൻ ചിലവാക്കിയ തുക റഷ്യയുടെ മഹനീയ ചരിത്രമാണ്. പക്ഷേ, ഇന്നത് തമ്മിൽ തമ്മിൽ കേൾക്കാൻ ആർക്കും മനസ്സില്ല.'

സെറ്റ്ലാനയുടെ കഥാപാത്രങ്ങൾ പങ്കുവെക്കുന്നത് ഈ വേദനയാണ്.

പെരിസ്ട്രോയിക്കയോടെ എല്ലാം തകർന്നു വീണു. 90 റൂബിൾ 10 ഡോളർ ആയി ചുരുങ്ങി. 120 റൂബിൾ കൊണ്ട് ജീവിച്ചവർക്ക് 10 ഡോളർ ഒന്നിനും തികയില്ലായിരുന്നു.

പെരിസ്ട്രോയിക്കക്ക് മുമ്പും പിമ്പുമുള്ള സോവിയറ്റ് ജീവിതം, എഴുതപ്പെട്ട ചരിത്രത്തേക്കാൾ വികാര തീവ്രമായി, അനുഭവസ്ഥരായ എണ്ണമറ്റ കഥാപാത്രങ്ങളുടെ വാക്കുകളിലൂടെ അടയാളപ്പെടുത്തുകയാണ് സെറ്റ്ലാന അലക്സിവിച്ചി. കമ്യൂണിസത്തിലാണ് ഭാവി എന്ന പതിവു വാചകങ്ങൾക്കു പകരം 'വാങ്ങൂ വിൽക്കൂ പണമുണ്ടാക്കൂ' എന്ന പരസ്യവാചകങ്ങളുമായി പുതിയ യുവാക്കൾ പ്രത്യക്ഷപ്പെട്ടു.

കമ്യൂണിസത്തിനു ചരമഗീതം രചിക്കാൻ പാശ്ചാത്യ ലോകം ആസൂത്രിതമായി ഇറക്കുമതി ചെയ്തവരായിരുന്നു അത്.

പണമുണ്ടെങ്കിൽ നിങ്ങൾ ഒരാളാണ്. അല്ലെങ്കിൽ ആരുമല്ല.

ഹെഗെലിന്റെ പുസ്തകം വായിച്ചോ എന്നത് ഇന്ന് ആർക്കും ഒരു വിഷയമേയല്ല. മാനവികത ഏറ്റവും കൂടുതൽ വളർന്നു വന്ന രാജ്യത്ത് ഇന്ന് ആ സങ്കല്പം ഏതോ രോഗത്തിന്റെ പേരു പോലെയായി.

മനുഷ്യന്റെ ചിന്താശേഷിയേയും സ്വപ്നങ്ങളേയും മാറ്റിമറിച്ച ദുരന്തപൂർണ്ണമായ ജീവിതാനുഭവങ്ങളാണ് എഴുത്തുകാരി ഈ പുസ്തകത്തിൽ വരച്ചിടുന്നത്.

റഷ്യൻ ജനതയുടെ സന്തോഷത്തിന് സമ്പത്തുമായി ഒരു കാലത്തും ബന്ധമുണ്ടായിരുന്നില്ലെന്നും സ്വെറ്റ്ലാന എഴുതുന്നു. അതു തന്നെയാണ് റഷ്യൻ സങ്കല്പവും അമേരിക്കൻ സ്വപ്നവും തമ്മിലുള്ള വ്യത്യാസം എന്നും അതാണിപ്പോൾ തകർന്നിരിക്കുന്നതെന്നും പുസ്തകം വാദിക്കുന്നു. പുതിയ കാലത്ത് ധനവും വിജയവുമാണ് ആരാധനാമൂർത്തികൾ.

ചെങ്കൊടിക്കുപകരം നഗരത്തിൽ ഉയർന്നു പറക്കുന്നത് ക്രിസ്തു ഉയിർത്തെഴുന്നേറ്റ കൊടിയാണെന്ന് സ്വെറ്റ്ലാന അടിവരയിടുന്നു.

'നിങ്ങൾ വിചാരിക്കുന്നുണ്ടോ ജനങ്ങൾ ഗുലാഗിനെക്കുറിച്ചുള്ള (രാഷ്ട്രീയ തടവുകാർക്കുള്ള കഠിനാദ്ധ്വാന ക്യാമ്പുകൾ) സത്യം മനസ്സിലാക്കിയതുകൊണ്ടാണ് സോവിയറ്റ് യൂണിയൻ തകർന്നു വീണതെന്ന്? സോവിയറ്റ് യൂണിയനെക്കുറിച്ച് പുസ്തകം എഴുതുന്നവരുടെ ധാരണ അതാണ്.'

എന്നാൽ അതല്ല സത്യം. നിഗൂഢമായി മനസ്സിൽ ഒളിപ്പിച്ചുവെച്ച നഗ്നമായ യാഥാർത്ഥ്യങ്ങളാണ് ഒട്ടും മറയില്ലാതെ അവർ തുറന്നു പറയുന്നത്.

പതിനഞ്ചു കോടി കമ്യൂണിസ്റ്റുകാരുണ്ടായിരുന്ന പാർട്ടിക്കു പിടിച്ചു നിൽക്കാമായിരുന്നു. പക്ഷേ, എല്ലാം കൈവിട്ട് പോയി. പതിനഞ്ചു കോടിയിൽ നിന്ന് കൊള്ളാവുന്ന ഒരു നേതാവു പോലും മുന്നോട്ട് വന്നില്ല. എന്നാൽ മറുപക്ഷത്തിന് ഒരു നേതാവുണ്ടായിരുന്നു. യെൽസിൻ, യെൽസിൻ എന്ന് വിളിച്ചു കൂകിയവർ പക്ഷേ, ഇന്നെവിടെയാണ്?

യു എസ്സിലേയും ജർമ്മനിയിലേയും ജനങ്ങൾ ജീവിക്കുന്നതു പോലെ ജീവിക്കാമെന്ന് കരുതിയവർ ഒടുവിൽ കൊളംബിയയിലെ ജനങ്ങളുടേതിന് സമമായി പരാജയപ്പെട്ട് ജീവിക്കേണ്ടി വരുന്ന കാഴ്ച എത്ര അസഹനീയം!

ഗോർബച്ചേവിന്റ കാലത്ത് ഉപ്പ് ഒഴികെയുള്ള സാധനങ്ങൾക്ക് റേഷൻകാർഡ് വേണമായിരുന്നു. എങ്കിലും ആ ജീവിതം സുഖമുള്ളതായിരുന്നു. റഷ്യയെ വീർപ്പ് മുട്ടിക്കും വിധം ചൈനീസ് സാമാനങ്ങൾ

വന്നു നിറഞ്ഞതിനെക്കുറിച്ചും റഷ്യൻ നിർമ്മിത വസ്തുക്കൾ അപ്രത്യക്ഷമായതിനെക്കുറിച്ചും പുസ്തകത്തിൽ പറയുന്നുണ്ട്. കമ്യൂണിസത്തിന്റെ തിരിച്ചുവരവ് തടയാനായി സ്വന്തം ജീവൻ നൽകാൻ തയ്യാറായവന്റെ വീട്ടിൽ ഇരുപത് വർഷത്തിനുശേഷം ദാസ് ക്യാപിറ്റലും ട്രോട്സ്കിസ്കിയുടെ എന്റെ ജീവിതവും വായനയ്ക്കായി വന്നു ചേർന്നിരിക്കുന്നു.

തകർന്ന സാമ്രാജ്യത്തിന്റെ മേൽ ഉയരുന്ന പുതിയ വെളിപാടുകളാണ് ഈ നോവൽ.

സങ്കടങ്ങൾ നിറഞ്ഞതാണ് ഓരോ മനുഷ്യരുടെയും ജീവിതാനുഭവങ്ങൾ.

ക്ലാവു പിടിച്ച കാലം പരാജയപ്പെട്ട ഒരു ജനതയുടെ വികാരവും വിലാപവുമാണ്. പല കഷണങ്ങളായി ചിതറിപ്പോയവരുടെ കണ്ണീരും നെടുവീർപ്പുകളുമാണ് ഈ പുസ്തകത്തിൽ.

വിവർത്തനം : രമാ മേനോൻ

■

ടുണീഷ്യയിലെ പെണ്ണുങ്ങൾ
ഹബീബ് സാലിമി

അസ്വസ്ഥതകളുടെയും ജീവിത നൈരാശ്യത്തിന്റെയും നോവൽ

ടുണീഷ്യയിലെ സ്വന്തം ജന്മദേശത്ത് ഒരു അവധിക്കാലം ചിലവഴിക്കാനെത്തിയ ടുണീഷ്യൻ വംശജനും ഫ്രാൻസിൽ ചരിത്രാധ്യാപകനുമായ തൗഫീഖ് അഭിമുഖീകരിക്കുന്ന അപരവത്കരണമാണ് ഹബീബ് സാലിമി എഴുതിയ 'ടുണീഷ്യയിലെ പെണ്ണുങ്ങൾ' എന്ന നോവലിന്റെ ഇതിവൃത്തം.

വിപ്ലവ പൂർവ ടുണീഷ്യയിലെ മനുഷ്യരുടെ അസ്വസ്ഥതകളെയും ജീവിത നൈരാശ്യത്തേയും പ്രതിഫലിപ്പിക്കുന്നതാണ് നോവൽ. 2010ലെ അറബ് വസന്ത വിപ്ലവത്തിന് മുമ്പ് എഴുതപ്പെട്ടതാണ് ഈ കൃതിയെന്നതിനാൽ വായനയ്ക്ക് പ്രസക്തിയും പ്രാധാന്യവും ഉണ്ട്.

പുസ്തകം കൈയിലെടുത്തപ്പോൾ വേദനിക്കുന്ന ഒരു ഓർമ്മ പോലെ മുഹമ്മദ് ബൂഅസീസിന്റെ മുഖം തെളിഞ്ഞു. ഒരിക്കലും കണ്ടിട്ടില്ലാത്ത ഇന്റർനെറ്റിലൂടെ മാത്രം വായിച്ചു പരിചയമുള്ള മുഹമ്മദ് ബുഅസീസ്.

റോഡുവക്കിൽ പഴം വിറ്റ് ജീവിച്ചിരുന്ന ചെറുപ്പക്കാരൻ. അവന്റെ ദാരുണമായ അന്ത്യമാണ് അറബ് വസന്തത്തിന് തിരികൊളുത്തിയത് എന്ന അറിവ് തീർച്ചയായും ആ ദേശത്ത് പിറന്നുവീണ കഥ വായിക്കാൻ എന്നിൽ താൽപ്പര്യം ജനിപ്പിച്ചു.

ടുണീഷ്യയിലെ പെണ്ണുങ്ങൾ (വിമൺ ഓഫ് അൽ ബസാതീൻ) എന്ന നോവലിൽ ടുണീഷ്യൻ വിപ്ലവ ചരിത്ര പശ്ചാത്തലമോ റോഡ് വക്കിലെ പഴം വില്പനക്കാരനോ കടന്നു വരുന്നില്ല. എന്നാൽ മുഹമ്മദ് ബൂഅസിസിനെ പോലെ സ്വന്തം രാജ്യത്ത് മേൽവിലാസം

നഷ്ടപ്പെടുകയോ അപരവൽക്കരിക്കപ്പെടുകയോ ചെയ്യുന്ന കഥാപാത്രങ്ങളെ കണ്ടുമുട്ടാൻ സാധിച്ചു.

ജാസ്മിൻ റവല്യൂഷണറിക്ക് മുമ്പുള്ള ടുണീഷ്യൻ ജനതയുടെ ജീവിത സങ്കല്പങ്ങളിൽ നിന്ന് വാർത്തെടുത്തതാണ് ഈ നോവൽ. അതുകൊണ്ടുതന്നെ സാധാരണ മനുഷ്യരുടെ അസ്വസ്ഥതകൾ പുകഞ്ഞു നീറുന്നുണ്ട് ഈ പുസ്തകത്തിൽ. പ്രധാനമായും ബസാതീൻ കോളനിയിലെ ഏതാനും കുടുംബങ്ങളെ കേന്ദ്രീകരിച്ചു കൊണ്ടാണ് കഥ.

നീണ്ട വർഷങ്ങൾക്കുശേഷം സ്വന്തം സഹോദരങ്ങളെയും കുടുംബങ്ങളെയും കാണാനെത്തുന്ന തൗഫീഖിന്റെ അനുഭവങ്ങളിലൂടെയാണ് കഥ മുന്നോട്ടു പോകുന്നത്.

തൗഫീഖ് അനുഭവിക്കുന്ന അകാരണമായ ഭീതിയും ഒറ്റപ്പെടലും അപമാനവീകരണവും നിറപ്പകിട്ടില്ലാത്ത വിവരണാത്മക ശൈലിയിൽ നോവലിസ്റ്റ് വരച്ചിടുന്നു.

'വെള്ള പുതപ്പിക്കുന്നവർ', 'മരണം ദുഷ്കരം' തുടങ്ങിയ കൃതികൾ വിവർത്തനം ചെയ്ത ഡോ. എൻ ഷംനാദിന്റേതാണ് മൊഴിമാറ്റം. അദ്ദേഹത്തിന്റെ മേൽപ്പറഞ്ഞ വിവർത്തനങ്ങളെ പോലെ തന്നെ വായനാ സുഖം നൽകുന്നുണ്ട് ഈ പുസ്തകവും.

നോവലിൽ പ്രതിപാദിക്കപ്പെടുന്ന കഥാപരിസരവും കഥാപാത്രങ്ങളും നമുക്ക് അപരിചിതമായി തോന്നാത്ത വിധം വായനക്കാരന്റെ ഹൃദയത്തെ സ്പർശിക്കുന്ന വിധമാണ് ആഖ്യാനം.

പേരിനെ അന്വർത്ഥമാക്കും വിധം ടുണീഷ്യൻ സ്ത്രീ ജീവിതങ്ങളുടെ ആത്മാവിലേക്കും ഭൗതിക ജീവിതത്തിലേക്കും ആഴ്ന്നിറങ്ങുന്ന നോവൽ. മൂന്നു വ്യത്യസ്ത സ്ത്രീ കഥാപാത്രങ്ങളിലൂടെ ടുണീഷ്യയുടെ ആത്മാവിന്റെ മുറിവുകളെ വെളിപ്പെടുത്തുകയാണ് കഥാകാരൻ.

തൊഴിലില്ലായ്മയും അഴിമതിയും പൊലീസ് അടിച്ചമർത്തലുകളും കുടുംബ നൈരാശ്യവും മത വൽക്കരണവും സൃഷ്ടിച്ച ഭയപ്പാടിയിൽ നിന്ന് ഒളിച്ചോടാൻ ശ്രമിക്കുന്നവരാണ് ഇതിലെ മിക്ക കഥാപാത്രങ്ങളും.

'സത്യത്തിൽ ടുണീഷ്യയിലെ കാര്യങ്ങൾ മാറിയിരിക്കുന്നത് കൂടുതൽ വഷളായ രീതിയിലേക്കാണ്' എന്നൊരു കഥാപാത്രം പറയുമ്പോൾ നമുക്ക് അതിന്റെ ആഴം മനസ്സിലാവുന്നു.

യൂറോപ്യൻ സംസ്കാരത്തിൽ ഭ്രമിച്ച് പോയവരും അതിന്റെ അപകടകരമായ അധിനിവേശത്തെ പ്രതിരോധിക്കുന്നവരും പുസ്തകത്തിൽ കളം നിറഞ്ഞാടുന്നു.

യുസ്റ, ലൈല, നഈമ, കഥാനായകനായ തൗഫീഖിന്റ ഭാര്യയും ഫ്രഞ്ചുകാരിയുമായ കാതറിൻ എന്നീ സ്ത്രീകഥാപാത്രങ്ങളിലൂടെയും അവരെ ചുറ്റിപ്പറ്റിയുള്ള വ്യക്തികളിലൂടെയും സാമൂഹിക തിന്മകളെ പ്രതിരോധിക്കുകയാണ് നോവൽ.

ഫ്രഞ്ച് കോളനിയായിരുന്ന രാജ്യം യൂറോപ്യൻ സംസ്കാരവും ജീവിതരീതിയുമാണ് പിന്തുടർന്നിരുന്നത്. തൗഫീഖ്ന്റെ ദീർഘകാലത്തിനു ശേഷമുള്ള തിരിച്ചുവരവിൽ അതിന് പരിണാമം സംഭവിക്കുന്നു.

വെറുപ്പോടെയാണ് പലരും അയാളെ നോക്കിക്കാണുന്നത്. വെള്ളിയാഴ്ചകളിലെ പ്രാർത്ഥനാ സമയങ്ങളിൽ ഉള്ള നിസ്സംഗമായ അയാളുടെ അലച്ചിൽ അതിന് ഒരു പ്രധാന കാരണമാണ്. രാജ്യത്ത് ഉരുണ്ടുകൂടിയ തീവ്ര മതബോധവും വെറുപ്പിന്റെയും വിദ്വേഷത്തിന്റെയും മോഹഭംഗത്തിന്റെയും ആഴം ബോധ്യമാക്കുന്നു.

മറ്റേതൊരു ഇസ്ലാമിക രാജ്യത്ത് ഉള്ളതിനേക്കാൾ സ്ത്രീകൾക്ക് കൂടുതൽ പൗരസ്വാതന്ത്ര്യം അനുവദിച്ച നാടായിരുന്നു ടുണീഷ്യ. എന്തുകൊണ്ടാണ് അതിനു മാറ്റം സംഭവിച്ചത് എന്ന് അന്വേഷിക്കുകയാണ് നോവലിസ്റ്റ്.

'ഒന്നു പുഞ്ചിരിക്കൂ, നിങ്ങളിപ്പോൾ ടുണീഷ്യയിലാണ്' പ്രവചന സ്വഭാവമാർജ്ജിച്ച് നിൽക്കുന്ന കൂറ്റൻ പരസ്യബോർഡിൽ മുല്ലപ്പൂ കൈയിലേന്തി നിൽക്കുന്ന സുന്ദരിയായ പെൺകുട്ടിയെ പ്രതീകവൽക്കരിച്ചു കൊണ്ടാണ് നോവൽ അവസാനിക്കുന്നത്.

വായനക്കാരന് ഇന്ദ്രിയാനുഭൂതി പകരുന്ന സ്ത്രി പുരുഷ ബന്ധത്തിന്റെ ഒട്ടേറെ കഥാസന്ദർഭങ്ങൾ നോവലിൽ ഉണ്ടെങ്കിലും സാഹിത്യത്തിന്റെ ലക്ഷ്യം അതൊന്നുമല്ലെന്ന് ഈ നോവൽ പ്രഖ്യാപിക്കുന്നു.

രണ്ടാഴ്ചക്കാലം മാത്രം അവധി ആഘോഷിക്കാൻ എത്തിയ തൗഫീഖിന്റെ മനസ്സിന്റെ സംഘർഷങ്ങളും വിഭ്രാന്തികളുമാണ് നോവൽ സംവേദനം ചെയ്യുന്നത്.

ജനിച്ച നാടും കുടുംബവും സ്നേഹിതരും ബന്ധുക്കളും എല്ലാം തന്നിൽ നിന്ന് അകന്നകന്നു പോകുന്ന തോന്നൽ ലൈലയെ പോലെ തന്നെ തൗഫീഖിനേയും നിരാശാഭരിതനാക്കുന്നു. വേരുകൾ നഷ്ടപ്പെട്ടു പോകുന്ന ഒരു കുടിയേറ്റക്കാരന്റെ മാനസിക സംഘർഷങ്ങളെയും അഭിലാഷങ്ങളെയും ഹൃദയസ്പർശിയായി നോവൽ ചിത്രീകരിച്ചിരിക്കുന്നു.

ഭീതിയുടെയും സ്നേഹ നിരാസത്തിന്റെയും ഇരുൾ വഴികളിലൂടെയാണ് തൗഫീഖ് നടന്നു നീങ്ങുന്നത്. അയാൾ എത്തിപ്പെടുന്ന

റോഡുവക്കിലും പള്ളിമുറ്റത്തും ബാങ്കിലും ബസ്സ്റ്റാൻഡിലും റസ്റ്റോറന്റിലും റെയിൽവേ സ്റ്റേഷനിലുമെല്ലാം സംശയദൃഷ്ടിയോടെ ജനം അയാളെ വീക്ഷിക്കുന്നു. ഇവിടെയെല്ലാം അഭിമുഖീകരിക്കേണ്ടി വരുന്നത് വിചിത്രമായ അപരവൽക്കരണമാണ്.

തൗഫീഖ് എന്ന കഥാനായകന്റെ ജീവിതാന്വേഷണം കൂടിയായി മാറുന്നു നോവൽ.

യുസ്റ, നഈമ, ലൈല തുടങ്ങി വ്യത്യസ്ത സ്ത്രീകഥാപാത്രങ്ങൾ, അവരുടെ വിചിത്ര സ്വഭാവങ്ങളിലൂടെ ടുണീഷ്യയുടെ വിപ്ലവ പൂർവ്വ കാലഘട്ടത്തെ അടയാളപ്പെടുത്തുകയാണ് നോവൽ.

വിവർത്തനം : ഡോ. എൻ. ഷംനാദ്

■

അസ്ഥികൾക്കുമേൽ ഉഴുതുമറിക്കട്ടെ നിന്റെ കലപ്പകൾ

ഓൾഗ ടോകാർച്ചുക്

പാരിസ്ഥിതിക ത്രില്ലറിന്റെ വിചിത്രമായ ആഖ്യാനം

നിലയ്ക്കാത്ത സഞ്ചാരങ്ങൾക്കു ശേഷം മലയാളത്തിൽ ഇറങ്ങിയ ഓൾഗ ടോകാർ ചുകിന്റെ രണ്ടാമത്തെ പുസ്തകമാണ് 'അസ്ഥികൾക്കു മീതെ ഉഴുതുമറിക്കട്ടെ നിന്റെ കലപ്പകൾ'. ഈ നോവലിനെ ആസ്പദമാക്കി പോളണ്ടിലെ അഗനിഷ്ക ഹോളണ്ട് സംവിധാനം ചെയ്ത ചലചിത്രം Spoor (മൃഗഗന്ധം) 2018ലെ യൂറോപ്യൻ ഫിലിം ഫെസ്റ്റിവലിൽ ഏറ്റവും മികച്ച ചലച്ചിത്രമായി തെരഞ്ഞെടുക്കപ്പെട്ടു.

ഒരു പാരിസ്ഥിതിക ത്രില്ലറിന്റെ വിചിത്രമായ ആഖ്യാനമാണ് ഓൾഗ ടോകാർ ചുകിന്റെ 'അസ്ഥികൾക്കു മീതെ ഉഴുതുമറിക്കട്ടെ നിന്റെ കലപ്പകൾ'. പ്രകൃതിയും മനുഷ്യരും മൃഗങ്ങളും തമ്മിലുള്ള ബന്ധത്തിന്റെ ആഴവും അപചയവും ഭയാനകമായി ആവിഷ്കരിക്കുന്നു ഈ നോവൽ. ആറു മാസവും മഞ്ഞ് മൂടിക്കിടക്കുന്ന പോളണ്ടിലെ ചെക്ക് അതിർത്തി ഗ്രാമമാണ് നോവലിന്റെ ഭൂമിക. ഈ ഒറ്റപ്പെട്ട ഗ്രാമത്തിൽ അധിവസിക്കുന്ന ആരോഗ്യവാന്മാരായ പുരുഷന്മാരെല്ലാം മിക്കവാറും ഓരോരുത്തരായി ദുരൂഹ സാഹചര്യത്തിൽ കൊല്ലപ്പെടുന്നതാണ് നോവലിന്റെ ഇതിവൃത്തം. അതിന്റെ കാരണങ്ങളിലേക്ക് വെളിച്ചം വീശുന്നതാണ് ഈ ആഖ്യാനം.

ഓരോ മരണവും വ്യത്യസ്ത രീതിയിലാണ് അരങ്ങേറുന്നത്.

മാൻ ഇറച്ചി തൊണ്ടയിൽ കുടുങ്ങി ശ്വാസം മുട്ടിയുള്ള മരണം, വണ്ടുകളാൽ മൂടപ്പെട്ടുള്ള മരണം. മൃഗങ്ങളുടെ കെണിയിൽ കുടുങ്ങിയുള്ള മരണം. ഇങ്ങനെ പല രീതിയിലാണ് അരങ്ങേറുന്നത്.

തണുപ്പുകാലമായാൽ ദസ്ജെയ്കോ ജനീനയെന്ന പ്രധാന കഥാപാത്രമായ വൃദ്ധയായ സ്ത്രീയും അയൽപക്കത്തെ രണ്ടു

പുരുഷന്മാരും ഒഴിച്ച് ഗ്രാമവാസികൾ എല്ലാം തന്നെ നഗരങ്ങളിലേക്ക് ചേക്കേറും. ഈ രണ്ടു പുരുഷന്മാരിൽ ഒരാളായ ബിഗ് ഫൂട്ടിന്റെ മരണവാർത്തയിലൂടെയാണ് നോവൽ ആരംഭിക്കുന്നത്. ഗ്രാമത്തിൽ അവശേഷിച്ചതാവട്ടെ ഓഡ്ബോൾ (സന്തോഷം കൊണ്ടുവരുന്നവൻ) എന്ന് ജനീന പേരിട്ട് വിളിക്കുന്ന അയൽവാസിയും ജനീനയും മാത്രം. പാതിരാ നേരത്ത് ഓടിയെത്തുന്ന ഓഡ്ബോൾ ഉറങ്ങിക്കിടക്കുന്ന ജനീനയെ വിളിച്ചുണർത്തി മരണവീട്ടിലേക്ക് കൊണ്ടുപോകുന്നു.

ഇവിടെ പൊലീസ് സംവിധാനങ്ങൾ പ്രയോജനപ്പെടുത്താൻ ശ്രമിക്കുന്നുണ്ടെങ്കിലും സിഗ്നൽ കിട്ടാത്തതിന്റെ പേരിൽ പരാജയപ്പെടുന്നു.

അവർ ശവത്തെ മാറ്റിക്കിടത്തുകയും പുതിയ വസ്ത്രങ്ങൾ അണിയിക്കുകയും ചെയ്യുന്നതിനിടയിൽ വിചിത്രമായ ഒരു ചിത്രം ജനീനയുടെ ശ്രദ്ധയിൽ പെടുന്നു. അതോടെ അവർക്ക് സമനില തെറ്റിപ്പോകുകയും കരയുകയും ചെയ്യുന്നു. ഓഡ്ബോൾ വിചാരിക്കുന്നത് ബിഗ് ഫൂട്ടിന്റെ മരണത്തിലുള്ള ദുഃഖം കൊണ്ടാണെന്നാണ്. എന്നാൽ ഫോട്ടോ രഹസ്യം ഓഡ്ബോളിൽ നിന്ന് ജനീന മറച്ചുപിടിച്ചു.

കഥയുടെ സസ്പെൻസ് നിലനിർത്താനെന്നോണം ചിത്രത്തെ സംബന്ധിച്ച വിശദാംശങ്ങൾ ഓൾഗ അവസാന അദ്ധ്യായത്തിലാണ് വിശദീകരിക്കുന്നത്. അപ്പോഴേക്കും ആ ചിത്രത്തിലുണ്ടായിരുന്ന പ്രമുഖരായ നാലു പേർ വധിക്കപ്പെട്ടു കഴിഞ്ഞിരുന്നു.

ജനീനയുടെ കാണാതായ രണ്ടു നായക്കുട്ടികളും വേറെ നിരവധി ചത്ത മൃഗങ്ങൾക്കുമിടയിൽ യൂണിഫോം അണിഞ്ഞ ഒരു സംഘം വേട്ടക്കാരോടൊത്ത് വർദ്ധിച്ച ആഹ്ലാദത്തോടെ നിൽക്കുന്ന ബിഗ്ഫൂട്ടിന്റെ ചിത്രമായിരുന്നു ജനീന കണ്ടത്. അത് വലിയ വേദനയും ദുഃഖവും ഉളവാക്കുന്നതായിരുന്നു.

കൊടുംതണുപ്പിനോട് പൊരുതി ജീവിക്കുമ്പോഴും അനീതികളോടു പൊരുതുകയെന്ന നിയോഗമാണ് ജനീനയിൽ അർപ്പിതമായിരിക്കുന്നത്. അതു തന്നെയാണ് ജനീനയെ വ്യത്യസ്തയാക്കുന്നതും.

രോഗിയും വയോധികയുമാണവർ. ആ തണുത്ത പ്രദേശത്ത് ജനീന നയിക്കുന്നത് ഏകാന്ത ജീവിതമാണ്. എന്നാൽ സ്വന്തം പെൺമക്കളെന്ന് വിളിച്ച് താലോലിക്കുന്ന രണ്ട് നായക്കുട്ടികൾ അവർക്കുണ്ടായിരുന്നു. ഒരു ദിവസം അതിനെ കാണാതാകുന്നു. തന്റെ കാണാതായ പെൺമക്കളെ അന്വേഷിച്ച് ആ പ്രദേശമാകെ

അവർ ഓടി നടന്നു. ഒടുവിൽ പൊലീസ് സ്റ്റേഷനിലും പരാതികൾ നൽകി. എല്ലാം വിഫലമായി. നായക്കുട്ടികളെ എവിടെ നിന്നും കണ്ടെത്താനായില്ല.

ജനീനയുടെ അന്വേഷണ വഴികളിലെല്ലാം വേട്ടക്കാരന്റെ നിഷ്ഠൂരമായ വെടികൊണ്ട് ചത്തുവീണ മൃഗങ്ങളുടെ ചോരപ്പാടുകളും ശരീരാവശിഷ്ടങ്ങളും ഉണ്ടായിരുന്നു.

വനസമ്പത്ത് കൊള്ളയടിച്ചവർ കാട്ടിൽ അവശേഷിച്ച ഉണങ്ങിയ മരങ്ങളെപ്പോലും തീ കൊടുത്ത് നശിപ്പിക്കുന്നതും ജനീന കണ്ടു. മനുഷ്യനും പ്രകൃതിയും ജീവജാലങ്ങളും നേരിടുന്ന മഹാവിപത്തിനെതിരെയുള്ള പോരാട്ടമാണ് ഈ നോവൽ. വനപാലകരും പുരോഹിതവർഗ്ഗവും കള്ളക്കടത്തു വ്യാപാരികളും സമ്പത്ത് കൊള്ളയടിക്കാൻ ഒത്തുചേർന്നു നടത്തുന്ന ഗൂഢാലോചനകൾക്കും അനീതിക്കും എതിരെ നിരന്തരം അവർ പോരാടി. ആ പോരാട്ടത്തിന്റെ ഉദ്വേഗജനകമായ സർഗ്ഗാവിഷ്കാരമാണ് ഈ നോവൽ.

ജനീന ഒരു റിട്ടയേർഡ് എഞ്ചിനീയർ ആണ്. സിറിയ, ലിബിയ, പോളണ്ട് തുടങ്ങിയ രാജ്യങ്ങളിൽ വലിയ മേൽപാലങ്ങൾ പണിത നേതൃപാടവമുണ്ട്. ആഭ്യന്തര കലാപങ്ങൾ ഓരോ ജീവിതവും മാറ്റിമറിക്കുന്നതു ജനീനയുടെ ജീവിതത്തിലും സംഭവിക്കുന്നു.

അങ്ങനെയാണ് ഒരു സ്കൂൾ അദ്ധ്യാപികയുടെ വേഷത്തിൽ പോളണ്ടിന്റെ അതിർത്തിയിൽ അവർ വന്നു ജീവിക്കുന്നത്. വാർദ്ധക്യത്തിലെ ഒട്ടേറെ പ്രശ്നങ്ങൾ അവരെ അലട്ടുന്നുണ്ട്. ആ ആശങ്കകൾ പങ്കുവെച്ചാണ് നോവൽ ആരംഭിക്കുന്നത്.

സുഹൃത്ത് ഡിസ്സിയോടൊപ്പം ഇഷ്ടകവിയായ ബ്ലെയ്ക്കിന്റെ കവിതകൾ വിവർത്തനം ചെയ്തും ജ്യോതിഷം പഠിച്ചും ഒരു ചെറുപ്പക്കാരിയുടെ ഉത്സാഹത്തോടെ വാർദ്ധക്യത്തെ ആഘോഷിക്കുമ്പോഴാണ് നായക്കുട്ടികളെ കാണാതാകുന്നത്. ശാന്തവും സ്വസ്ഥവുമായിരുന്ന അവരുടെ ജീവിതത്തെ അതിർത്തിയിലെ മൃഗവേട്ടക്കാരാണ് തല്ലിത്തകർത്തതെന്ന് ജനീന വിശ്വസിക്കുന്നു.

അതിർത്തിയിലെ സാമ്പത്തിക ശക്തികളായ ബിഗ്ഫൂട്ടിന്റെയും കമാൻഡന്റിന്റെയും ഇന്നേർഡിന്റെയും അസാധാരണമായ കൊലപാതകങ്ങളിലൂടെയാണ് നോവൽ വികാസം കൊള്ളുന്നത്. അതോടൊപ്പം പുതിയ സിദ്ധാന്തം ജനീന ആവിഷ്കരിക്കുന്നു. മരിച്ചുവീഴുന്നവരുടെ ചുറ്റിലും മഞ്ഞ് അടയാളപ്പെടുത്തുന്ന ഡീർ പ്രിന്റുകൾ ജനീന ആവിഷ്കരിച്ച സിദ്ധാന്തത്തെ ബലപ്പെടുത്തുന്നതാണ്.

എല്ലാ മരണത്തിന്റെയും കാരണം മൃഗങ്ങളാണെന്ന സിദ്ധാന്തമാണ് ജനീന മുന്നോട്ടു വെക്കുന്നത്. പൊലീസ് അത് തള്ളിക്കളയുന്നു.

വളർത്തു മൃഗങ്ങളെ അനാവശ്യമായി കൂട്ടിലിട്ട് പീഡിപ്പിക്കുന്നതും അവയുടെ ആത്മാഭിമാനം കവരുന്നതും ചോദ്യം ചെയ്യുന്ന ജനീന അധികാരിവർഗ്ഗത്തിന്റെ കടുത്ത പരിഹാസത്തിനും ആക്ഷേപങ്ങൾക്കും ഇരയാകുന്നുണ്ട്.

കെട്ടുകണക്കിന് പരാതികളുമായി നിരന്തരം സർക്കാർ ഓഫീസുകളിൽ കയറിയിറങ്ങുന്നുണ്ടെങ്കിലും എല്ലാ ദിക്കിൽ നിന്നും അവർ ആട്ടിയോടിക്കപ്പെടുന്നു. പലപ്പോഴും ആളുകൾക്കു മുമ്പിൽ ഒരു പരിഹാസ്യകഥാപാത്രമായി മാറുകയാണ് ജനീന. മാൻകൂട്ടങ്ങൾ പ്രലോഭിപ്പിച്ച് കൊലപ്പെടുത്തിയതാണെന്ന് തോന്നുമാറ് സ്വാഭാവികതയോടെയാണ് ഇന്നേർഡിന്റെ മരണം നോവലിൽ ചിത്രീകരിച്ചിരിക്കുന്നത്.

അയാൾ വേശ്യാലയം നടത്തുന്നവനും മൃഗവേട്ടക്കാരനുമാണ്. ഇന്നേർഡിന്റെ വിധി നടപ്പാക്കിയത് മാൻകൂട്ടങ്ങളാണെന്ന് ജനീന വാദിക്കുന്നു.

ഒരു ക്രൈം ഫിക്ഷൻ നോവലിന്റെ ത്രിൽ അനുഭവിപ്പിക്കാൻ ഓൾഗ ടോകാർചുകിന് ഈ പുസ്തകത്തിൽ കഴിയുന്നുണ്ട്. രസകരവും വിചിത്രവുമാണ് ആഖ്യാനം.

മാൻവേട്ടയ്ക്കു പോയ ഹൂബർട്ട് എന്ന അക്രമകാരി ക്രിസ്തുവിനെ വേട്ടമാനിന്റെ കണ്ണുകളിൽ കണ്ടു നായാട്ടിൽ നിന്ന് പിൻമാറുകയും പിന്നീട് അയാളെ വിശുദ്ധനാക്കി നായാട്ടു ദിനം ആഘോഷിക്കുന്നതിനേയും ധർമ്മരോഷത്തോടെയാണ് പുസ്തകം വിചാരണ ചെയ്യുന്നത്.

നായാട്ടിന്റെ പ്രാധാന്യത്തെക്കുറിച്ച് ഊന്നിപ്പറയുന്ന ഫാദർ റസ്സലിന്റെ പ്രസംഗം ജനീന തടസ്സപ്പെടുത്തുകയും അലങ്കോലപ്പെടുത്തുകയും ചെയ്യുന്നു. ആത്മീയ നേതാവായ ഫാദറിനോട് കലഹിക്കുകയും അൾത്താരയിൽ നിന്ന് ഇറങ്ങിപ്പോകാൻ ആജ്ഞാപിക്കുകയും ചൂണ്ടുവിരൽ തോക്കിന്റെ കാഞ്ചിയാക്കി മാറ്റുകയും ചെയ്യുന്ന ജനീന അതിന്റെ പേരിൽ അനുഭവിക്കുന്ന കൊടിയ പീഢനങ്ങളും നോവൽ പകർത്തി വെക്കുന്നു.

അധ്യാപക ജോലിയിൽ നിന്ന് അവർ അതോടെ പുറത്താക്കപ്പെടുന്നു. കൊലപാതകങ്ങളെ സംബന്ധിച്ച അന്വേഷണത്തിന്റെ ഭാഗമായി ജനീനയെ ജയിലിൽ അടയ്ക്കുന്നുണ്ട്.

പുറത്തിറങ്ങിയ അവൾക്കു നേരെയുള്ള പൊലീസിന്റെ വേട്ടയാടൽ തുടർന്നുകൊണ്ടിരുന്നു. സുഹൃത്ത് സിസ്സിയും ഓഡ്ബോളും വിശ്വസിക്കുന്നത് ഈ കുറ്റകൃത്യങ്ങളുടെയെല്ലാം പിന്നിൽ തങ്ങളുടെ പ്രിയ സുഹൃത്താണെന്നാണ്.

വിശുദ്ധനായ ഹൂബർട്ടിന്റെ മുന്നിൽ പ്രത്യക്ഷപ്പെട്ട മാനിനെ പോലെ ഒരു പറ്റം മാൻകൂട്ടങ്ങൾ നീതി നടപ്പാക്കാൻ, മനുഷ്യരുടെ കൂട്ടത്തിൽ നിന്ന് തന്നെയാണ് തിരഞ്ഞെടുത്തിരിക്കുന്നത് എന്നാണ് ജനീനയുടെ ആത്മഗതം.

ഒരു ഞെട്ടൽ ഉളവാക്കുന്ന തരത്തിലാണ് ജനീനയുടെ വിവരണങ്ങൾ. കഥാപാത്രത്തോട് സഹാനുഭൂതി പ്രകടിപ്പിക്കാൻ വായനക്കാരനെ ക്ഷണിക്കുന്ന രചനാശൈലിയാണ് ഓൾഗ ഇവിടെ സ്വീകരിക്കുന്നത്.

തന്റെ സന്തതസഹചാരിയായ സാമുറായി വാഹനം വീടിനു മുന്നിൽ ഉപേക്ഷിച്ച് കാൽനടയായി അതിർത്തിക്കപ്പുറത്തേക്ക് കുന്നു കയറുന്ന ദസ്ജെയ്കോ ജനീനയിലൂടെ വർത്തമാനകാല പരിസ്ഥിതി ചിന്തയെ തന്നെ ഇളക്കിമറിക്കുകയാണ് ഓൾഗ ടോകാർ ചുക്.

വിവർത്തനം : സുരേഷ് എം.ജി.

■

അവളുടെ മുഖം മറയ്ക്കൂ

പി.ഡി. ജയിംസ്

ഘാതകന്റെ നിഷ്ഠുരതയിൽ അനാഥമാക്കപ്പെട്ട കുഞ്ഞിന്റെ കഥ

കുടുംബ രഹസ്യങ്ങളുടെയും വ്യക്തികൾ തമ്മിലുള്ള സംശയത്തിന്റെയും സങ്കീർണ്ണതയിലൂടെയാണ് പി.ഡി. ജയിംസിന്റെ 'അവളുടെ മുഖം മറയ്ക്കൂ' എന്ന ക്രൈം നോവൽ വായനക്കാർക്ക് മുമ്പിൽ അവതരിപ്പിക്കുന്നത്.

ഇംഗ്ലണ്ടിലെ ഒരു ചെറു ഗ്രാമത്തിലെ പ്രഭു കുടുംബമായ മാർട്ടിം ഗേലിൽ എലീനർ മാക്സി നടത്തിയ അത്താഴ വിരുന്നിൽ നിന്നാണ് കഥ ആരംഭിക്കുന്നത്. അവിവാഹിതയും നാലു മാസം മാത്രം പ്രായമായ ഒരു കുഞ്ഞിന്റെ മാതാവുമായ സാലി ജപ്പ് ആണ് നോവലിലെ കേന്ദ്ര കഥാപാത്രം. യുദ്ധത്തിൽ അച്ഛനമ്മമാർ കൊല്ലപ്പെടുകയും പിന്നീട് അമ്മാവന്റെ സംരക്ഷണയിൽ വളർന്ന സാലി നഗരത്തിലെ പ്രശസ്തമായ പുസ്തകശാലയിൽ ജോലി ചെയ്തു കൊണ്ടിരിക്കുമ്പോൾ എങ്ങനെയോ അബദ്ധത്തിൽ ഗർഭധാരണം ഉണ്ടാവുന്നു. എന്നാൽ ആ സ്ഥാപനത്തിൽ പുരുഷന്മാർ ഇല്ലാത്തതു കൊണ്ട് ഗർഭത്തിന്റെ ഉത്തരവാദി ആരെന്ന് അവർ അന്വേഷിക്കുന്നില്ല.

പെൺകുട്ടികൾ മാത്രമുള്ള ഒരു അഭയകേന്ദ്രത്തിലേക്ക് സുരക്ഷിതമായി മാറ്റിപ്പാർപ്പിക്കപ്പെടുന്ന അവളെ പ്രസവശേഷം മാർട്ടിം ഗേലിൽ പരിചാരികയായി നിയമിക്കുന്നതോടെയാണ് അനാഥയായ അവളുടെ മുഖം മറയ്ക്കപ്പെടുന്നത്.

സുന്ദരിയായ സാലിജപ്പിന്റെ സൗന്ദര്യത്തിൽ ഭ്രമിച്ചു പോകുന്ന എലീനർ മാക്സിയുടെ മകൻ ഡോക്ടർ സ്റ്റീഫൻ മാക്സി സാലി ജപ്പിനെ അഭിനന്ദിക്കുകയും ആഗ്രഹിക്കുകയും ചെയ്യുന്നു. എന്നാൽ

അവൾക്ക് അയാളുമായുള്ള പ്രണയ ബന്ധം ഇഷ്ടമില്ലെന്ന് സ്റ്റീഫന്റെ മുഖത്തുനോക്കി പറഞ്ഞിട്ടും രോഷം കെട്ടടങ്ങുന്നില്ല.

തന്നോട് വിവാഹാഭ്യർത്ഥന നടത്തിയത് തെല്ല് അഭിമാനത്തോടെയും അതേസമയം പുച്ഛത്തോടെയും പുറത്തുനിന്നുള്ള അതിഥികൾ പങ്കെടുത്ത വിരുന്ന് സൽക്കാരത്തിൽ വച്ച് സാലിജപ്പ് വെളിപ്പെടുത്തുന്നതോടെ കുടുംബ സൗഹൃദങ്ങളുടെ സന്തോഷം നിറഞ്ഞ അന്തരീക്ഷത്തിൽ അപമാന ഭാരവും അസ്വസ്ഥതയും നീറി പുകയുന്നു. അന്ന് രാത്രിയാണ് ആ വീട്ടിൽ വച്ച് സാലി ജപ്പ് അസാധാരണമായി വധിക്കപ്പെടുന്നത്. ഒരു പ്രേതകഥയിൽ എന്നപോലെ കുഞ്ഞ് ഘാതകന് ഒരു തടസ്സമാകാത്ത വിധത്തിലാണ് നിഷ്ഠൂരമായി വധിക്കപ്പെടുന്നത്. മുറി അകത്തുനിന്ന് പൂട്ടിയ നിലയിലായിരുന്നു.

നാടകീയമായ പല സംഭവങ്ങളും അവിടെ അരങ്ങേറുന്നുണ്ട്. രോഗിയും വൃദ്ധനുമായ സൈമൺ മാക്സിയുടെ ഉറക്കഗുളികകൾ കാണാതാവുന്നതും അത് വീട്ടുമുറ്റത്ത് കുഴിച്ചിട്ട നിലയിൽ കാണപ്പെടുന്നതുമെല്ലാം ചില ഉദാഹരണങ്ങളാണ്. എന്നാൽ അവയ്ക്കൊന്നിനും ഈ മരണവുമായി യാതൊരു ബന്ധവുമില്ല എന്ന് തെളിയിക്കുന്നുണ്ട്.

അതിനിടയിൽ മാർട്ടിംഗേലിലേക്ക് വന്ന അരഡസനോളം കത്തുകൾ ആ കുടുംബത്തിൽ വിശ്വാസം അർപ്പിക്കുന്നതും പിന്തുണ നൽകുന്നതുമാണ്. ഒരു ചെറിയ തുക നൽകിയാൽ ഒരു കർമ്മം നടത്തിത്തരാമെന്നും അതിൽ സാലിജപ്പിനെ പ്രത്യക്ഷപ്പെടുത്താമെന്നും അവളെ കൊണ്ട് കൊലപാതകിയുടെ പേര് വെളിപ്പെടുത്തിത്തരാം എന്നും അവകാശപ്പെടുന്ന കത്തും കണ്ടെത്തുന്നുണ്ട്.

ഈ കൊലപാതകം തെളിയിക്കപ്പെടാതെ പോയാൽ ഇരുനൂറു വർഷം കഴിഞ്ഞാൽ സാലി ജപ്പിന്റെ മരണവും അവിടെ പിറന്നു വീഴുന്ന കുഞ്ഞുങ്ങളെ ഭയപ്പെടുത്താനുള്ള വെറുമൊരു കഥയായി മാറുമെന്നും നോവൽ പ്രവചിക്കുന്നു.

പല പല കാരണങ്ങൾ കൊണ്ട് ആ വിരുന്ന് സൽക്കാരത്തിൽ പങ്കെടുത്ത അതിഥികൾക്കെല്ലാം അവളോട് ദേഷ്യവും വിരോധവും ഉള്ളതുകൊണ്ട് ശരിയായ കുറ്റവാളിയെ കണ്ടെത്തൽ സങ്കീർണ്ണമാകുന്നു. സംശയിക്കപ്പെടുന്നവരുടെ ആധിക്യം പലരെയും സംരക്ഷിച്ചു നിർത്തുന്ന കാഴ്ചയും നോവൽ വായനക്ക് രസം പകരുന്ന ചേരുവകളാണ്.

മാധ്യമലോകം ഒരേ ഒരു വ്യക്തിയിലേക്ക് വിരൽ ചൂണ്ടുമ്പോൾ ഇൻസ്പെക്ടർ ആദം ഡെൽഗ്ലീഷും ഡിറ്റക്ടീവ് സർജന്റ് മാർട്ടിനും നടത്തുന്ന സൂക്ഷ്മവും വേഗതയേറിയതുമായ അന്വേഷണം ഫലം

കാണുന്നു. സമ്മർദ്ദ തന്ത്രങ്ങളിൽപെട്ട് സമനില തെറ്റിപ്പോകുന്ന പ്രതി ആദം ഡൽഗ്ലീഷിന് മുമ്പിൽ കുറ്റം ഏറ്റുപറഞ്ഞുകൊണ്ട് കുമ്പസാരിക്കുന്നതോടെയാണ് നോവലിനു പരിസമാപ്തി.

ആദം ഡൽഗ്ലീഷും ഡെബോറയും തമ്മിൽ ഒരു ബന്ധം വികസിക്കുന്നതിന്റെ സൂചന നൽകിക്കൊണ്ടാണ് പി.ഡി. ജയിംസ് എന്ന ജനപ്രിയ എഴുത്തുകാരി കഥയിൽനിന്ന് പിൻവാങ്ങുന്നത്. ഒരു എലിസബത്തൻ കാലഘട്ടത്തിലെ പ്രൗഢിയോടെ നിലകൊള്ളുന്ന സൗധത്തിനുള്ളിൽ മരിച്ചുകിടക്കുന്ന സാലിജപ്പിന്റെ മാറിൽ ഒന്നും അറിയാതെ ഘാതകന്റെ നിഷ്ഠൂരതയിൽ അനാഥനാക്കപ്പെട്ട് പറ്റിപ്പിടിച്ച് ഉറങ്ങുന്ന കുഞ്ഞിന്റെ ചിത്രം വായനക്കാരന്റെ കരളലിയിക്കുന്നതാണ്.

എലീനർ മാക്സിയുടെ രോഗിയും വൃദ്ധനുമായ ഭർത്താവ് സൈമൺ മാക്സി, മകൾ ഡെബോറ റിസ്കോ, കാമുകൻ ഫെലിക്സ് ഹെർനെ (ഇയാൾ രണ്ടുപേരെ വെടിവെച്ചു കൊന്നതായി വെളിപ്പെടുത്തുന്നുണ്ട്. പക്ഷേ അത് വെറും രാഷ്ട്രീയം) സാലിയുടെ രഹസ്യ ഭർത്താവ് ജെയിംസ് റിച്ചി, അഭയകേന്ദ്രത്തിന്റെ വാർഡൻ ആലീസ് ലിഡൽ, കാതറിൻ ബോവേഴ്സ്, സാലിയുടെ അമ്മാവൻ പ്രോക്ടർ, മാർട്ടിംഗേൽ സൗധത്തിലെ ദീർഘകാല പരിചാരിക മാർത്ത തുടങ്ങിയ കഥാപാത്രങ്ങൾ ഒരു ഇംഗ്ലീഷ് കൗണ്ടി കുടുംബത്തിന്റെ സവിശേഷ സ്വഭാവങ്ങൾക്ക് മിഴിവ് പകരുന്നു. പുസ്തകത്തെ പാരായണക്ഷമമാക്കി തീർക്കുന്നതിൽ സുരേഷ് എംജിയുടെ മൊഴിമാറ്റം പ്രശംസ അർഹിക്കുന്നു.

വിവർത്തനം : സുരേഷ് എം.ജി.

■

ആൽക്കെമിസ്റ്റ്

പൗലോ കൊയ്‌ലോ

സാന്റിയാഗോയുടെ യാത്രകൾ

ചില പുസ്തകങ്ങൾ വായിച്ചു കഴിഞ്ഞാലും അതിലെ കഥാപാത്രങ്ങൾ നാം അറിയാതെ നമ്മെ പിന്തുടർന്നു കൊണ്ടിരിക്കും.

ചില പുസ്തകങ്ങൾ വായിച്ചു കഴിഞ്ഞാലും അതിലെ കഥാപാത്രങ്ങൾ നാം അറിയാതെ നമ്മെ പിന്തുടർന്നുകൊണ്ടിരിക്കും. ലോകപ്രശസ്ത ബ്രസീലിയൻ നോവലിസ്റ്റായ പൗലോ കൊയ്‌ലോയുടെ ആൽക്കെമിസ്റ്റിലെ സാന്റിയാഗോ അത്തരത്തിൽ ഓർമ്മയിലേക്ക് ഇറങ്ങി വന്ന ജീവസ്സുറ്റ കഥാപാത്രമാണ്. എല്ലാ സൗഭാഗ്യങ്ങൾ ഉണ്ടായിട്ടും മരുഭൂമിയിൽ ലളിതജീവിതം നയിക്കുന്ന ആൽക്കെമിസ്റ്റ് ആണ് ഈ പുസ്തകത്തിലെ മറ്റൊരു നായകൻ. ലോക്ക് ഡൗൺ കാലത്ത് ഞാൻ വീണ്ടും അവരെ ചേർത്തു പിടിച്ചു. നേരത്തെയുണ്ടായിരുന്ന പല ധാരണകളേയും പിഴുതെറിഞ്ഞു.

മരുഭൂമിയിൽ ഒരു പറ്റം ആടുകളെ മേച്ചു നടക്കുന്നതിനിടയിൽ വിശാലമായ പാടത്ത് തളർന്ന് ഉറങ്ങിപ്പോയപ്പോൾ സാന്റിയാഗോ എന്ന ഇടയബാലൻ കണ്ട ഒരു സ്വപ്നമാണ് ഈ നോവലിന്റെ ഇതിവൃത്തം.

സാന്റിയാഗോയുടെ ആടുകളുമായി പാടത്ത് കളിച്ചു കൊണ്ടിരുന്ന ഒരു കൊച്ചു പെൺകുട്ടി കൈപിടിച്ച് അവനെ പിരമിഡിന്റെ അരികിലേക്ക് കൊണ്ടുപോയി നിധിയുള്ള ഭാഗത്തേക്ക് വിരൽ ചൂണ്ടി കാണിക്കുന്നതായിരുന്നു സ്വപ്നം. സ്വപ്നദർശനത്തെ തുടർന്ന് ഈജിപ്തിലെ പിരമിഡിന് സമീപം നിധി തേടിപ്പോകുന്ന ഇടയബാലന്റെ കഥയാണ് ആൽകെമിസ്റ്റ്.

പതിനാറു വയസ്സ് വരെ അവൻ പഠിച്ചിരുന്നത് ഒരു സെമിനാരിയിലായിരുന്നു. അവിടെ ഒരു പുരോഹിതന്റെ ശിക്ഷണത്തിൽ ഭാഷാ

ജ്ഞാനവും ദൈവശാസ്ത്രവും പഠിച്ചിരുന്ന സാന്റിയാഗോ സെമിനാരിക്ക് പുറത്തുള്ള ലോകം കാണാൻ കൊതിച്ചു. ദൈവത്തെക്കുറിച്ചും മനുഷ്യർ ചെയ്യുന്ന പാപങ്ങളെക്കുറിച്ചും അറിയുന്നതിനേക്കാൾ പ്രധാനമാണ് വിശാലമായ ഈ ലോകത്തേക്ക് മിഴി തുറക്കുക എന്നത്. അവൻ ആഴത്തിൽ ചിന്തിച്ചുകൊണ്ടിരുന്നു. അവൻ പഠനം നിർത്തി ആഗ്രഹം അച്ഛനോട് പറഞ്ഞപ്പോൾ ഒരു മടിയും കൂടാതെ ആ പിതാവ് അവനെ അനുഗ്രഹിച്ച് അയച്ചു. അപ്പോഴും പുസ്തകങ്ങൾ അവൻ ഉപേക്ഷിച്ചിരുന്നില്ല. ആടുകൾ മേഞ്ഞു നടക്കുമ്പോൾ വായിക്കുകയും വിശ്രമിക്കുമ്പോൾ പുസ്തകങ്ങളെ തലയണയാക്കി വെക്കുകയും ചെയ്തു.

അവനു സ്വപ്ന വ്യാഖ്യാനം ചെയ്തു കൊടുത്തത് ടരീഫയിലെ ഒരു ജിപ്സി തള്ളയായിരുന്നു. അവർ പ്രതിഫലം ഒന്നും വാങ്ങിയില്ല. പകരം നിധി കിട്ടിയാൽ അതിൽ നിന്ന് പത്തിലൊരു ഭാഗം അവർക്ക് കൊടുക്കണമെന്നാണ് ആവശ്യപ്പെട്ടത്.

അവൻ സമ്മതം അറിയിച്ചു. പിന്നീട് അവൻ കണ്ട വയസ്സനായ രാജാവു പറഞ്ഞത് സാന്റിയാഗോയിൽ കൂടുതൽ ആത്മവിശ്വാസം ജനിപ്പിച്ചു. അതോടെ നിധി തേടിപ്പോകാനുള്ള അവന്റെ ആഗ്രഹം വർദ്ധിച്ചു.

രാജാവ് പറഞ്ഞു: ''പൂർണ്ണമനസ്സോടെ എന്തെങ്കിലും നേടാൻ ഒരാൾ ആഗ്രഹിക്കുന്നുണ്ടെങ്കിൽ ഈ പ്രകൃതി മുഴുവൻ ആ കാര്യസിദ്ധിക്കായ് പിന്തുണ നൽകും.''

ഓരോ യാത്ര ആരംഭിക്കുന്നതും തുടക്കക്കാരന്റെ ഭാഗ്യത്തോടെയാണെന്നും അതവസാനിക്കുന്നത് കഠിനമായ പരീക്ഷണത്തോടെയാണെന്നും അതിൽ വിജയിക്കുന്നവനാണ് യഥാർത്ഥ ജേതാവെന്നും അവൻ മനസ്സിലാക്കുന്നു.

മരുഭൂമിയിലെ ഒരു ചെറുഗ്രാമത്തിൽ പരിചയപ്പെട്ട കറുത്ത മുടിയഴകുള്ള ആൻഡലൂഷ്യൻ പെൺകുട്ടിയെ കണ്ടതു മുതൽ അവന്റെ മനസ്സിൽ പുതിയ ആഗ്രഹങ്ങൾ ജനിച്ചു.

കമ്പിളി വിൽക്കാനായിരുന്നു ആദ്യം ആ ഗ്രാമത്തിൽ ചെന്നത്. അവൾ ഒരു പലച്ചരക്കു കടക്കാരന്റെ മകളായിരുന്നു. നാല് ആടുകളുടെ കമ്പിളി വെട്ടിക്കൊടുത്തു പണവും വാങ്ങി ഇനി അടുത്ത വർഷവും വരണമെന്ന് പറഞ്ഞാണ് അവർ യാത്രയാക്കിയത്.

മുതലാളിയെ കാത്ത് ആ കൽപ്പടവിൽ ഇരുന്ന് സഞ്ചി തുറന്ന് പുസ്തകം എടുത്തു വായിക്കുമ്പോഴായിരുന്നു അവളുടെ കളിയൊച്ച ആദ്യമായി കേട്ടത്.

‘‘അല്ലാ, ആട്ടിടയന്മാർ വായിക്കുമോ? ഞാനാദ്യമായി കാണുകയാണ്.’’

മൂറിഷ് ജേതാക്കളുടെ ഛായ തോന്നിക്കുന്ന കണ്ണുകൾ തനി ആൻഡലൂസിയക്കാരി. അവൻ മനസ്സിൽ പറഞ്ഞു.

‘‘സാധാരണയായി ഞാൻ അധികവും പഠിക്കുന്നത് എന്റെ ഈ ആട്ടിൻപറ്റത്തിൽ നിന്നാണ്. പുസ്തകങ്ങളിൽ നിന്നല്ല.’’

അങ്ങനെ തുടങ്ങിയതാണ് ആ സംഭാഷണം.

‘‘അപ്പോ നിങ്ങളെങ്ങനെയാണ് വായിക്കാൻ പഠിച്ചത്?’’ പ്രണയാർദ്രമായ ആ ചോദ്യം അവന്റെ ഉള്ളിൽ കുളിർമഴയായി പെയ്തു.

‘‘സാധാരണ എല്ലാവരും പഠിക്കുന്നതുപോലെ തന്നെ സ്കൂളിൽ പോയി.’’

‘‘അത്രയ്ക്കൊക്കെ പഠിപ്പുണ്ടെങ്കിൽ പിന്നെ നിങ്ങൾ വെറുമൊരു ആട്ടിടയനായതെന്തിനാ?’’

വ്യക്തമായൊരു ഉത്തരം പറയാൻ അവൻ മടിച്ചു. വിഷയം മാറ്റാൻ അവൻ പിന്നിട്ട വഴിയിയെ കൗതുക കഥകൾ പറഞ്ഞ് അവളെ രസിപ്പിച്ചു.

ആ പെൺകുട്ടിയുടെ സാമീപ്യം അതുവരെ ഇല്ലാതിരുന്ന മോഹങ്ങൾ അവന്റെ മനസ്സിലുണർത്തി. അവളുടെ കൂടെ എവിടെയെങ്കിലും ഒന്നു സ്ഥിരമായി പാർപ്പുറപ്പിക്കാൻ കഴിഞ്ഞുവെങ്കിൽ എന്നവൻ ആശിച്ചു. ഇടയ്ക്ക് അവൻ യാത്ര അവസാനിപ്പിക്കാതിരുന്നത് ഈ പരീക്ഷണഘട്ടത്തെ അതിജീവിക്കാൻ കഴിഞ്ഞതുകൊണ്ടാണ്.

തലയിൽ തട്ടം ഇട്ട ഫാത്തിമ എന്ന പെൺകുട്ടിയുടെ ഗന്ധം മരുഭൂമി നിറയെ ഒഴുകി നടക്കുന്നതായി അവനു തോന്നി. ആ വൈകാരിക അനുഭൂതി പകർന്ന പ്രലോഭനത്തിലാണ് അവൻ വീണ്ടും യാത്രയാകുന്നത്.

പ്രപഞ്ചത്തിന്റെ ഭാഷ അറിയുന്നവനാണ് വഴിമദ്ധ്യേ അവനു കൂട്ടുകാരനായി ലഭിക്കുന്ന ആൽക്കെമിസ്റ്റ്.

അറ്റമില്ലാത്ത മരുഭൂമിയുടേയും അങ്ങകലെ കാണുന്ന ചക്രവാളത്തിന്റെയും ഇടയിൽ കാണുന്ന എല്ലാ ജീവജാലങ്ങളുടെയും തുടിപ്പ് കാണാൻ ആൽക്കെമിസ്റ്റിന് ആവുന്നു. ആ സിദ്ധി അയാളുടെ കുതിരയ്ക്കുമുണ്ട്.

ഒരിക്കൽ സംഘം ചേർന്ന് അയാളുമായി യാത്ര ചെയ്യുമ്പോഴാണ് ഒരു വലിയ മൂർഖൻപാമ്പിനെ മാളത്തിൽ കൈയിട്ട് അയാൾ പിടിക്കുന്നത്. ചെറിയൊരു വൃത്തം വരച്ച് അതിനുള്ളിൽ കുറേ നേരം കിടത്തിയ ശേഷം മൂർഖനെ അയാൾ തുറന്നുവിട്ടു.

കുതിരയുടെ കുളമ്പടി നിശ്ചലമാകുന്നിടത്ത് ഇങ്ങനെ പല അത്ഭുതങ്ങളും കണ്ടെത്താനാവുന്നു. ഈയം സ്വർണ്ണമാക്കി അത്ഭുതങ്ങൾ സൃഷ്ടിക്കുന്ന ആൽക്കെമിസ്റ്റിന്റെ ലളിതമായ ജീവിതത്തിലൂടെ മനുഷ്യജീവിതത്തിന്റെ ഔന്നത്യത്തിലേക്ക് ഉയർത്തപ്പെടാൻ അവനു സാധിക്കുന്നു.

സാന്റിയാഗോയുടെ യാത്രകളിൽ കൂട്ടിനുണ്ടായിരുന്നത് ഒരു പറ്റം ആടുകൾ മാത്രമായിരുന്നു. ആടുകളിൽ നിന്നാണ് പിന്നീട് അവൻ ജീവിതം പഠിക്കുന്നത്. ലോകത്തിൽ എല്ലാവർക്കും പഠിക്കാൻ കഴിയുന്നൊരു ഭാഷയാണ് ആടുകളിൽ നിന്ന് അവൻ സ്വായത്തമാക്കിയത്. ഉത്സാഹത്തിന്റെയും സ്നേഹത്തിന്റെയും ഉദ്ദേശ്യ ശുദ്ധിയുടേയും കളങ്കമില്ലാത്ത ഭാഷ.

പിന്നീടുള്ള അവന്റെ ജീവിതത്തിന് ദിശാബോധം നൽകിയത് ആ ഭാഷയായിരുന്നു. അവൻ ജോലിക്കു നിന്ന സ്ഫടിക പാത്രക്കടക്കാരന്റെ കച്ചവടത്തെ മെച്ചപ്പെടുത്താൻ സഹായിച്ചതും ആ ഒരു ഭാഷയായിരുന്നു.

പിരമിഡുകളുടെ നാട്ടിലേക്ക് സമ്പന്നമായൊരു ഭാവിയും സ്വപ്നം കണ്ട് യാത്ര തിരിച്ച സാന്റിയാഗോക്ക് കടുത്ത പരീക്ഷണങ്ങളാണ് നേരിടേണ്ടിവന്നത്. രണ്ടു പ്രാവശ്യം അവൻ കൊള്ളയടിക്കപ്പെട്ടു. ഒരിക്കൽ കള്ളന്മാരായിരുന്നു അവന്റെ സ്വത്തുക്കൾ കവർന്നത്. പക്ഷേ സാന്റിയാഗോ തളർന്നില്ല.

അവൻ പണിയെടുത്ത് ഇരട്ടി ആടുകളുമായി ഗ്രാമത്തിലേക്ക് മടങ്ങി. അവയെയെല്ലാം വിറ്റ പണവുമായി പിരമിഡിലേക്കുള്ള യാത്രാമദ്ധ്യേയാണ് രണ്ടാമതും കൊള്ളയടിക്കപ്പെട്ടത്.

യുദ്ധമുന്നണിയിൽ നിന്ന് ഒളിച്ചോടിപ്പോന്ന പട്ടാളക്കാരായിരുന്നു ഇപ്രാവശ്യം അവനെ ചതിച്ചത്. പക്ഷേ, അവിടെയും അവസാനിക്കുന്നില്ല അവന്റെ നിർഭാഗ്യങ്ങൾ. അവനു നേരെയുള്ള പരീക്ഷണം. അതു പിന്നെയും തുടരുകയായിരുന്നു.

അവൻ അഭയം തേടിയ സ്ഫടിക പാത്രക്കടക്കാരനും ആട്ടിൻക്കൂട്ടവും പലചരക്കുകടക്കാരന്റെ സുന്ദരിയായ മകൾ ഫാത്തിമയും ആൻഡലൂസിയയിലെ പുൽമേടുകളുമെല്ലാം സ്വന്തം നിയോഗം തേടിയുള്ള യാത്രയിലെ പരീക്ഷണശാലകളായിരുന്നു.

പിരമിഡിനടുത്ത് അവന്റെ ദൗത്യം നിർവ്വഹിച്ചുകൊണ്ടിരിക്കുമ്പോഴാണ് ഒരു അക്രമി സംഘം പുറകിൽ വന്ന് അവനെ മർദ്ദിച്ച് കീഴ്പ്പെടുത്തുന്നതും അവന്റെ സഞ്ചിയിലുണ്ടായിരുന്ന സ്വർണ്ണ സമ്പാദ്യം കവർന്നെടുക്കുന്നതും.

"നീയൊരു വിഡ്ഢിയാണ്. ഇത്ര ബുദ്ധിമോശം ചെയ്യരുത്. രണ്ടു വർഷം മുമ്പ് ഇതേ സ്ഥലത്ത് വെച്ച് ഞാനും നിന്നെപ്പോലെ ഒരേ സ്വപ്നം തന്നെ രണ്ടു പ്രാവശ്യം കണ്ടിരുന്നു. ആരോ എന്നോട് പറഞ്ഞു അക്കരെ സ്പെയിനിൽ ഒരു തകർന്ന പള്ളിയുടെ സാക്രസ്റ്റിയുടെ സ്ഥാനത്ത് വലിയൊരു സൈക്കമോർ മരം ഉണ്ടെന്ന്. അതിന്റെ കടയ്ക്കൽ കുഴിച്ചാൽ നിധി കിട്ടുമെന്ന് പറഞ്ഞു. ഈ മരുഭൂമിയും കടലും കടന്ന് അക്കരെ ചെന്നിട്ട് അത് തേടിപ്പിടിക്കാൻ ഞാൻ നിന്നെ പോലൊരു വിഡ്ഢിയല്ല. തൽക്കാലം നിന്നെ ഞങ്ങൾ കൊല്ലാതെ വിടുന്നു." അതു പറഞ്ഞ് അക്രമിസംഘം പോയി.

സാന്റിയാഗോയുടെ അന്വേഷണത്തിന്റെ നിരർത്ഥകതയാണ് ഇവിടെ ചോദ്യം ചെയ്യുന്നത്. എന്നാൽ സ്വപ്നത്തെക്കുറിച്ചുള്ള ജിപ്സി തള്ളയുടെ വ്യാഖ്യാനവും വൃദ്ധനായ രാജാവും അവന്റെ അന്തരാത്മാവിനെ പ്രചോദിപ്പിക്കുന്നുണ്ട്. ശാരീരികമായ എല്ലാ വേദനകളും അവൻ അപ്പോൾ മറന്നു പോകുന്നു.

ആടുകളെ മേയ്ച്ചു നടക്കുമ്പോൾ ഇടത്താവളമായി ഉപയോഗിച്ചിരുന്ന സ്പെയിനിലെ പുരാതനമായ തകർന്ന പള്ളിയെ ലക്ഷ്യമാക്കി അവൻ തിരിഞ്ഞു നടന്നു. വളരെ ദൂരം പിന്നിടാനുണ്ട്. മരുഭൂമിയും കടലും. വഴിയിൽ ഈയം വാങ്ങി സ്വർണ്ണമാക്കിയ സന്ന്യാസിയുടെ താമസസ്ഥലത്തേക്ക് അവൻ നടന്നു. സന്ന്യാസിയുടെ കൈയിൽ ആൽക്കെമിസ്റ്റ് ഏൽപ്പിച്ച സ്വർണ്ണത്തിന്റെ ഒരു വിഹിതമാണ് സാന്റിയാഗോയെ പിന്നീട് നാട് കാണിക്കുന്നത്. അവന്റെ പരാജയം കണ്ട് ആ സന്ന്യാസിയും പരിഹസിച്ച് ചിരിച്ചു.

മരുഭൂമിയിൽ വീശിയടിക്കുന്ന കാറ്റിന്റെ ഉള്ളിൽ നിന്ന് വരുന്ന സൗമ്യമായ വാക്കുകൾ അവനപ്പോൾ തിരിച്ചറിഞ്ഞു. അത് ആൽക്കെമിസ്റ്റിന്റേതായിരുന്നു.

ഒരു ജ്ഞാനിയെപ്പോലെ സാന്റിയാഗോയുടെ മുഖം പ്രസന്നമായി. എല്ലാ പരീക്ഷണങ്ങളേയും അതിജീവിക്കാനുള്ള നിശ്ചയദാർഢ്യവും ആത്മവിശ്വാസവുമാണ് ഒരാളെ വിജയത്തിലേക്കെത്തിക്കുന്നത് എന്ന് ഈ പുസ്തകം അടിവരയിടുന്നു.

അറ്റം കാണാത്ത മരുഭൂമിയും അങ്ങകലെയുള്ള ചക്രവാളവും അതിനിടയിൽ നിസ്സഹായനായി പോകുന്ന മനുഷ്യനെക്കുറിച്ചും ദാർശനികമായാണ് ആൽക്കെമിസ്റ്റ് നോവൽ പറഞ്ഞു തരുന്നത്. ക്ഷണികമായ മനുഷ്യ ജീവിതത്തെ ആഘോഷമാക്കുന്നവർക്ക് പുതിയ പാഠങ്ങളുണ്ട് ഈ പുസ്തകത്തിൽ.

അത്യന്തികമായി ജീവിതവിജയത്തിനുവേണ്ടിയുള്ള പോരാട്ടവും നിരന്തരമായ ഉത്സാഹവുമാണ് ഈ പുസ്തകത്തിൽ വിന്യസിക്കപ്പെട്ടിരിക്കുന്നത്.

മരുഭൂമിയിൽ രണ്ടു ഗോത്രങ്ങൾ തമ്മിലുള്ള യുദ്ധം ചരിത്രത്തിന്റെ ചില ഓർമ്മപ്പെടുത്തലായി മാറുന്നു.

സെമിനാരിയിലെ മതപഠനത്തിൽ നിന്ന് കുതറി മാറുകയും അതിന്റെ മതിൽക്കെട്ടിന് പുറത്ത് കടക്കുകയും ചെയ്യുന്ന സാന്റിയാഗോ പ്രപഞ്ചത്തിന്റെ രഹസ്യങ്ങളിലേക്കാണ് ആത്മസഞ്ചാരം നടത്തുന്നത്.

മറഞ്ഞിരിക്കുന്ന നിധി ഒരു പ്രതീകമായി പുസ്തകത്തിൽ നിറയുന്നു. അദൃശ്യമായ ഒന്നിനെ തേടിയുള്ളതാണ് അവന്റെ യാത്രകൾ. ആ യാത്രയിൽ വായനക്കാരനും ധ്യാനാത്മകമായി ഒപ്പം ചേരുന്നു.

പിരമിഡിനടുത്ത് നിധിക്കു വേണ്ടി കുഴിയെടുക്കുമ്പോഴാണ് സാന്റിയാഗോയെ ഒരു സംഘം ആളുകൾ വന്ന് മർദിക്കുന്നത്. ലക്ഷ്യം അവന്റെ കൈയിലെ പണമാണെങ്കിലും അവന്റെ സ്വപ്നങ്ങളെയാണ് അവർ വിചാരണ ചെയ്യുന്നത്.

ഈജിപ്തിലെ പിരമിഡിന് അരികിൽ അവൻ പരാജയം മണക്കുമ്പോൾ അവന്റെ വിശ്രമകേന്ദ്രമായിരുന്ന സ്പെയിനിലെ തകർന്ന ദേവാലയത്തിനരികിലെ സൈക്കമോർ മരത്തിനു ചുവട്ടിൽ അവൻ വിജയം കാണുന്നുണ്ട്. ജിപ്സിത്തള്ളയുടെ സ്വപ്ന വ്യാഖ്യാനത്തിനുള്ള ഒരു പങ്ക് ആ നിധികുംഭത്തിൽ നിന്ന് മാറ്റിവെക്കുന്നതോടെ നോവലിനു തിരശ്ശീല വീഴുന്നു.

വിവർത്തനം : രമാമേനോൻ

■

പ്രവാസം

എം. മുകുന്ദൻ

സാഗരങ്ങൾ നീന്തിക്കടന്ന പ്രവാസം

മരുഭൂമിയിലെ അടിമ ജീവിതത്തിന്റെ കണ്ണീരും നിലവിളികളുമാണ് ബെന്യാമിന്റെ ആടുജീവിതം അനുഭവിപ്പിക്കുന്നതെങ്കിൽ അന്നം തേടി പല തലമുറകളായി തുടരുന്ന യാത്രകളുടെയും വിരഹത്തിന്റെയും ഒറ്റപ്പെടലിന്റെയും ഇരുൾക്കയങ്ങളിൽ മനുഷ്യർ അകപ്പെട്ട സഞ്ചാരവഴികൾ തേടുകയാണ് പ്രവാസം.

ചോയിക്കുട്ടിയച്ഛൻ മുതൽ ഇരുപത്തൊന്നാം നൂറ്റാണ്ടിലേക്ക് പിച്ചവെച്ച് നടക്കുന്ന രാഹുൽ വരെയുള്ള, ഒരു കുടുംബത്തിലെ അഞ്ചു തലമുറകളുടെ സഞ്ചാരവഴികളിലൂടെ, മറ്റനേകം കഥാപാത്രങ്ങളെയും ചേർത്തുപിടിച്ചുകൊണ്ട് എഴുത്തുകാരൻ നടത്തുന്ന ഹൃദയ യാത്രയാണ് ഈ നോവൽ.

പലതരം യാത്രകൾ ഉണ്ടെന്ന് ഓർമ്മപ്പെടുത്തുന്ന പുസ്തകം.

മടങ്ങിവരാനുള്ള യാത്രകൾ, ഒരിക്കലും തിരിച്ചുവരാത്ത യാത്രകൾ, തിരിച്ചുപോകാനുള്ള യാത്രകൾ. ഈ യാത്രകളിലെല്ലാം വ്യത്യസ്തരായ മനുഷ്യരെ എം മുകുന്ദൻ അവതരിപ്പിക്കുന്നു. അവരുടെ കണ്ണീരും പുഞ്ചിരിയും കിനാവുകളും രസകരമായി വായനക്കാരുമായി പങ്കിടുന്നു. മലയാളത്തിന്റെ സഞ്ചാരസാഹിത്യകാരൻ എസ് കെ പൊറ്റെക്കാട്ട്, കൊറ്റിയത്ത് കുമാരന്റെ സാഹസിക യാത്രകളെക്കുറിച്ച് പറഞ്ഞുകൊണ്ടാണ് പുസ്തകം ആരംഭിക്കുന്നത്.

പലതും നഷ്ടപ്പെടുത്തിയാണ് കുമാരൻ പ്രവാസിയാവുന്നത്. ആ നഷ്ടം ജീവിതകാലം മുഴുവനും അയാളെ പീഡിപ്പിക്കുന്നുണ്ട്. കേവലം ഒരു നാട് കാണൽ ഭ്രമം മാത്രമായിരുന്നില്ല കുമാരന്റെ ലക്ഷ്യം. അങ്ങനെ ആയിരുന്നെങ്കിൽ ബർമ്മ കണ്ട് കുമാരന് തിരിച്ചു

പോരാമായിരുന്നു.എന്നാൽ അത് ചെയ്യാതെ കുമാരന്റെ ജീവിതം മറ്റെന്തിനോ വേണ്ടി സമർപ്പിക്കുകയായിരുന്നു.

പല്ലക്കിലിരുന്ന് കല്യാണിയെ ആഘോഷപൂർവ്വം പെണ്ണുകാണാൻ പോയ കുമാരൻ, ബർമ്മയുടെ തെരുവുകളിൽ റിക്ഷ വലിക്കുന്നു. എന്ത് ജോലിയും ചെയ്യാൻ തയ്യാറായി യാചകരെപ്പോലെ കൈ നീട്ടുന്നു. ചോയിക്കുട്ടിയച്ഛന്റെ ഏക മകൻ കൊറ്റിയത്ത് കുമാരന് ഏക്കർ കണക്കിന് തെങ്ങുംപറമ്പും നെൽവയലുകളും സ്വന്തമായി ഉണ്ടായിട്ടും നാട്ടുകാരേയും വീട്ടുകാരേയും വിസ്മയപ്പെടുത്തി ബർമ്മയിലേക്ക് കപ്പൽ കയറിയത് എന്തിനുവേണ്ടി എന്ന ചോദ്യ ത്തിനു മുമ്പിൽ നോവലിസ്റ്റുപോലും പകച്ചുനിൽക്കുന്നു. വ്യക്ത മായ ഉത്തരം അദ്ദേഹത്തിനുപോലും കണ്ടെത്താൻ കഴിയുന്നില്ല എന്നതാണ് യാഥാർത്ഥ്യം. ഇത് പ്രവാസം നോവൽ ഉയർത്തുന്ന ദാർശനിക സമസ്യയാണ്.

റൺഗുണിന്റെ തെരുവുകളിൽ വെച്ചാണ് അയാൾ തന്റെ കുടുമ മുറിച്ച് കളയുന്നത്. പുതിയൊരു ജീവിതം അയാളപ്പോൾ സ്വപ്നം കാണുന്നുണ്ട്.

ചരിത്രം വിസ്മരിച്ചു പോയ മിച്ചിലോട്ട് മാധവന്റെ പാത്രസൃഷ്ടി യാണ് പ്രവാസം നോവലിന്റെ സവിശേഷതയായി അടയാളപ്പെടു ത്താനുള്ളത്.

ഫ്രാൻസിൽ പഠിക്കാൻ പോയ മാധവൻ, സുഹൃത്ത് സെഗോ ലേനുമൊത്ത് നാസികൾക്കെതിരെയുള്ള പ്രതിരോധ പ്രവർത്തന ത്തിൽ ഏർപ്പെടുന്നതാണ് അയാളുടെ ജീവനാശത്തിന് വഴിയൊരു ക്കുന്നത്.

ഹിറ്റ്ലർ തടവിൽ വച്ചിരിക്കുന്ന കവികൾക്കും കലാകാരന്മാർക്കും ഐക്യദാർഢ്യം പ്രഖ്യാപിച്ചു തെരുവിൽ നാടകം കളിച്ചുകൊണ്ടി രിക്കുമ്പോഴാണ് മാധവനും സെഗോലേനും പിടിക്കപ്പെടുന്നത്.

പോണ്ടിച്ചേരിയിലെ പഠനം കഴിഞ്ഞ് പാരീസിൽ ഉപരിപഠന ത്തിന് എത്തിയ നാൾ മുതൽ, മാധവൻ ഫ്രഞ്ച് കമ്മ്യൂണിസ്റ്റ് പാർട്ടി യുമായി ബന്ധം പുലർത്തി പോന്നിരുന്നു. ഹോസ്റ്റൽ മുറികളിലും മറ്റും രഹസ്യമായി കൂടിയ മീറ്റിങ്ങുകളിൽ മാധവൻ പതിവായി പങ്കെടുത്തു.

ജർമ്മൻ അധിനിവേശത്തിനെതിരായി പ്രതിരോധം പടുത്തുയർ ത്താൻ ആഹ്വാനം ചെയ്യുന്ന നോട്ടീസുകളിലും പത്രപ്രസ്താവന കളിലും അവൻ ഒപ്പുവച്ചു. അങ്ങനെ പെട്ടെന്നുതന്നെ ഗസ്റ്റപ്പോവിന്റെ നോട്ടപ്പുള്ളിയായിമാറി മാധവൻ.

മുകുന്ദന്റെ സവിശേഷമായ ആഖ്യാനത്തിലൂടെ ഫ്രാൻസിൽ ജീവിച്ചിരുന്ന സാർത്ര് അടക്കമുള്ള എഴുത്തുകാരും കലാകാരന്മാരും നോവലിൽ കഥാപാത്രങ്ങളായി കടന്നുവരുന്നുണ്ട്.

'ഓർക്കുക ഒരു കണ്ണിന് നിങ്ങൾ അന്ധത നൽകുമ്പോൾ ആയിരം കണ്ണുകൾ മെഴുകുതിരികളായി എരിയുമെന്ന്. ഒരു വെടിയുണ്ട കൊണ്ട് ഒരു പാവം പക്ഷിയെ കൊല്ലാമെങ്കിൽ ആയിരം വെടിയുണ്ടകൾകൊണ്ടും കൊല്ലാൻ കഴിയില്ല സ്വാതന്ത്ര്യത്തെയെന്ന്.'

സെഗോലെൻ ഡയറിയിൽ കുറിച്ചിട്ട വരികൾ മാധവൻ മരണത്തിലേക്ക് നടന്നടുക്കുമ്പോൾ ഓർക്കുന്നു:

'എന്നെ കൊണ്ടുപോകുക.
വെടിവെച്ചു കൊല്ലുക.
മഞ്ഞുകാലത്തിന്റെ അവസാനം
സൂര്യൻ ഉദിക്കാതിരിക്കില്ല.
അപ്പോൾ ഞാൻ ഇവിടെ തിരിച്ചെത്തും
ഇളം വെയിലായി, സ്വതന്ത്രമായി...
വിട...'

മയ്യഴിയിൽ മാധവനെ ഹൃദയത്തിൽ കൊണ്ടു നടക്കുന്ന സുനന്ദ. അവളെ വിവാഹം കഴിക്കാൻ ആഗ്രഹിച്ചു വന്ന തന്നേക്കാൾ 12 വയസ്സിന് ഇളപ്പമായ ഗിരിയോട് ഒരൊറ്റ കാര്യമേ ആവശ്യപ്പെടുന്നുള്ളൂ. ''മിച്ചിലോട്ട് മാധവന്റെ ശവകുടീരത്തിലേക്ക് എന്നെ കൊണ്ടുപോകണം.''

പ്രണയത്തിന്റെ ദിവ്യാനുഭൂതികൾ പകരുന്ന മനോഹരമായ കഥാസന്ദർഭമാണ് കൈക്കുഞ്ഞിനെ ഒക്കത്തിരുത്തി മാധവനോടൊപ്പം വെടിയേറ്റ് മരിച്ച 12 രക്തസാക്ഷികളുടെ കല്ലറയ്ക്ക് മുമ്പിൽ സുനന്ദ നിൽക്കുന്നത്.

കുമാരന് മുമ്പേ ബർമ്മയിലെത്തിയ ആദ്യ കുടിയേറ്റക്കാരനായ ബീരാൻകുട്ടി നോവലിൽ ശക്തമായ സാന്നിധ്യം അറിയിക്കുന്നു. അയാളുടെ മകൾ കതീശ ഒരു ദുരന്തകഥാപാത്രമായി നോവലിൽ നിറയുന്നു. യുദ്ധവും അധിനിവേശവും കശക്കിയെറിഞ്ഞ ജീവിതമായി അവൾ തിരോഭവിക്കുന്നു

ബർമയിൽ നിന്ന് തിരിച്ചെത്തിയ കൊറ്റിയത്ത് കുമാരന്റെ കഥകൾ കേട്ടതു കൊണ്ടാവാം ഒരു റഷ്യൻ ക്ലാസിക് നോവൽ വായിച്ചതുപോലുള്ള അനുഭവമെന്ന് എസ് കെ പൊറ്റെക്കാട്ട് വിലയിരുത്തിയത്.

ശങ്കരൻകുട്ടി എന്ന എസ് കെ പൊറ്റെക്കാട്ടിലൂടെ ആരംഭിക്കുന്ന നോവൽ, അദ്ദേഹത്തിന്റെ മരണശേഷം പുതിയ തലമുറയിലെ സാഹിത്യകാരൻ എം മുകുന്ദനാണ് നൂറ്റാണ്ട് നീളുന്ന കഥയിലെ രണ്ടാംഭാഗം പറഞ്ഞവസാനിപ്പിക്കുന്നത്.

വായന അവസാനിക്കുമ്പോൾ അഥവാ, പ്രവാസത്തിൽ നിന്ന് മടങ്ങുമ്പോൾ മുകുന്ദന്റെ വരികളും നമുക്ക് ഓർത്തുവയ്ക്കാം.

''എന്റെ ദീർഘമായ പ്രവാസജീവിതം അവസാനിപ്പിച്ച് എന്റെ പുഴയുടെ കരയിലേക്ക് എന്റെ വൃശ്ചികക്കാറ്റിലേക്ക് മാമ്പൂമണത്തിലേക്ക് എന്റെ ഓണക്കാലത്തിലേക്ക് മടങ്ങിപ്പോകാം. എത്രയോ കാലമായി ഞാൻ കാത്തിരുന്ന, സ്വപ്നം കണ്ട ആ നാളിതാ വരികയായി...''

യാത്രകൾ മനുഷ്യന്റെ ഹൃദയത്തെയും ചിന്തയെയും നവീകരിക്കുന്നു. ജീവിതം എന്തെന്ന് പഠിപ്പിക്കുന്നു. മലയാളത്തിന് ലഭിച്ച ഏറ്റവും മികച്ച യാത്രാപുസ്തകങ്ങളിൽ ഒന്നാണ് മുകുന്ദന്റെ പ്രവാസം നോവൽ. ■

മഗ്ദലീനയുടെ (എന്റെയും) പെൺസുവിശേഷം

രതീദേവി

ആത്മീയാന്വേഷണത്തിന്റെ ശേഷിപ്പുകൾ

പതിനേഴു വർഷം ആശ്രമ കന്യകയായി ജീവിച്ചിരുന്ന മേരിയമ്മയുടെ വിശുദ്ധ ജീവിതത്തിലൂടെ എഴുത്തുകാരി നടത്തുന്ന ഭാവനാപൂർണ്ണമായ സഞ്ചാരമാണ് മഗ്ദലീനയുടെ (എന്റെയും) പെൺസുവിശേഷം.

'**അ**റിഞ്ഞതൊന്നുമല്ല അറിവ്, അറിഞ്ഞതിന്റെ പൊരുളാണ് അറിവെങ്കിൽ ആ പുറംതോട് പൊളിക്കാൻ ഞാൻ ആഗ്രഹിക്കുന്നു.'

മഗ്ദലീനയുടെ (എന്റെയും) പെൺസുവിശേഷം എന്ന കൃതിയിൽ മഗ്ദലീന ലക്ഷ്മിയോട് നടത്തുന്ന ധീരമായ ഈ പ്രഖ്യാപനത്തിന്റെ പൊരുൾ പെട്ടെന്ന് ആർക്കും മനസ്സിലാവില്ല. നോവലിന്റെ തുടർവായനയിൽ പിന്നെയും പേജുകൾ മറിഞ്ഞപ്പോഴാണ് ഒരു ഞെട്ടലോടെ അതിന്റെ അർത്ഥം ഗ്രഹിക്കാൻ സാധിച്ചത്. പതിനേഴു വർഷം ആശ്രമ കന്യകയായി ജീവിച്ചിരുന്ന മേരിയമ്മയുടെ വിശുദ്ധ ജീവിതത്തിലൂടെ എഴുത്തുകാരി നടത്തുന്ന ഭാവനാപൂർണ്ണമായ സഞ്ചാരമാണ് മഗ്ദലീനയുടെ (എന്റെയും) പെൺ സുവിശേഷം.

ആത്മീയമായ അന്വേഷണത്തിലൂടെ പ്രണയത്തിന്റെ വിശുദ്ധിയും നൈർമ്മല്യവും ഭൗതിക ജീവിതത്തിലെ കെട്ടുപിണഞ്ഞു കിടക്കുന്ന സങ്കീർണ്ണതകളും കാപട്യങ്ങളുമാണ് നോവൽ വരച്ചു കാട്ടുന്നത്.

2014ലെ ബുക്കർ പ്രൈസിന് പരിഗണിക്കപ്പെട്ട ഈ നോവൽ വർഷങ്ങൾക്ക് മുമ്പാണ് ആദ്യമായി വായിക്കുന്നത്. ഇപ്പോൾ രണ്ടാം വട്ടവും. അങ്ങനെ എടുത്തു വായിക്കാവുന്ന അപൂർവ്വം നോവൽ ശേഖരത്തിൽ പെടുത്താവുന്ന കൃതിയാണ് മഗ്ദലീനയുടെ (എന്റെയും) പെൺസുവിശേഷം. ഇതിലെ ഭാഷയ്ക്കാണ് സൗന്ദര്യം.

ഭാഷയ്ക്ക് ഇത്ര സൗന്ദര്യമോ എന്ന് നമ്മെ അത്ഭുതപ്പെടുത്തുന്നതാണ് ഇതിലെ ആഖ്യാന ഗരിമ. മറ്റൊന്ന് ബൈബിളിനെ അടുത്തറിയാൻ ഈ കൃതി പ്രേരകമാകുന്നുണ്ട്.

ചരിത്ര സത്യങ്ങളിൽ മറഞ്ഞു കിടക്കുന്ന പലതിനെയും തന്റെ രക്തംകൊണ്ടും ഭാവനകൊണ്ടും വീണ്ടെടുക്കാനുള്ള ശ്രമമാണ് രതീദേവി നടത്തുന്നത്. പുരുഷനിർമ്മിതമായ എല്ലാ അപനിർമ്മിതികളേയും ഭാവനാവിലാസങ്ങളേയും പ്രപഞ്ചനിയമങ്ങളേയും യുക്തിയുടേയും ചരിത്രബോധത്തിന്റേയും പിൻബലത്തിൽ അവർ വിചാരണ ചെയ്യുന്നു. മിത്തും ലജണ്ടും ചരിത്രമാകുന്നതിനോടും ചരിത്രത്തെ മിത്താക്കി അപനിർമ്മിക്കുന്നതിനോടും വിട്ടുവീഴ്ചയില്ലാത്ത കലഹമാണ് ഈ എഴുത്തുകാരി നടത്തുന്നത്.

ജീസസ്സിന്റെ സത്യാന്വേഷണ യാത്രകളും മഗ്ദലീനയുടെ ജീസസിനു വേണ്ടിയുള്ള കാത്തിരിപ്പും ഹൃദയസ്പർശിയായി നോവൽ അനാവരണം ചെയ്യുന്നു. മണവാട്ടിയെ ഒന്നു സ്പർശിക്കുവാൻ പോലും ആവാതെ വിവാഹരാത്രിയിൽ മണിയറ വിട്ടോടുന്ന ജോസഫിന്റെയും ഇതേ അനുഭവം പേറുന്ന ജീസസിന്റെയും ആത്മക്ഷതങ്ങളെയും മനസ്സിന്റെ മുറിവുകളെയും സൈബർ യുഗത്തിൽ ജീവിക്കുന്ന മനുഷ്യനിലേക്കു കൂടി സന്നിവേശിപ്പിക്കുകയാണ് എഴുത്തുകാരി. യേശുവിന്റെ കുരിശാരോഹണം കണ്ടുനിൽക്കാനാവാതെ ശിഷ്യന്മാരെല്ലാം ഭയന്നോടിയിട്ടും ധൈര്യം ചോർന്നു പോകാതെ അവസാന നിമിഷം വരെ ജീസസിനോട് ചേർന്നുനിൽക്കുന്ന മഗ്ദലീനയുടെ പ്രണയ വിശുദ്ധിയുടെ ആഴം വായനക്കാരനെ ബോധ്യപ്പെടുത്തുക കൂടിയാണ് ഈ നോവൽ.

കുരിശ് ആരോഹണത്തെക്കുറിച്ചും ആകാശാരോഹണത്തെക്കുറിച്ചും (ഇസ്ലാം ആകാശാരോഹണത്തിലാണ് വിശ്വസിക്കുന്നത്) കേട്ടു ശീലിച്ച നമുക്ക് രതീദേവിയുടെ അന്വേഷണവും നിഗമനങ്ങളും കണ്ടെത്തലുകളും അത്ഭുതപ്പെടുത്തുന്നതാണ്.

ക്രിസ്തുവിന്റെ പിറവിയോടെ ഹെരോദ് ചക്രവർത്തി കൊന്നൊടുക്കിയ കുഞ്ഞുങ്ങളുടെ രക്തപുഴ കണ്ട അമ്മമാരുടെ ഭ്രാന്തമായ നിലവിളികളും ആർത്തട്ടഹാസവും ഇതിന്റെയെല്ലാം ശാപം തന്റെ കുഞ്ഞിനു മേൽ പതിക്കുമൊ എന്ന് ഭയപ്പെടുന്ന മേരിയമ്മയും വായനക്കാരന്റെ മനസ്സിനെ വൃണപ്പെടുത്തുന്നു.

ആകാശത്തിന്റെ പടിഞ്ഞാറ് കോണിൽ പുതുതായി കണ്ട നക്ഷത്ര കിരണം ഭൂമിയുടെ ഏതു കോണിലാണ് പതിക്കുന്നതെന്നറിയാൻ ഒരു വർഷത്തെ ദീർഘയാത്രക്കു ശേഷം ജറുസലേമിൽ എത്തുന്ന

ഭാരതത്തിലെ ജ്യോതിഷികൾ, നക്ഷത്ര പിറവി മുതൽ ഒന്നര വർഷത്തിനകം രാജകൊട്ടാരത്തിൽ പിറക്കുന്ന ആൺകുഞ്ഞ് ലോക പ്രശസ്തനാകുമെന്ന് ഭാരത ജ്യോതിഷികൾ ഹെരോദ് ചക്രവർത്തിയെ ധരിപ്പിക്കുന്നതോടെ അസ്വസ്ഥനാകുന്ന ഹെരോദ് തന്റെ നില നിൽപിന് വേണ്ടി കുഞ്ഞുങ്ങളോടും ഗർഭിണികളോടും ചെയ്യുന്ന ക്രൂരമായ നര വേട്ടയാണ് നോവലിന്റെ ആദ്യ ഭാഗത്ത്. രണ്ടാം ഭാഗത്ത് ലക്ഷ്മിയുടെ ജീവിതമാണ് നിറഞ്ഞ് നിൽക്കുന്നത്. പെസഹാ ആഘോഷത്തിൽ പങ്കെടുക്കാൻ സേനാ വ്യൂഹവുമായി മരുഭൂമിയിലൂടെ സഞ്ചരിച്ച റോമൻ ചക്രവർത്തി സീസർ മരുഭൂമിയുടെ അലൗകിക സൗന്ദര്യത്തിൽ മതിമറന്ന് രമിക്കുന്നതും ആശ്രമ കന്യകയായ മേരിയുടെ സൗന്ദര്യത്തിൽ സ്പർശിക്കുന്നതും ഉൾക്കിടിലത്തോടെ മാത്രമേ വായിക്കാനാവൂ.

ശരീരം ആത്മാവായിത്തീരാനുള്ള പരിശീലനമാണ് ആശ്രമ ജീവിതത്തിൽ നിന്ന് മേരി നേടിയെടുത്തതെങ്കിൽ ഇപ്പോൾ ആത്മാവ് കൂടി ശരീരമായി തീർന്നിരിക്കുന്നുവെന്ന മേരിയുടെ വിലാപം നോവലിനെ ശോകാർദ്രമാക്കുന്നു.

കാശ്മീർ ടിബറ്റ് യാത്രയും ബുദ്ധ ശിഷ്യന്മാരുമായുള്ള ജീസസിന്റെ ജീവിതവും ആത്മീയന്വേഷണത്തിന്റെ പൂർണതയിലേക്കുള്ള സഞ്ചാരമായി നോവൽ ചിത്രീകരിക്കുന്നു.

മഗ്ദലീനയുടെ ജീനിൽ ഇരുപത്തിമൂന്നാമത്തെ വംശാവലിയിൽ പിറന്ന ലക്ഷ്മിയിലൂടെയാണ് നോവലിന്റെ ആദ്യാക്ഷരങ്ങൾ കുറിക്കുന്നത്. മഗ്ദലീന നടന്നു നീങ്ങിയ 2000 വർഷത്തിലധികം പഴക്കമുള്ള ചരിത്രവഴികളിലേക്ക് ലക്ഷ്മി ഒരു ഉന്മാദിയെ പോലെ പടർന്നു കയറുന്നു. ഒരു ഫിലോസഫർ കൂടിയായ മഗ്ദലീനയും നിയമ വിദ്യാർത്ഥിനിയായ ലക്ഷ്മിയും നോവലിൽ ഒരേപോലെ പ്രാധാന്യത്തോടെ കരുത്താർജ്ജിക്കുന്നു.

■

നദിയുടെ അടയാളങ്ങൾ

ബഷീർ മേച്ചേരി

മരുഭൂമിയിൽ തെളിയുന്ന നദിയടയാളങ്ങൾ

അറേബ്യൻ നഗരങ്ങളിൽ കുടിയേറിപ്പാർത്തവരുടെ ഗൃഹാതുരമായ ഓർമ്മകളും ധർമ്മസങ്കടങ്ങളുമാണ് ബഷീർ മേച്ചേരിയുടെ നദിയുടെ അടയാളങ്ങൾ സാക്ഷ്യപ്പെടുത്തുന്നത്.

അടിമയെപ്പോലെ അധ്വാനിച്ച് ജീവിക്കുന്ന യുവാവിന്റെ ആത്മ സംഘർഷങ്ങളും വിലാപങ്ങളുമാണ് നോവലിന്റെ പൊതു സ്വഭാവം. ചരിത്രത്തിന്റെ ക്ഷുഭിത ചലനങ്ങളിലൂടെ ധീരമായി നടന്നുനീങ്ങിയ സൂരജ് ഒരു പൊലീസ് സ്റ്റേഷൻ ആക്രമണക്കേസിൽ പ്രതിയായി ജയിൽ അഴികൾക്കുള്ളിൽ അകപ്പെടുന്നു.അയാളുടെ മോചനത്തിന് എത്തുന്നത് സമ്പന്നനും ഗൾഫിൽ ബിസിനസുകാരനുമായ സ്വന്തം അമ്മാവനാണ്.

അതോടെ അവന്റെ കലാലയ പഠനം മുടങ്ങിപ്പോകുന്നു. സൂരജിന്റെ പിൽക്കാല ജീവിതം അമ്മാവന് അടിമപ്പെട്ടുള്ളതാണ്. സമ്പത്ത് മാത്രം ലക്ഷ്യമാക്കിയുള്ള അയാളുടെ ജീവിതത്തിന് സൂരജിന്റെ പഠനമികവ് ഒരു അനിവാര്യഘടകമായി മാറുന്നു. താഴേത്തട്ടിലുള്ള വരുടെ മുഷിപ്പൻ ബാച്ച്ലർ ജീവിതമല്ല സൂരജിനു ലഭിക്കുന്നത്. അമ്മാവന്റെ ഔദാര്യത്താൽ അയാൾക്ക് ഫാമിലി സ്റ്റാറ്റസ് ലഭിക്കു ന്നുണ്ട്. ഒരു മധ്യവർഗ കുടുംബ ജീവിതത്തിന്റെ പരിച്ഛേദം എന്ന് തന്നെ പറയാം ഈ നോവലിനെക്കുറിച്ച്.

കുടുംബത്തോടൊപ്പം ജീവിക്കാനുള്ള സൗഭാഗ്യം ലഭിക്കുന്നു ണ്ടെങ്കിലും ജീവിതത്തിൽ ഒരിക്കലും അയാൾ സന്തോഷം നിറയുന്നില്ല. മദ്യപിച്ചെത്തുന്ന അമ്മാവന്റെ വളർത്തുമകൻ ഒരു ത്രില്ലർ കഥയിൽ എന്നപോലെ സൂരജിനു മുമ്പിൽ ഭീഷണിയായി വരുന്നതോടെ അയാളുടെ ചിന്തയിലും സ്വഭാവത്തിലും മാറ്റങ്ങൾ സംഭവിക്കുന്നു.

നദിയുടെ അടയാളങ്ങളിൽ സൂരജ് കാണാതെപോകുന്ന തിരിച്ച റിവുകൾ അയാളുടെ തന്നെ നാശത്തിനു വഴിവയ്ക്കുന്നു. ആത്മാവും

ശരീരവും മരുഭൂമിയിൽ ഒരു ദുസ്വപ്നം പോലെ വാടിക്കരിയുന്നതാണ് നോവലിന്റെ ഇതിവൃത്തം.

ആധുനിക മനുഷ്യാവസ്ഥ അഭിമുഖീകരിക്കുന്ന പ്രതിസന്ധികളെയും വെല്ലുവിളികളെയും ഈ നോവൽ പരോക്ഷമായി രേഖപ്പെടുത്തി വെക്കുന്നുണ്ട്.

അമ്മാവന്റെ ഉടമസ്ഥതയിലുള്ള വലിയ ഇലക്ട്രോണിക് കടയിലാണ് സൂരജിന് ജോലി അവിടെയെത്തുന്ന ഉപഭോക്താക്കളിലൂടെ ഉൽപ്പന്ന വിപണിയുടെ പുതിയ ലോകം ബഷീർ മേച്ചേരി വരച്ചുകാട്ടുന്നു.

നിസ്സാര കാരണങ്ങളുടെ പേരിലാണ് പല ഇടപാടുകാരും സൂരജിന്റെ കടയിൽ ബഹളം വെക്കുന്നത്. അവരെയെല്ലാം അനുനയിപ്പിക്കുന്നതിൽ അയാൾ ചിലപ്പോൾ വിജയിക്കുകയും മറ്റു ചിലപ്പോൾ പരാജയപ്പെടുകയും ചെയ്യുന്നു. ഈ ഒരു പ്രക്രിയയിലൂടെ കമ്പോള സംസ്കാരത്തിന്റെ ദുഷിച്ച മുഖം അനാവൃതമാകുന്നു.

ഇറാഖിന്റെ ആകാശങ്ങളിൽ ഉരുണ്ടുകൂടിയ യുദ്ധ പുകച്ചുരുളുകളിൽ ചിതറിപ്പോയ ജനതയുടെ ദയനീയ മുഖവും നോവലിൽ ചേർത്തു വെക്കുന്നുണ്ട്. കുറഞ്ഞ ദിവസത്തിനുള്ളിൽ പ്രവർത്തന രഹിതമായി പോയി എന്ന കാരണത്താൽ മാർബിൾ തറയിൽ എറിഞ്ഞുടയ്ക്കുന്ന വാച്ച് വെറുമൊരു ഉപഭോക്താവിന്റെ രോഷ പ്രകടനം മാത്രമല്ല അതിൽ മൂല്യങ്ങൾ നഷ്ടപ്പെട്ടതിന്റെ സങ്കടം കൂടിയുണ്ട്.

ടെലിവിഷനിൽ യുദ്ധ വാർത്തകൾ കേൾക്കുന്നതിനിടയിലാണ് അയാളുടെ ധർമ രോഷം. ഇറാഖ് അധിനിവേശം പൊതുമണ്ഡലത്തിൽ സൃഷ്ടിച്ച അഗാധമായ മുറിവുകളും സന്ദേഹങ്ങളും നോവലിന്റെ ഘടനയെ തകിടം മറിക്കാത്ത വിധത്തിലാണ് ബഷീർ സന്നിവേശിപ്പിക്കുന്നത്. സോവിയറ്റ് യൂണിയന്റെ തകർച്ചയെ തുടർന്ന് റഷ്യൻ ജീവിതരീതിക്ക് വന്ന മാറ്റത്തെ ഏതാനും കഥാപാത്രങ്ങളിലൂടെ നോവൽ വിശദീകരിച്ചു തരുന്നു.

അറബ് സംസ്കൃതിയുടെ വൈവിധ്യമാർന്ന മുഖങ്ങൾ നോവലിൽ മിന്നിമറയുന്നുണ്ട്. വിഷാദരോഗത്തിന് അടിമപ്പെട്ടവരുടെ ആത്മഹത്യകൾ, കൊലപാതകങ്ങൾ, ബിസിനസ് പരാജിതരുടെ തിരോധാനം ,പ്രണയം കാമം എന്നീ ഘടകങ്ങളെല്ലാം നോവലിൽ ഉൾച്ചേർന്നിരിക്കുന്നു.

പഠനകാലം സമ്മാനിച്ച വിപ്ലവബോധം സൂരജിനെ വ്യാകുലപ്പെടുത്തുകയും പുതുക്കി പണിയുകയും ചെയ്യുന്നുണ്ട്. എന്നാൽ തന്നെയും മധ്യവർഗ്ഗ വിഭാഗത്തിന്റെ താൽപര്യങ്ങളാണ് അയാളെ മുന്നോട്ടു നയിക്കുന്നത് എന്ന് കാണാം.

കൗമാരത്തിലെ ജ്വലിക്കുന്ന ഓർമ്മകൾക്ക് പോലും ആ താൽപ്പര്യങ്ങളെ കീഴ്പ്പെടുത്താനാവുന്നില്ല.

നിരപരാധികളെ കൊന്നൊടുക്കിയ പൊലീസ് ക്യാമ്പുകൾ ലക്ഷ്യം വെച്ച് നീങ്ങിയ ഒരു ഭൂതകാലം സൂരജിന് മുന്നിൽ നിവർന്നു കിടപ്പുണ്ട്. ലക്ഷ്യം കാണാതെ അത് തകർന്നടിഞ്ഞതിനെത്തുടർന്നാണ് അയാൾ നാടുവിടാൻ നിർബന്ധിതനായത്.

അറേബ്യൻ മണലാരണ്യത്തിലൂടെയുള്ള സൂരജിന്റെ യാത്രകളിൽ പല ഭൂഖണ്ഡങ്ങളിൽ നിന്നുള്ള മനുഷ്യരുടെ വൈവിധ്യപൂർണവും രസകരവുമായ ജീവിതങ്ങളെയും നോവൽ ഒപ്പിയെടുക്കുന്നു.

ഉന്നത ജീവിത സൗകര്യങ്ങൾ തേടിയെത്തിയവരുടെ ദുരന്തപൂർണമായ ജീവിതത്തിലേക്ക് അറിയാതെ ഈ നോവൽ നമ്മെ കൂട്ടിക്കൊണ്ടുപോകുന്നു. ഹൃദയത്തോട് ചേർന്ന് നിന്നവരുടെ ദുരൂഹമരണങ്ങൾ സങ്കടകരമാം വിധം തുടർക്കഥയായി മാറുന്നുണ്ട്.

പ്രവാസം ബാഹ്യമായ മോടിപിടിപ്പിക്കലിനു വേണ്ടിയുള്ള ഒരു മത്സര ഓട്ടമാണ്. ആ ഓട്ടത്തിൽ നിന്നു കുതറി മാറാനുള്ള ശ്രമമാണ് സൂരജിന്റെ ജീവിതം. അയാൾ തനിക്കു വീണുകിട്ടിയ സൗഭാഗ്യങ്ങൾ നേടിയ സ്ഥലത്തുതന്നെ ഉപേക്ഷിച്ചുകൊണ്ട് കുന്നു കയറിപ്പോകുന്നത്തോടെ നോവൽ അവസാനിക്കുന്നു.

'മനുഷ്യകുലത്തിന്റെ ജ്ഞാനമെല്ലാം ഒളിച്ചിരിക്കുന്നത് കാൽപ്പാദങ്ങളിലാണ് ശരീരം അവയോടു നമ്മൾ ആരാണെന്നും ഈ ഭൂമിയുമായി നമുക്കുള്ള ബന്ധം എന്തെന്നും ഉള്ള അവബോധം എത്തിക്കുന്നു. ഭൂമിയെ സ്പർശിക്കുന്ന ശരീര ഭാഗത്തിലെ ഈ ബിന്ദുവിൽ ആണ് എല്ലാ നിഗൂഢതകളും അടങ്ങിയിരിക്കുന്നത്.'

കുന്നുകയറി പോകുന്ന സൂരജിനെ വായിക്കുമ്പോൾ ഓൾഗ ടോകാർ ചുക്കിന്റെ പ്രസിദ്ധമായ ഈ വരികളും ഓർത്തുപോകുന്നു. 'നദിയുടെ അടയാളങ്ങൾ' ഒരു ഭേദപ്പെട്ട കലാസൃഷ്ടിയായി മാറുന്നത്. തീർച്ചയായും നോവൽ മുന്നോട്ടു വെക്കുന്ന മാനവ ദർശനവും പ്രകൃതിബോധവും തന്നെയാണ്. പ്രകൃതിയിലെ അനേകം ചെറുജീവികൾ ബഷീറിന്റെ ഈ കൊച്ചു നോവലിൽ പ്രത്യക്ഷപ്പെടുന്നുണ്ട്.

മരുഭൂമിയിൽ അകപ്പെട്ടവന്റെ കണ്ണീരും വേദനകളും പരന്നൊഴുകുന്ന മണ്ണിൽ പ്രതീക്ഷയുടെ അടയാളമായി ബഷീർ മേച്ചേരിയുടെ നദിയുടെ അടയാളങ്ങളെ ചേർത്തുവായിക്കാം ■

പ്രവാസം, ഓർമ്മ, എഴുത്ത്

കെ.വി. അബ്ദുൽ ഖാദർ

കടലു കടന്ന ജീവിതാനുഭവങ്ങൾ

കെ.വി.അബ്ദുൾ ഖാദറിന്റെ പ്രവാസം ഓർമ്മ എഴുത്ത് എന്ന കൃതിയുടെ ഒന്നാം ഭാഗത്ത് ഏറെ സങ്കടം പകരുന്ന അദ്ദേഹത്തിന്റെ ജീവിതാനുഭവങ്ങളാണ്. പിതൃസ്മരണ എന്ന പതിമ്മൂന്നാം അദ്ധ്യായം വായനക്കാരുടെ കണ്ണ് നനയിപ്പിക്കുന്നുണ്ട്. കരീബിയൻ സംഗീതത്തിന്റെ അഭൗമ ലഹരിയിൽ ഉറക്കം വെടിയുന്ന ഹവാന നഗരത്തിന്റെ നേർക്കാഴ്ചകൾ. ഹെമിംഗ്വേ, മാർക്വേസ് തുടങ്ങിയ വിശ്വോത്തര ചിന്തകന്മാരുടെ നാട്ടിൽ ചെലവഴിച്ച ഓർമ്മകൾ, ഫിദൽ കാസ്ട്രോയുടെ മഹനീയ സാന്നിദ്ധ്യം അനുഭവിച്ചറിഞ്ഞ ധന്യ നിമിഷങ്ങൾ എല്ലാം ഒരു സഞ്ചാരിയുടെ കൗതുകത്തോടെയും വിസ്മയത്തോടേയും പകർത്തിവെക്കുന്നു.

'**ജീ**വിച്ചതല്ല ജീവിതം, നാം ഓർമ്മയിൽ വയ്ക്കുന്നതാണ്, പറഞ്ഞു കേൾപ്പിക്കാൻ വേണ്ടി നാം ഓർമ്മയിൽ വയ്ക്കുന്നതാണു ജീവിതം.'

പ്രവാസം, ഓർമ്മ, എഴുത്ത് എന്ന കെ.വി.അബ്ദുൾ ഖാദറിന്റെ പുസ്തക താളുകൾ മറിച്ചിടുമ്പോൾ മാർക്വേസിന്റെ കാവ്യാത്മകമായ വരികളാണ് ഓർമ്മയിൽ വരുന്നത്.

Life is not lived, it is what we remember,

life is what we remember in order to be heard.

ഓർമ്മകൾ മറ്റുള്ളവരിലേക്ക് പകർന്നു കൊടുക്കുമ്പോൾ മാത്രമാണ് അത് ജീവിതമായി മാറുന്നത്.

പ്രവാസം, ഓർമ്മ, എഴുത്ത് - ഓർമ്മകളും മറവികളുമാണ്. അവ തമ്മിലുള്ള സംഘർഷങ്ങളാണ്. ഹൃദയത്തിൽ തൊടുന്ന ഭാഷയിൽ അവ നമുക്കു പകർന്നു നൽകുകയാണ്.

മരുഭൂമിയിലെ കനൽ വഴികളിലൂടെയുള്ള സഞ്ചാരമാണത്. ഗൃഹാതുരവും കാല്പനികവുമായ ഭാവനകൾക്കപ്പുറം ആ ഓർമ്മകളിൽ പല ജീവിതസത്യങ്ങളേയും നമുക്ക് കണ്ടെത്താനാകുന്നു.

പത്തേമാരിയിൽ കടൽ കടന്ന ഒന്നാം തലമുറയിൽ പെട്ട പിതാവിന്റെ ഓർമ്മകൾ ശ്വാസനാളങ്ങളിലെ ജീവവായുവായി, തന്നെത്തന്നെ പുതുക്കി പണിയുന്ന ഓർമ്മകളായി നിറയുന്നു.

കടൽ നീന്തികടന്ന പിതാവിന്റെ നിർഭയത്വവും സാഹസികതയും സങ്കടങ്ങൾ നിറഞ്ഞ അലച്ചിലും ഒഴിഞ്ഞ കീശയോടെയുള്ള മടക്കവും അബ്ദുൾ ഖാദറിന്റെ പ്രവാസത്തേയും പിൽകാല ജീവിതത്തെയും എപ്രകാരമാണ് മാറ്റിമറിക്കുന്നതെന്ന് കാണാം.

ഒരു തുടർക്കഥ പോലെ അതു തന്നിലേക്കും നീണ്ടു വരികയായിരുന്നു. എട്ടു വർഷം ചുമന്ന് നടന്ന ദുഷ്കരമായ ജീവിതം. അലച്ചിൽ. തൃപ്തികരമല്ലാത്ത തൊഴിലിടങ്ങൾ, അന്യതാബോധം.

എഴുത്തിന്റെയും വായനയുടെയും പുതിയ ലോകങ്ങളിൽ എത്തിയ പ്രവാസത്തിന്റെ നാൾവഴികളിലെ സർഗ്ഗസഞ്ചാരം.

അമേചർ കലാസമിതികൾ പകർന്നു നൽകിയ ആത്മവിശ്വാസം അബ്ദുൾ ഖാദറിന്റെ ഓർമ്മകളിൽ അതെല്ലാം നറുമണമുള്ള പൂക്കളായി വിരിയുകയാണ്.

സാംസ്കാരികരംഗം ഒരു സർവ്വകലാശാലയായി രൂപപ്പെട്ടു വരുന്നത് അഭിമാനത്തോടെ ഓർക്കുന്നു. ശൈശവ കാലം സമ്മാനിച്ച പ്രയാസങ്ങൾ, വേദനകൾ, സ്വപ്ന തകർച്ചകൾ, തൊഴിൽ നഷ്ടങ്ങൾ, ബിസിനസ്സ് പരാജയം കൗമാര സ്വപ്നങ്ങളുമായി വീട് വിട്ടിറങ്ങിയ എഴുത്തുകാരന്റെ അതിലോലമായ മനസ്സിന്റെ മുറിവുകളും പിടച്ചിലും 'പ്രവാസം ഓർമ എഴുത്ത്' എന്ന പുസ്തകത്തിൽ ഹൃദയസ്പർശിയായി അടയാളപ്പെടുത്തുന്നു. ഓർമ്മകളുടെ മഹാസമുദ്രത്തിലെ കൊച്ചു കൊച്ചു ദ്വീപുകൾ പോലെയാണ് ഇതിലെ കുറിപ്പുകൾ.

കരീബിയൻ സംഗീതത്തിന്റെ അഭൗമ ലഹരിയിൽ ഉറക്കം വെടിയുന്ന ഹവാന നഗരത്തിന്റെ നേർകാഴ്ചകൾ. ഹെമിംഗ്‌വേ, മാർക്വേസ് തുടങ്ങിയ വിശ്വോത്തര ചിന്തകന്മാരുടെ നാട്ടിൽ ചെലവഴിച്ച ഓർമ്മകൾ.

ഫിദൽ കാസ്ട്രോയുടെ മഹനീയ സാന്നിദ്ധ്യം അനുഭവിച്ചറിഞ്ഞ ധന്യ നിമിഷങ്ങൾ എല്ലാം ഒരു സഞ്ചാരിയുടെ കൗതുകത്തോടെയും വിസ്മയത്തോടേയും പകർത്തിവെക്കുന്നു.

സോവിയറ്റ് യൂണിയൻ ലോക ഭൂപടത്തിൽ നിന്ന് അപ്രത്യക്ഷമായതിനു ശേഷമുള്ള മോസ്ക്കോ സന്ദർശനം, എണ്ണൂറ്റമ്പത് വയസ്സ് പ്രായമായ നഗരത്തിന്റെ മാറിയ മുഖം. രാഷ്ട്രശില്പിയുടെ സ്മൃതി

കുടീരം. പ്രസംഗ വേദികൾ ദസ്തയേവ്സ്കിയുടേയും ടോൾസ്റ്റോയിയുടേയും ഗോർക്കിയുടേയുമെല്ലാം വിശ്വോത്തര നോവലുകളിലെ കഥാപാത്രങ്ങളും എഴുത്തുകാരും ഇറങ്ങി നടന്ന തെരുവുകൾ. അവിടെ കണ്ട വൃദ്ധ സ്ത്രീകളുമായുള്ള ചങ്ങാത്തം. സോവിയറ്റ് തകർച്ചയ്ക്കു ശേഷമുള്ള അവരുടെ ജീവിതത്തെ അറിയാനുള്ള ആകാംക്ഷ, ഒരു അന്വേഷണാത്മക പത്രപ്രവർത്തന ശൈലിയാണ് അബ്ദുൾ ഖാദർ ഇവിടെ പിന്തുടരുന്നത്.

ഓരോ പ്രവാസിയും അനുഭവിക്കുന്ന ജീവിത രീതികൾ വ്യത്യസ്തമാണ്. ഒരാൾ സഞ്ചരിച്ച വഴിയിലൂടെയാവണമെന്നില്ല മറ്റൊരാളുടെ സഞ്ചാരം. മരുഭൂമിയിലെ അനുഭവങ്ങൾ ചിലർക്ക് ഏറെ ദുഷ്കരവും വിവരണാതീതവുമാണ്.

ടോൾസ്റ്റോയ് പറഞ്ഞതു പോലെ സമ്പന്നർ അനുഭവിക്കുന്ന ജീവിതസുഖങ്ങൾ ഏതാണ്ട് എല്ലാം ഒരേ പോലെയാണ്. എന്നാൽ ഇടത്തരക്കാരും ദരിദ്രരും അനുഭവിക്കുന്ന ജീവിത പ്രയാസങ്ങൾ വ്യത്യസ്ത രീതിയിലായിരിക്കും.

അബ്ദുൾ ഖാദറിന്റെ പ്രവാസം ഓർമ എഴുത്ത് പുസ്തകത്തെ പ്രിയപ്പെട്ടതാക്കി തീർക്കുന്നത് അതിലെ വ്യത്യസ്തതയാണ്.

ആദ്യ അദ്ധ്യായങ്ങളിൽ ഒരു കൗമാരക്കാരന്റെ സ്വപ്ന തകർച്ചയാണ് മരുഭൂമിയിലെ തീക്കാറ്റിൽ കരിഞ്ഞു പോയ സ്വപ്നങ്ങൾ, അത് നമ്മിൽ വിഷാദം പരത്തുന്നു. അനന്തമായ ജീവിതാന്വേഷണ യാത്രകൾ. കൊഴിഞ്ഞു പോകുന്ന വർഷങ്ങൾ എഴുത്തുകാരന്റെ ഗൃഹാതുരമായ ഓർമകളെപ്പോലും മരവിപ്പിക്കുന്നുണ്ട്.

മരുഭൂമിയിലെ അതിർത്തി ഗ്രാമങ്ങളിലേക്ക് ജീവിതം പറിച്ചു നടപ്പെടുകയും പിന്നീട് അവിടെ ഉരുകിത്തീരുന്ന സ്വന്തം അദ്ധ്വാനത്തിന്റെ നഷ്ടസമൃതികളിലേക്ക് വായനക്കാരെ കൂട്ടിക്കൊണ്ടു പോകുമ്പോൾ വിറങ്ങലിച്ചു പോകുന്ന ഒരു നിസ്സഹായത നമ്മെ മൂടുകയാണ്.

അബ്ദുൾ ഖാദറിന്റെ 'പ്രവാസം ഓർമ എഴുത്ത്' കൃതിയുടെ ഒന്നാം ഭാഗത്ത് പ്രതിപാതിക്കുന്നത് ഏറെ സങ്കടം പകരുന്ന അദ്ദേഹത്തിന്റെ ജീവിതാനുഭവങ്ങളാണ്.

പിതൃസ്മരണ എന്ന പതിമ്മൂന്നാം അദ്ധ്യായം വായനക്കാരുടെ കണ്ണ് നനയിപ്പിക്കുന്നുണ്ട്.

ഹോച്ചിമിൻ സാംസ്കാരിക ഗവേഷണ പഠന കേന്ദ്രത്തിന്റെ നിർമ്മാണവുമായി ബന്ധപ്പെട്ടു പാർട്ടി സഖാക്കളേയും സുഹൃത്തുക്കളേയും കാണാൻ ഗൾഫിൽ എത്തിയ ദിവസമായിരുന്നു പിതാവിന്റെ മരണം. ഹൃദയത്തിന്റെ നനവാർന്ന അക്ഷരങ്ങളായി അതു മാറുന്നു.

എഴുപതുകളിലെ റാസൽ ഖൈമ ലോഞ്ച് അപകടത്തിന്റെ ഇരകളിലേക്കും ഓർമ്മകൾ ചെന്നെത്തുന്നത് പുസ്തകത്തിന്റെ ലക്ഷ്യത്തെ ഒന്നുകൂടി സാധൂകരിക്കുന്നു. രണ്ടാം ഭാഗത്ത് ദേശാഭിമാനിയിൽ ലേഖകനായിരിക്കെ പ്രസിദ്ധീകരിക്കപ്പെട്ട കുറിപ്പുകളാണ്.

'ഈ ജീവിതം ഒരു മുന്നറിയിപ്പ് '

ശീർഷകത്തിൽ സുരാസുവിന്റെ അവസാന നിമിഷങ്ങൾ അടയാളപ്പെടുമ്പോൾ ഹൃദയത്തിൽ ഒരു കൊളുത്ത് അനുഭവപ്പെടുന്നു.

ദിൽഷാദ് ഖിദറിന് സ്നേഹപൂർവ്വം, വീണ്ടും തളിർക്കാൻ പ്രതീക്ഷയോടെ, മോസ്ക്കോ നഗരത്തിന് 850 വയസ്സ്, ഹവാന: വിപ്ലവത്തിന്റെ സ്വപ്ന ഭൂമി,

വിപ്ലവേതിഹാസത്തിന്റെ ചിത്രകാരൻ ആൽബർട്ടോ ഡിയാസ് കോർഡ തുടങ്ങിയ ഹൃദയസ്പർശിയായ കുറിപ്പുകളും ഈ സമാഹാരത്തിൽ ഉണ്ട്. കടലിനപ്പുറം ജീവിതം തേടിപ്പോയവന്റെ ആത്മനൊമ്പരങ്ങളും,

സന്ദേഹങ്ങളും കൊച്ചു കൊച്ചു സന്തോഷങ്ങളും ഉൾക്കൊള്ളുന്നതാണ് പ്രവാസം, ഓർമ്മ, എഴുത്ത്. അതിരുകളില്ലാത്ത ലോകത്തിന്റെ ഹൃദയമിടിപ്പുകളും സൂക്ഷ്മമായി ആഖ്യാനം ചെയ്തിരിക്കുന്നു.

■

ദുബായ്പ്പുഴ
കൃഷ്ണദാസ്

കാല്പനിക വിഷാദത്തിന്റെ ഗസൽവീചികൾ

കണ്ണീരും പുഞ്ചിരിയും നിറഞ്ഞ പ്രവാസ ദിനാന്ത്യകുറിപ്പുകളാണ് ദുബായ്പ്പുഴ. പ്രവാസ സാഹിത്യത്തിലെ ലക്ഷണമൊത്ത കൃതി. എഴുത്തുകാരനോടൊപ്പം അറബ് നഗരങ്ങളും വളർന്നു വികസിച്ചതിന്റെ കഥ കൂടിയായി മാറുന്നു ദുബായ്പ്പുഴ. കാവ്യാത്മകമാണ് കൃഷ്ണദാസിന്റെ ഭാഷ.

'**വി**രസത കടന്നു വന്നപ്പോഴൊക്കെ താഴെ ദുബായ്പ്പുഴ കൂട്ടിനുണ്ടായിരുന്നു. അവിടെ രാത്രി നക്ഷത്രശോഭയോടെ തിളങ്ങി നിന്നു. വർണ്ണങ്ങളുടെ കാലിഡോസ്കോപ്പുകളുതിർത്തുകൊണ്ട് പുഴയിൽ പ്രകാശത്തിന്റെ ചീളുകൾ ഒഴുകി നടന്നു. ചുകന്ന സെർച്ച് ലൈറ്റിന്റെ തിളക്കവുമായി കനത്ത ഹോണുകൾ മുഴക്കി ഉൾക്കടലിൽ നിന്ന് ഒരു പത്തേമാരി നീന്തി വന്നു...''

ദുബായ്പ്പുഴ എത്ര തവണ വായിച്ചു എന്നോർമ്മയില്ല. ഓരോ വായനയിലും അതിന്റെ സൗന്ദര്യവും സാർവലൗകികതയും കൂടി വരികയാണ്. എന്നെ വല്ലാതെ മോഹിപ്പിക്കുന്നത് ഭാഷയാണ്. ദുബായ്പ്പുഴയുടെ താളുകൾ മറിക്കുമ്പോൾ അതിൽ വിരിയുന്നത് കവിതയാണ്.

ഓർമ്മകൾക്ക് സുഗന്ധം പകരുന്ന ഭാഷയുടെ മാന്ത്രിക സിദ്ധി വിശേഷംകൊണ്ട് പ്രവാസത്തിന്റെ പൊയ്മറഞ്ഞതും അനുഭവിച്ചുകൊണ്ടിരിക്കുന്നതുമായ ലോകങ്ങൾ നാം കാണുന്നു.

പുസ്തകത്തിന് ഇരുപതാം പതിപ്പ് ഇറങ്ങിട്ട് ഇപ്പോൾ ഒരു വർഷം പിന്നിടുന്നു. ദുബായ് ക്രീക്കിനെ ദുബായ്പ്പുഴയെന്ന് ഭാഷാന്തരപ്പെടുത്തിയ കൃഷ്ണദാസ് ഇന്നില്ല. എങ്കിലും യൗവ്വനം നിലനിർത്തി ദുബായ്പ്പുഴ ഒഴുകിക്കൊണ്ടിരിക്കുന്നു. സുന്ദരിയായ ഒരു പെൺകുതിരയെപ്പോലെ.

ദുബായ്പ്പുഴയുടെ മെയ്യഴകും സംഗീത ഭാവാത്മകതയും കൃഷ്ണ ദാസിന്റെ ദുബായ്പ്പുഴയോളം സാർത്ഥകമാക്കിയ മറ്റൊരു കൃതി യുണ്ടോ എന്നു സംശയമാണ്.ആ മഹത്തായ കൃതിയിലൂടെ കടന്നു പോകുമ്പോൾ തോന്നിയ കാര്യങ്ങളാണ് ഇവിടെ കുറിക്കുന്നത്. പ്രവാസം അനുഭവിച്ചു തീർത്തവർക്ക് ദുബായ്പ്പുഴ പ്രത്യാശയുടെ ഓർമ്മകളാണ്.

കണ്ണീരിന്റെ നനവുള്ള ചിരിയാണ്. പ്രണയത്തിന്റെ മധുരമായ നോവാണ്. കാല്പനിക വിഷാദത്തിന്റെ ഗസൽ വീചികൾ മൂളി ആ ഓർമ്മകളെ വായനക്കാരന്റെ ഹൃദയത്തോട് ചേർത്തുവെക്കുകയാണ് കൃഷ്ണദാസ്. അറുപതുകൾക്കൊടുവിൽ എണ്ണഖനികൾ അന്വേഷിച്ചു വന്ന അഭയാർത്ഥിക്കൂട്ടങ്ങൾക്കിടയിലേക്ക് പത്തേമാരിയിൽ വന്നിറ ങ്ങിയ യുവത്വം.

ഖോർഫുക്കാന്റെ മലമടക്കുകൾക്കിടയിലൂടെ, കൽബയുടെ മരു ഭൂമികൾ താണ്ടിക്കടന്ന ഇന്നലെകൾ.

ആ യാത്രയിൽ അന്യദേശക്കാരായ അഭയാർത്ഥികളെയും കൂട്ടു കാരാക്കി. അവൻ നിറമുള്ള ജീവിതത്തിന്റെ സ്വപ്നങ്ങൾ പേറി വന്നവനാണ്. ആ സ്വപ്നത്തിലും അവന്റെ ചിന്തകളെ വരിഞ്ഞത് റൊമാന്റിക് റവല്യൂഷണറിയായിരുന്നു.

അവന്റെ ഡയറിയിൽ വിവിധ രാജ്യങ്ങളിൽ നിന്നുള്ള അഭയാർ ത്ഥികളുടെ വേദനിഷുന്ന കഥകൾ പിറന്നു വീണു.

ഉൾക്കടലിന്റെ ആഴങ്ങളിൽ മുങ്ങിമരിച്ച ഏതോ കുടിയേറ്റക്കാരന്റെ എല്ലിൻ കൂട് കണ്ടവൻ കരഞ്ഞു. കരയിൽ വന്നടിഞ്ഞ അവശിഷ്ട ങ്ങളിൽ തകർന്ന സ്വപ്നങ്ങൾ കണ്ട് നെടുവീർപ്പുകളിട്ടു.

അവന്റെ ദേശത്തിനു അതിരുകളില്ലാതായത് അങ്ങനെയാണ്. എല്ലാ മനുഷ്യരുടേയും സ്വപ്നങ്ങൾ ഒന്നു തന്നെയാണെന്നവൻ തിരിച്ചറിഞ്ഞു. അവന്റെ നിറം മങ്ങിയ ഡയറിയിൽ കൃത്യമായ ചില തിയ്യതികൾ ഭയപ്പെടുത്തുന്ന വിധം രേഖപ്പെടുത്തിയിരുന്നു.

ഫെബ്രുവരി 22, 1970 ഇന്ന് മറ്റൊരു സംഭ്രാന്തിജനകമായ വാർത്ത യറിഞ്ഞെന്ന് കുറിച്ചിട്ടു.

'റാസൽഖൈമയ്ക്കടുത്തു വെച്ച് മലയാളികളുള്ള ഒരു ലോഞ്ച് മുങ്ങി അമ്പതു പേർ മരിച്ചു.'

അക്കാലത്ത് ലോഞ്ചപകടങ്ങളിൽ മരിച്ചവരെപ്പറ്റി ദിവസേന യെന്നോണം അവൻ പുതിയ പുതിയ കഥകൾ കേട്ടിരുന്നു.

ഒരിക്കൽ ഇരുനൂറിനടുത്തുള്ള ഇന്ത്യൻ കുടിയേറ്റക്കാരുമായി വന്ന പത്തേമാരി ഷാർജ ഗവൺമെന്റ് പിടിച്ചെടുത്ത് തടവിൽ പാർ പ്പിച്ച് ദിവസങ്ങൾക്കു ശേഷം വിട്ടയച്ചതും അവൻ ചരിത്രരേഖയാക്കി.

ഇന്ത്യ, പാക്കിസ്ഥാൻ, അഫ്ഗാനിസ്ഥാൻ, ഇറാൻ തുടങ്ങിയ രാജ്യങ്ങളിൽ നിന്ന് കള്ള ലോഞ്ചുകളിൽ വന്നിറങ്ങുന്നവരുടെ എണ്ണം നാൾക്കുനാൾ കൂടിക്കൊണ്ടിരുന്നു. അതവന്റെ കണ്ണുകളെ വിസ്മയിപ്പിച്ചു.

ബദുക്കളായ അറബികളുടെ ഹൃദയവിശാലത കണ്ടെത്തിയത് മരുഭൂമിയിൽ വിശന്നലഞ്ഞപ്പോഴാണെന്ന് കൃഷ്ണദാസ് കുറിക്കുന്നു.

ജീവിതം നൽകിയ പാഠപുസ്തകമാണ് ദുബായ്പ്പുഴ. ഒരറബ് ഗാനത്തിന്റെ ഈണം പോലെ മരുഭൂമിയും അവിടത്തെ ജീവിതവും പഠിപ്പിച്ച തിരിച്ചറിവുകളാണ്. നാലു ദിക്കിൽ നിന്നുയരുന്ന സംഗീതസാന്ദ്രമായ ബാങ്കുവിളികൾക്ക് എപ്പോഴും കാതോർത്തു.

ചാന്റലിയർ ദീപങ്ങളും മാർബിൾ ചുവരുകളുമുള്ള അതിമനോഹരമായ ഒരു പള്ളിയങ്കണമായിരുന്നു അവന്റെ ആദ്യത്തെ ഇടത്താവളം. അവിടെ വൈദ്യുതദീപങ്ങൾ കരുണയുടെ പ്രകാശമായി ജ്വലിച്ചു നിന്നതവൻ ശ്രദ്ധിച്ചു. അവനും, സംഘത്തിലുണ്ടായിരുന്നവരും ആ മാർബിൾ തറയിൽ കുറച്ചു നേരം തല ചായ്ച്ചു.

കൽബയിൽ നിന്നു ദിവസങ്ങൾ നീണ്ട കാൽനട യാത്രയിൽ വഴികാട്ടിയും ഭക്ഷണം വാങ്ങിത്തന്നും വണ്ടിക്കൂലിക്കുള്ള പണം തന്നും സഹായിച്ചവരുടെ മുഖങ്ങൾ നാല്പത്തഞ്ചു വർഷങ്ങൾക്കു ശേഷവും ഓർത്തെടുക്കുമ്പോൾ ഹൃദയത്തിന്റെ ആർദ്രമായ ചുംബനം നാം അനുഭവിച്ചറിയുന്നു.

ഇരുപതാം നൂറ്റാണ്ടു കണ്ട ഏറ്റവും വലിയ ഗൾഫ് കുടിയേറ്റത്തിന്റെ ചരിത്രത്തിലേക്കാണ് ദുബായ്പ്പുഴയുടെ വായന നമ്മെ കൂട്ടിക്കൊണ്ടു പോകുന്നത്. എഴുത്തുകാരനോടൊപ്പം നഗരം വളർന്നു വികസിച്ചതിന്റെ കൂടി കഥയായി മാറുന്നു ദുബായ്പ്പുഴ.

അറബ് സംസ്കൃതിയുടേയും മാനവികതയുടേയും ലാവണ്യം നിറഞ്ഞ പ്രകാശരശ്മികൾ വായനക്കാരിലേക്ക് സംക്രമിപ്പിക്കുകയാണ് ഈ കൃതി.

ഇതിലെ നായകൻ ആഖ്യാതാവ് തന്നെയാണ്.

പ്രകൃതിയുടെ ഉപാസകനും കവിതകൾ ഏറെ ഇഷ്ടപ്പെടുന്നവനുമാണയാൾ. മരുഭൂമിയിലെ ചെങ്കുത്തായ ഹജാർ പർവ്വതനിരകളെ കുറിച്ചുള്ള വർണ്ണനകളിൽ അത് തെളിയുന്നുണ്ട്.

മരുഭൂമിയുടെ അസഹ്യമായ തണുപ്പിൽ കിടുകിടാ വിറച്ചപ്പോൾ പ്രതിരോധത്തിന്റെ രീതികൾ പരീക്ഷിച്ചത് കൗതുക വായനയായി മാറുന്നു.

മരുഭൂമിയിൽ തീക്കാറ്റ് വീശുമ്പോൾ നിക്കർ മാത്രം ധരിച്ച് ചൂടിനെ പ്രതിരോധിക്കുമ്പോൾ ഒരു തലമുറയുടെ വിധിയെ ഓർത്തു ദീർഘനിശ്വാസം കൊള്ളുന്നു.

മരുഭൂമിയിൽ അകപ്പെട്ടവന്റെ ദൈന്യത നിറഞ്ഞ പൂർവ്വകാല ജീവിതത്തിന്റെ തനതു ആവിഷ്ക്കാരമാണ് ദുബായ്പ്പുഴ.

കാലം കടന്നു പോയി....

അവൻ ബ്രിട്ടീഷുകാരനായ ലഡ്ജർ സായ്പിന്റെ പത്രസ്ഥാപന ത്തിൽ ജോലിക്കാരനായി.

ഷാർജയിലെ മുത്തശ്ശി അരയാൽ മരത്തിന്റെ തണലിലിരുന്നവൻ ഗൃഹാതുര ഓർമ്മകൾ പങ്കുവെച്ചു...

1971ലെ ഇന്ത്യ പാക് യുദ്ധത്തിൽ ഇന്ത്യയുടെ വിജയം റിപ്പോർട്ട് ചെയ്ത അവൻ ജോലി ചെയ്യുന്ന ഷാർജയിലെ റോയിട്ടേഴ്സ് ബുള്ളറ്റിന്റെ കോപ്പികൾ പാകിസ്താനികൾ തെരുവിൽ പരസ്യമായി തീയിട്ട് അമർഷം രേഖപ്പെടുത്തുന്നതും ഈ ഓർമ്മപ്പുസ്തകത്തിൽ അടയാളപ്പെടുത്തുന്നു.

മദ്ധ്യപൗരസ്ത്യ മേഖലയിലുടനീളം മൂകത പരത്തിക്കൊണ്ട് ആദ്യത്തെ അറബ് ഇസ്രായേലി യുദ്ധത്തിന്റെ ആദ്യ ദിനങ്ങളേയും പുസ്തകം ഓർമ്മപ്പെടുത്തുന്നു.

1971ൽ യു എ ഇ ആയി രൂപം കൊണ്ട അതേ ദിവസം തന്നെ ഷാർജയുടെ തന്ത്രപ്രധാനമായ മൂന്നു ദ്വീപുകൾ ഇറാൻ കയ്യടക്കുന്നതും ഷാർജയുടെ തെരുവീഥികളിൽ അതിനെതിരെ അക്രമാസക്തരായ അറബി യുവാക്കളുടെ പ്രകടനങ്ങളും ഇറാൻ ബാങ്കുകൾ തല്ലിത്തകർ ക്കുന്നതും എഴുത്തുകാരന്റെ മുഷിഞ്ഞ ഡയറിയിൽ മാഞ്ഞു പോകാതെ കിടപ്പുണ്ട്.

മദ്ധ്യപൗരസ്ത്യ ദേശത്തെ രാഷ്ട്രീയ ചലനങ്ങളിലേക്ക് ദൃഷ്ടികൾ പായിക്കുന്ന പത്രപ്രവർത്തകനേയും കവിയേയും നാം ഈ പുസ്ത കത്തിൽ കണ്ടെത്തുന്നു.

സ്വപ്നഭൂമിയുടെ പൊൻവെട്ടത്തിരുന്നു കൊണ്ട് ഇരുൾ മൂടിയ ജീവിതത്തിന്റെ ബാക്കിപത്രം പങ്കിടുന്ന അസംഖ്യം മനുഷ്യരുടെ തേങ്ങലുകൾ ഇതിൽ കേൾക്കാം.

കണ്ണീരു വീണലിഞ്ഞ ദുബായ്പ്പുഴയോരത്തിരുന്നു ദുബായിയുടെ വൃത്തികെട്ട വേശ്യാത്തെരുവുകളെക്കുറിച്ചും വാചാലമായി പറയു ന്നുണ്ട്. ദുബായിലെ പ്രവാസി സമൂഹത്തിന്റെ ലൈംഗികാസക്തി യെയും ദൗർബല്യങ്ങളേയും മറനീക്കി ഈ പുസ്തകം പുറത്ത് കൊണ്ടുവരുന്നു.

ദുബായ്, ഷാർജ നഗരങ്ങളോട് വിട പറഞ്ഞ് അബൂദാബിയിൽ ഉന്നത ഉദ്യോഗം നേടുന്ന യുവാവ് അവിടത്തെ സാംസ്കാരിക പ്രവർത്തനങ്ങളിൽ സജീവമാകുന്നതോടെ ഗൾഫ് കുടിയേറ്റത്തിന്റെ പുതിയൊരു അദ്ധ്യായം പിറന്നു വീഴുന്നു.

പൊതുവേദികളിൽ മലയാളികളുടെ ആദ്യ കമ്യൂണിസ്റ്റായി അറിയപ്പെടുന്ന ജോസഫേട്ടനെക്കുറിച്ചുള്ള ഓർമ്മകൾ വൈകാരികാനുഭവമായി മാറുന്നു. അസംഖ്യം മലയാള പുസ്തകങ്ങൾ അടങ്ങിയ അബൂദാബി കേരള ആർട്ട് സെന്ററിനെ നഗരവികസനത്തിന്റെ ഭാഗമായി ബുൾഡോസർ വന്നു ഇടിച്ചു നിരത്തുന്നത് ഹൃദയസ്പർശിയായി രേഖപ്പെടുത്തുന്നു ഈ കൃതിയിൽ.

കൃഷ്ണദാസിന്റെ ദുബായ്പ്പുഴ എന്ന ഓർമ്മപ്പുസ്തകം ഗൾഫ് കുടിയേറ്റത്തിന്റെ ചരിത്രം കൂടിയാണ്. വർത്തമാനകാല പ്രവാസികളുടെ പിതാമഹന്മാരുടെ കൂടി കുടിയേറ്റ ചരിത്രമാണ്. പുതിയ തലമുറയ്ക്ക് മനസ്സിലാക്കാനുള്ള ധാരാളം കാര്യങ്ങൾ ഈ പുസ്തകം ചർച്ച ചെയ്യുന്നു.

ദുബായ് ക്രീക്ക് എന്ന പേരിൽ അറിയപ്പെടുന്ന ദുബായ്പ്പുഴയുടെ തീരത്തു നിന്നു കൊണ്ട് ഇരുപതാം നൂറ്റാണ്ടിന്റെ രണ്ടാം പകുതി അറബ് നാടുകളെയും കേരളീയ സമൂഹത്തേയും എങ്ങനെ മാറ്റി മറിച്ചു എന്ന് വിസ്മയം കൊള്ളുകയാണ് ഈ കൃതിയിൽ.

'ഇപ്പോൾ സുവർണ്ണ ഗീതികളിലെ ദുഃഖാർത്തനായ കവിയെപ്പോലെ അപഹരിക്കപ്പെട്ട ഒരു കാലഘട്ടത്തിനു മുമ്പിൽ ഞാനിരിക്കുന്നു. ഷാർജയുടെ പഴയ കൂടാരങ്ങളിൽ എന്നോടൊപ്പം വസിച്ച ഒട്ടനേകം പേർ ഇപ്പോഴില്ല' എന്ന ദുഃഖം വായനക്കാരുമായി പങ്കുവെച്ചാണ് ദുബായ്പ്പുഴ അവസാനിപ്പിക്കുന്നത്. ■

ആടുജീവിതം

ബെന്യാമിൻ

അടിമജീവിതത്തിന്റെ ഓർമ്മകളും ആടുജീവിതവും

മസറയിലെ ആടുകളുടെ തണൽ പറ്റിയാണ് ആടുജീവിതത്തിലെ നജീബ് സ്വപ്നം കണ്ടിരുന്നതും ദൈവത്തോട് സങ്കടങ്ങൾ പറഞ്ഞിരുന്നതും. ഞാൻ ചുട്ടുപൊള്ളുന്ന വെയിലത്ത് നിന്നുകൊണ്ടാണ് അല്ലാഹുവിനെ വിളിച്ചു കരഞ്ഞിരുന്നത്. ദൈവം എന്നെ സഹായിച്ചു. അതുകൊണ്ടാണ് ഞാനിന്നും ജീവിക്കുന്നത്.

"നാലു ദശാബ്ദങ്ങൾക്കപ്പുറത്തേക്ക് തിരിഞ്ഞു നോക്കുമ്പോൾ മസറയിലെ ജീവിതത്തെക്കുറിച്ച് എന്തു തോന്നുന്നു."

"എനിക്ക് തന്നെ വിശ്വസിക്കാൻ കഴിയുന്നില്ല അത്രയ്ക്കും വിഷമം പിടിച്ചതായിരുന്നു ആ ജീവിതം. അന്ന് ഇന്ന് കാണുന്ന അറേബ്യയല്ല. മരുഭൂമിയെ കാണുന്നതു തന്നെ ഭയമായിരുന്നു. പോയ വഴിയിൽ കൂടി ഒരിക്കലും തിരിച്ചു വരാൻ ആവില്ല. അത്രയ്ക്കും ദുഷ്കരമായിരുന്നു. ദിശ തെറ്റിപ്പോകുന്ന എത്രയോ യാത്രകൾ... മരുഭൂമിയുടെ ഏതോ അറ്റത്ത് ഉദ്ദേശ്യം നൂറ് നൂറ്റമ്പത് കിലോമീറ്റർ അപ്പുറമാണ് അർബാബിന്റെ നൂറുകണക്കിന് ഒട്ടകങ്ങളെയും ആടുകളെയും വളർത്തുന്ന മസറ. അതിനെയെല്ലാം പരിപാലിക്കാൻ ഒരു കറുത്ത വർഗ്ഗക്കാരൻ മാത്രം.

അർബാബ് ഇടയ്ക്കിടെ ഓർമ്മപ്പെടുത്തും സുഡാനിക്ക് പകരം ഇനി നീ ആയിരിക്കും എന്ന്. അതോടെ എന്റെ ആയുസ്സിന്റെ ദൈർഘ്യം കുറഞ്ഞു പോകുന്നു എന്ന തോന്നൽ വല്ലാതെ അലട്ടും."

മസറയിലെ ആടുകളുടെ തണൽ പറ്റിയാണ് ആടുജീവിതത്തിലെ നജീബ് സ്വപ്നം കണ്ടിരുന്നതും ദൈവത്തോട് സങ്കടങ്ങൾ പറഞ്ഞിരുന്നതും. ഞാൻ ചുട്ടുപൊള്ളുന്ന വെയിലത്ത് നിന്നുകൊണ്ടാണ് അല്ലാ

ഹുവിനെ വിളിച്ചു കരഞ്ഞിരുന്നത്. ദൈവം എന്നെ സഹായിച്ചു. അതു കൊണ്ടാണ് ഞാനിന്നും ജീവിക്കുന്നത്.

ഒരു ദിവസം മസറയിലേക്കുള്ള യാത്രയിലാണ് ആ അത്ഭുതം സംഭവിച്ചത്. മരുഭൂമിയിൽ ആരോരുമില്ലാത്ത സ്ഥലത്ത് വെച്ച് അർബാബ് ഓടിച്ചിരുന്ന വണ്ടിയുടെ എൻജിൻ ഓഫ് ആയി. എനിക്കറിയാം, എന്തു കൊണ്ടാണ് ഓഫ് ആയതെന്ന്. ഓട്ടോമൊബൈൽ എൻജിനീയറിങ് കോഴ്സ് സെക്കൻഡ് ക്ലാസ്സിൽ പാസായ എന്നെ ഒരു ഡ്രൈവറുടെ ജോലിക്കാണ് കൊണ്ടുവന്നത്. പക്ഷേ തന്നത് മസറയിലെ ആടുകളുടെ കാഷ്ഠവും മൂത്രവും കോരുന്ന പണിയും. ഞാൻ നല്ല മെക്കാനിക്കും ഡ്രൈവറും ആയിട്ടും മരുഭൂമിയിൽ പോലും കാർ ഓടിക്കാൻ തന്നി ട്ടില്ല. ആ അമർഷം എന്റെ ഉള്ളിലുണ്ട്. റേഡിയേറ്ററിൽ വെള്ളമൊഴി ക്കാൻ ബോണറ്റ് തുറന്ന സമയം അയാളുടെ ശ്രദ്ധ ഏതോ ബദുവി ഗ്രാമത്തിൽ നിന്ന് ആടുകളെ കയറ്റി പോകുന്ന പിക്കപ്പ് വണ്ടിയിൽ ഉടക്കി നിന്നു. ഞാൻ അപ്പോൾ ആ വൃദ്ധ കണ്ണുകളെ വെട്ടിച്ച് ഒരു വയർ വേർപ്പെടുത്തി. പിന്നീട് വണ്ടി കുറച്ചു ദൂരം പോയതിന് ശേഷം ഒരു കുലുക്കത്തോടെ നിന്നു. അയാൾ പേടിച്ചു. ബോണറ്റ് തുറന്നു പലതും ചെയ്തു നോക്കി. ഒന്നും ഫലിച്ചില്ല.

ഒടുവിൽ ഞാൻ തന്നെ മെക്കാനിക്കിന്റെ ജോലി ഏറ്റെടുത്തു. ഒര ല്പം സാമർത്ഥ്യം കാട്ടിയാലാണ് ഈ കാട്ടറബികളിൽ നിന്ന് രക്ഷ കിട്ടുക.''

നജീബിന് അത് സാധിച്ചില്ല.

''എനിക്ക് അന്നുമുതൽ കിഴവൻ വണ്ടി ഓടിക്കാൻ തരിക മാത്ര മല്ല, എന്നോട് പ്രത്യേക സ്നേഹവും കാട്ടിത്തുടങ്ങി.

ഭക്ഷണം കഴിക്കുമ്പോൾ ഒരു തളികയിലാണ് എല്ലാവരും കൂടി ഭക്ഷിക്കുക. അവിടെ അയിത്താചരണം ഇല്ല. മുതലാളിയെന്നോ തൊഴി ലാളിയെന്നോ ഉള്ള വിവേചനം ഇല്ല. ജോലിയുടെ കഷ്ടപ്പാടുകൾ ക്കിടയിലും ഈ മാനവികതയാണ് എന്നെ പിടിച്ചു നിൽക്കാൻ പ്രേരി പ്പിച്ചത്

നജീബ് നാട്ടിലേക്ക് പോയ അതേ മാതിരി തന്നെയാണ് ഞാനും നാട് കണ്ടത്. നജീബും ഹക്കീമും പൊലീസ് സ്റ്റേഷനു മുമ്പിൽ പിടി കൊടുക്കാൻ നിൽക്കുമ്പോൾ അതിൽ ഒരാൾ ഞാനാണെന്ന് എനിക്ക് തോന്നിയിട്ടുണ്ട്. ഈ മരുഭൂമിയിൽ വന്നിറങ്ങിയതിനു ശേഷം നജീ ബിനെ പോലെതന്നെ എന്റെ സ്വന്തം ബത്താഖ ഞാനും കണ്ടിട്ടേ യില്ല. ഒരു പനി വന്നാൽ ഡോക്ടറെ കാണാൻ ബത്താഖ വേണം. പക്ഷേ അയാൾ തരില്ല. ഇത് എന്റെ ചികിത്സയെ പ്രതികൂലമായി ബാധി ച്ചിട്ടുണ്ട്.

അയാളുടെ പേടി ഞാൻ തിരിച്ചു വന്നില്ലെങ്കിലോ എന്നായിരുന്നു. ആ വിശ്വാസം നൂറ് ശതമാനം ശരിയുമാണ്. എന്റെ പനി മൂർച്ഛിച്ചു വന്നു. ശരീരം ശക്തമായി വിറച്ചു കൊണ്ടിരുന്നു. പുറത്തെ തണുപ്പും ശരീരത്തിലെ ചൂടും എനിക്ക് സഹിക്കാൻ പറ്റുന്നില്ല.

ആ കിടപ്പ് മൂന്ന് ദിവസം കിടന്നു.

കൂടെയുള്ള വേലക്കാരൻ തരുന്ന ഗുളികയോടൊന്നും എന്റെ ശരീരം പ്രതികരിക്കുന്നില്ല. അങ്ങനെയിരിക്കെ ഒരു സന്ധ്യ നേരത്ത് നജീബിനെ പോലെ തന്നെ ആരും കാണാതെ വീട് വിട്ടിറങ്ങി. കുറച്ചു അപ്പുറം ബന്ധു വിവരമറിയിച്ചതനുസരിച്ച് സഹോദരൻ വന്നു നിൽപ്പുണ്ടായിരുന്നു. നജീബ് ഇബ്രാഹിമിന്റെ നിഴൽ പറ്റി മരുഭൂമിയിലൂടെ നടന്നു പോയതുപോലെ ഞാനും മസറയോട് വിട പറഞ്ഞു. അൽഹംദുലില്ലാഹ്... ഇന്ന് ആഗ്രഹിച്ചത് കുറച്ചെല്ലാം നേടിയെടുത്തു.''

250 തോളം പതിപ്പുകൾ ഇറങ്ങിയിട്ടും ഇസ്മയിൽ ആടുജീവിതം വായിച്ചിട്ടില്ല. ഞാൻ കഥകൾ പറഞ്ഞു കൊടുത്തപ്പോൾ നജീബിനു മുമ്പേ അത്രതന്നെ തീക്ഷ്ണമായിട്ടല്ലെങ്കിലും ആടുജീവിതം അനുഭവിച്ച വ്യക്തിയാണ് ഇസ്മയിൽ. മരുഭൂമിയിലെ ജീവിതം പ്രമേയമാക്കിയ കഥകളും നോവലുകളും ധാരാളം ഇറങ്ങിയിട്ടുണ്ടെങ്കിലും ബെന്യാമിന്റെ ആടുജീവിതം പോലൊരു കൃതി മലയാളത്തിൽ ആദ്യമാണ്.

ദശലക്ഷക്കണക്കിന് മലയാളികളുടെ അഭയകേന്ദ്രമായ മണ്ണിൽ ജീവിതം തേടിയെത്തിയ നജീബ് എന്ന യുവാവ് അനുഭവിക്കുന്ന കൊടിയ പീഡനങ്ങളാണ് പ്രമേയം.

വിരഹം, ദുഃഖം, ഏകാന്തത,പ്രണയം, ആസക്തി വായനയുടെ ലയം കൊള്ളുന്ന ചുഴികളിലേക്ക് പ്രാർത്ഥനയോടെ വായനക്കാരനെ കൊണ്ടു പോവുകയാണ് ബെന്യാമിൻ.

മരുഭൂമിയെ കേട്ടും അനുഭവിച്ചും അറിഞ്ഞ എഴുത്തുകാരന്റെ സാക്ഷ്യപ്പെടുത്തലുകൾക്കപ്പുറം മനുഷ്യ വിമോചനം സ്വപ്നം കാണുന്ന അടിമ സമൂഹത്തിന്റെ മാനിഫെസ്റ്റോയായി മാറുകയാണ് ആടുജീവിതം.

സ്ഥലവും കാലവും കഥാപാത്രങ്ങളും വിരുദ്ധ സ്വഭാവത്തോടെ ആടുജീവിതത്തിൽ നിറഞ്ഞാടുന്നത് കാണാം.

പൗരാണിക ഗോത്ര സമൂഹത്തിന്റെ അടരുകൾ ചേർത്തു വെച്ച പാറ്റേണിലാണ് നോവൽ രൂപപ്പെടുന്നത്. മസറയും മസറയുടെ അധിപനായ ഗോത്ര അറബിയും വരണ്ട മണൽക്കാടും ഭീകരജീവിയും അപ്രത്യക്ഷമാകുന്ന വഴികാട്ടിയും നജീബിന്റെ ശരീരത്തിലൂടെ ഇഴഞ്ഞു പോകുന്ന സർപ്പങ്ങളും അതിശയകരമായ ഉദ്വേഗത്തോടെയാണ് നോവലിസ്റ്റ് ആഖ്യാനം ചെയ്തിരിക്കുന്നത്.

എവിടെനിന്നോ വന്ന് എവിടേക്കോ പോയി മറയുന്ന ഇബ്രാഹിം എന്ന കറുത്തവൻ ഒരേസമയം വഴികാട്ടിയായും മരുഭൂമിയിൽ നജീ

ബിനെ ഉപേക്ഷിച്ച് പോകുന്ന ചതിയനായും മാറുന്നതോടെ ആടുജീവിതത്തിന് പുതിയ അർത്ഥതലങ്ങൾ കൈവരുന്നു.

അതിശയോക്തിയും ഭാവനയും കലാപരതയും ഒരേപോലെ നോവലിൽ സന്നിവേശിക്കപ്പെട്ട കൃതി.

കത്തിജ്വലിക്കുന്ന സൂര്യന്റെ ചുവട്ടിൽ പൊള്ളുന്ന മണലിൽ വർഷങ്ങളോളം അറബിയുടെ ആജ്ഞകൾ അനുസരിച്ച് കുളിക്കാതെ, നനക്കാതെ, ശുചിത്വപാലനം പോലും നിർവ്വഹിക്കാനാവാതെ അടിമയെ പോലെ കൊടിയ മർദ്ദനങ്ങൾ സഹിച്ച് ആടുകൾക്കൊപ്പം അതിന്റെ മൂത്രവും കാഷ്ഠവും ശരീരത്തിലും ശ്വാസത്തിലും ഏറ്റുവാങ്ങി ജീവിക്കുന്ന നജീബ് നോവൽ സങ്കല്പത്തിലെ വിസ്മയമാണ്. പലപ്പോഴും ഒരു നിഴൽ പോലെ തന്റെ ചലനങ്ങൾ നിരീക്ഷിക്കുകയും മരണം ഓർമിപ്പിക്കുകയും ചെയ്യുന്ന നജീബിന്റെ അറബി യജമാനൻ ആഗോള ചൂഷണത്തിന്റെയും മർദ്ദനത്തിന്റെയും വക്താവായി നോവലിൽ പ്രത്യക്ഷപ്പെടുന്നു. മരുഭൂമിയിൽ ജീവിതം തേടുന്നവനു മേൽ അയാൾ നടത്തുന്ന അധിനിവേശമാണ് നോവലിന്റെ കാതൽ. ചൂഷണത്തിന്റെ ഭീകരതയെ പ്രാർത്ഥനയുടെ അപാര ശക്തികൊണ്ട് പ്രതിരോധം തീർക്കുകയാണ് ആടുജീവിതത്തിൽ ബെന്യാമിൻ. ■

പച്ച മഞ്ഞ ചുവപ്പ്

ടി.ഡി. രാമകൃഷ്ണൻ

മരണവേഗങ്ങളുടെ പച്ചനിറം

ഒരു നാടിനെ മുഴുവനും കരയിച്ച തീവണ്ടി അപകടമാണ് ടി ഡി രാമകൃഷ്ണന്റെ പച്ച മഞ്ഞ ചുവപ്പ് നോവലിന്റെ പശ്ചാത്തലം. എഴുപതിലധികം യാത്രക്കാർ മരണപ്പെടുകയും അനേകം പേരെ ജീവിതത്തിന്റെ ഇരുളിലേക്ക് തള്ളുകയും ചെയ്ത സംഭവം. അപകടത്തിന് കാരണക്കാരനെന്ന് റെയിൽവേ വിധിയെഴുതിയ സ്റ്റേഷൻ മാസ്റ്റർ രാമചന്ദ്രൻ, നക്സൽ പ്രവർത്തകയായ അയാളുടെ ഭാര്യ കലൈശെൽവി, ഒരു പ്രഹേളിക പോലെ വായനക്കാരന്റെ മനസ്സിനെ പൊള്ളിക്കുന്ന ആഖ്യാന മികവോടെയാണ് നോവൽ സഞ്ചരിക്കുന്നത്.

അപകടം നടന്നിട്ട് 25 വർഷങ്ങൾ കഴിഞ്ഞിട്ടും വേദനിപ്പിക്കുന്ന ഓർമ്മകളുമായി കഴിയുന്ന ഇരകളുടെ വിചിത്രമായ വെളിപ്പെടുത്തലിലൂടെ കഥ മുന്നോട്ട് പോകുന്നു.

1995ൽ സേലത്തിനടുത്ത് വച്ച് നടന്ന ആക്സിഡന്റിന് മുമ്പും പിമ്പും ട്രെയിൻ അപകടങ്ങൾ ഉണ്ടായിട്ടുണ്ട്. അതിന്റെ പേരിൽ രാജി വെച്ച് ത്യാഗം ചെയ്ത മന്ത്രിമാരും ഉണ്ട്. അതിന്റെയെല്ലാം ഉള്ളറകളിലേക്ക് വെളിച്ചം പകരുന്ന അന്വേഷണാത്മക പരമ്പരയിലൂടെ ശ്രദ്ധ നേടിയ ജ്വാല എന്ന പത്രപ്രവർത്തകയിലൂടെയാണ് ലോക്കൂർ അപകടം കാൽനൂറ്റാണ്ടിനു ശേഷവും ചർച്ചയാവുന്നത്.

തീവ്രവാദികൾ കലൈ ശെൽവിയെ ഉപയോഗിച്ച് നടത്തിയ അട്ടിമറിയാണോ ലോക്കൂർ സംഭവം? സ്റ്റേഷൻ മാസ്റ്റർ രാമചന്ദ്രൻ മാത്രം ശിക്ഷിക്കപ്പെടാൻ എന്താണ് കാരണം?

ട്രെയിൻ അപകടത്തിന്റെ പാപഭാരം മുഴുവനും സ്വന്തം ഭാര്യയിൽ ചുമത്തി, ഒരു വേട്ടപ്പട്ടിയെ പോലെ ജനങ്ങളുടെ ഇടയിൽ വച്ച് അവരെ അവഹേളിക്കുകയും മർദ്ദിക്കുകയും ആട്ടിയോടിക്കുകയും ചെയ്യുന്നത്

എത്രമാത്രം വേദനാജനകമാണ്. റെയിൽവേ സ്റ്റേഷനിൽ വെച്ച് മാസ്റ്ററുടെ സമനില തെറ്റിപ്പോകുമ്പോൾ യഥാർത്ഥത്തിൽ നമ്മുടെ സംവേദനത്തെയാണ് തീ പിടിക്കുന്നത്.

സേലം റെയിൽവേ സ്റ്റേഷനിൽ വിപ്ലവകാരികളുടെ ഒരു ജനകീയ വിചാരണ ട്രെയിൻ അപകടത്തിനു മുമ്പ് നടക്കുന്നതായി നോവൽ ചിത്രീകരിക്കുന്നുണ്ട്. പകൽ മുഴുവനും കുട്ടികൾക്ക് ട്യൂഷൻ എടുക്കുകയും രാത്രികാലങ്ങളിൽ പാർട്ടി പ്രവർത്തനം നടത്തുകയും ചെയ്യുന്ന തമിഴരശന്റെ നേതൃത്വത്തിലാണ് ആ വിചാരണ. ഡെപ്യൂട്ടി സ്റ്റേഷൻ സൂപ്രണ്ട് പാട്രിക്ക് കരുണാകരനെ തല മൊട്ടയടിച്ച് ചെരിപ്പുമാലയണിയിക്കുന്ന സംഭവം.

തന്റെമേൽ ഉദ്യോഗസ്ഥന്റെ തെറ്റായ നടപടിയോട് പ്രതീകാത്മകമായി കലഹിക്കുന്ന മാസ്റ്ററുടെ വേറിട്ടൊരു മുഖം നോവലിസ്റ്റ് കാട്ടിത്തരുന്നു.

ഒരു അസാധാരണ മനുഷ്യനാണ് മാസ്റ്റർ. 'പകൽ മുഴുവനും കിടന്നുറങ്ങുകയും അസ്തമയ സമയത്ത് എഴുന്നേറ്റ് പല്ല് തേച്ച് കുളിക്കുകയുമാണ് പതിവുരീതി. രാത്രിയാണ് അദ്ദേഹം ആഘോഷമാക്കുക. പകൽവെളിച്ചത്തിൽ നമുക്ക് ഈ ലോകത്തിലെ എല്ലാ വൃത്തികേടുകളും കാണേണ്ടിവരുമെന്ന് മാസ്റ്റർ വിശ്വസിക്കുന്നു. രാത്രിയിൽ കയ്യിൽ ഒരു ടോർച്ച് ഉണ്ടെങ്കിൽ ഇഷ്ടമുള്ള സ്ഥലങ്ങളിലേക്ക് അടിച്ചു ആവശ്യമുള്ളത് മാത്രം കണ്ടാൽ മതി.'

വീരപ്പന്റെ സംഘത്തിന് ചന്ദനം കടത്താനുള്ള ഒരു എളുപ്പവഴിയായി റെയിൽവേയെ ഉപയോഗപ്പെടുത്തുന്നതിനെതീരെ സർഗ്ഗാത്മകമായി ആഞ്ഞടിക്കുന്ന 'പച്ച മഞ്ഞ ചുവപ്പ്' എന്ന മാസ്റ്ററുടെ നാടകം വിവാദങ്ങൾക്ക് വഴിവെക്കുക മാത്രമല്ല, ഡിപ്പാർട്ട്മെന്റിന്റെ വെറുപ്പിന് പാത്രമാകുകയും ചെയ്യുന്നതോടെ നോവൽ ക്ലൈമാക്സിലേക്ക് കടക്കുന്നു.

താഴ്ന്ന റാങ്കിൽ ജോലിചെയ്യുന്ന രാമചന്ദ്രൻ ഉയർന്ന റാങ്കുള്ളവരെ പിന്നിലാക്കി നേടിയെടുത്ത അംഗീകാരങ്ങളിൽ, അസൂയ പൂണ്ടവർ ആസൂത്രിതമായി നടപ്പാക്കിയ മരണക്കെണിയെ ഭാഗ്യം കൊണ്ട് അതിജീവിച്ചു. ട്രെയിൻ അപകടത്തിന്റെ ഏറ്റവും വേദനാജനകമായ ഓർമ്മകളുടെ തടവറകളിൽ പീഡിക്കപ്പെട്ട് കഴിയുന്ന, കലൈ ശെൽവിയും അരവിന്ദും അന്നമ്മയും തമിഴരശനും ഉന്നത ഉദ്യോഗസ്ഥരായ കെ ബി നായികും ഭാസ്കരപിള്ളയും പാട്രിക് കരുണാകരനും നോവലിലേക്ക് ഇറങ്ങിവരുന്നതോടെ ഒരു അപസർപ്പക നോവലിന്റെ വശ്യതയും ആഖ്യാനാനുഭൂതിയും ലഭിക്കുന്നു. റെയിൽവേയുടെ ഇരമ്പങ്ങൾക്കപ്പുറത്തെ അകസ്ഥലികൾ എത്രമാത്രം ഭീതിദമാണെന്ന് ടി ഡി രാമകൃഷ്ണന്റെ പച്ച മഞ്ഞ ചുവപ്പ് വരച്ചു കാട്ടുന്നു.

കാട്ടുകൊള്ളക്കാരും മൃഗവേട്ടക്കാരും സ്വൈരവിഹാരം നടത്തുന്ന സത്യമംഗലം വനമേഖലയ്ക്കടുത്തുവെച്ച് സിംഗിൾ ലൈനിലൂടെ കടന്നുവന്ന രണ്ടു ട്രെയിനുകൾ തമ്മിൽ കൂട്ടിയിടിക്കുകയായിരുന്നു.

ചോര ഉണങ്ങും മുമ്പ് മരിച്ചവരുടെയും ജീവനുവേണ്ടി നില വിളിക്കുന്നവരുടെയും ദേഹത്തു നിന്നു സ്വർണാഭരണങ്ങളും പണവും അപഹരിക്കാൻ, റെയിൽവേയിലെ ഒരു വിഭാഗത്തിന്റെ ആർത്തി, അത് തടയാൻ ശ്രമിച്ച തോമസ് എന്ന സത്യസന്ധനായ ടിക്കറ്റ് ഇൻസ്പെക്ടറെ കുത്തി വീഴ്ത്തുന്ന സംഭവം, ബഹുരാഷ്ട്ര കമ്പനി കളുടെ നിർമ്മിത ബുദ്ധിയിൽ ചലിക്കുന്ന കറുത്ത പാവകൾ, അവരുടെ വിലപേശലുകൾ, മത്സരയോട്ടങ്ങൾ, നോവൽ പറയാതെ പറയുന്ന നിരവധി രഹസ്യങ്ങളുണ്ട് ഈ പുസ്തകത്തിൽ.

ലോക്കൂർ ആക്സിഡന്റിനുശേഷം രാമചന്ദ്രൻ ജാതക വിശ്വാസി യായി മാറുന്നുണ്ട്.

"അമ്പതാം വയസ്സിൽ ജീവിതത്തിലെ ഏറ്റവും വലിയ ദുരന്തം ഉണ്ടാകുമെന്നും അതുവരെ നേടിയ ജോലിയും സ്വത്തും സമൂഹത്തിലെ മാന്യമായ സ്ഥാനവും എല്ലാം നഷ്ടപ്പെടും എന്നും ജാതകത്തിൽ ഉണ്ടായിരുന്നു. അത് കൃത്യമായി സംഭവിച്ചു."

ഒരു അനാർക്കിസ്റ്റായ രാമചന്ദ്രന്റെ ജീവിതത്തിലെ പിന്നീടുള്ള മനോവിഭ്രാന്തികളാണ് നോവൽ ആഖ്യാനം ചെയ്യുന്നത്. മകന്റെ ജാതകം എഴുതിക്കുക മാത്രമല്ല, എഴുതിയതിലെ നിരീക്ഷണം വായന ക്കാരെ അത്ഭുതപ്പെടുത്തുക കൂടി ചെയ്യുന്നുണ്ട്.

മിത്തുകൾ പുനർജനിക്കുകയും അന്ധവിശ്വാസങ്ങളെ മൃദുവായി തലോടുകയും ചെയ്യുന്ന കഥാന്ത്യമാണ് നോവലിസ്റ്റ് സ്വീകരിച്ചിട്ടുള്ളത്. പൂവ്വമ്മ എന്ന മിത്തിക്കൽ കഥാപാത്രത്തിലൂടെ അത് ശക്തിപ്പെടു ന്നതായും കാണാം.

ഈ കറുത്ത കാലത്തെ അതിന്റെ തീവ്രതയിൽ അവതരിപ്പിക്കാൻ അന്ധവിശ്വാസങ്ങളും മിത്തുകളും ചരിത്ര സംഭവങ്ങളും പ്രണയവും മരണവുമെല്ലാം എത്തുകാരനു കൂട്ടായി തീരുകയാണ്. അപകടത്തിൽ മരിച്ചുപോയ 73 പേർക്ക് ബലിയിട്ടു ഗായത്രിമന്ത്രം ജപിച്ച്, ജീവിത ത്തിന്റെ വിരസതയിൽ നിന്ന് ഓടിയൊളിക്കുമ്പോൾ, ആ മഹാജീവിതം പിന്നിട്ടത് വെറും 50 വർഷങ്ങളാണ്. ഏതാണ്ട് അതേ പ്രായമാണ് അപ്പോൾ സ്വതന്ത്ര ഭാരതത്തിനും. ടി ഡി രാമകൃഷ്ണന്റെ പച്ച മഞ്ഞ ചുവപ്പ് നോവൽ വെറും ഒരു റെയിൽവേ കഥയല്ല. അതിലുട നീളം ഇന്ത്യയുണ്ട്.

■

ഉന്മാദത്തിന്റെ സൂര്യകാന്തികൾ
എസ്. ജയചന്ദ്രൻ നായർ

ലോകത്തെ വിസ്മയിപ്പിച്ച ചിത്രകാരൻ

'എന്റെ പച്ച പുസ്തകത്തിനും പുതിയ ലിബിയൻ രാഷ്ട്ര പതാകയ്ക്ക് തിരഞ്ഞെടുത്ത പച്ച നിറത്തിനും പ്രചോദന മായത് വിൻസന്റ് വാൻഗോഗിന്റെ പച്ചക്കോട്ടാണ്' എന്ന് ലിബിയൻ പ്രസിഡണ്ട് ആയിരുന്ന ഗദ്ദാഫി അഭിപ്രായപ്പെട്ടി ട്ടുണ്ട്. യാസ്മിനാ ഖാദ്രയുടെ ഏകാധിപതിയുടെ അവസാന രാത്രിയിലാണ് ഇതു വായിച്ചത്. ജീവിതത്തിന്റെ പ്രതിസന്ധി ഘട്ടങ്ങളിലെല്ലാം നിർഭാഗ്യവാനായ ആ ചിത്രകാരൻ ഗദ്ദാഫി യുടെ ചിന്തകളിലും സ്വപ്നങ്ങളിലും പ്രത്യക്ഷപ്പെടുന്നതായി ഖാദ്ര സൂചിപ്പിക്കുന്നുണ്ട്. അതൊരു ഫിക്ഷനാണെങ്കിൽ കൂടിയും ജീവിത യാഥാർത്ഥ്യവുമായി അഭേദ്യബന്ധമുണ്ടെന്ന് തന്നെയാണ് നോവൽ വിളംബരം ചെയ്യുന്നത്.

ലോകം അത്ഭുതത്തോടെ ഉറ്റുനോക്കിയിരുന്ന ആഫ്രിക്കൻ തീരത്തെ ഒരു സർവ്വസൈന്യാധിപതിയുടെ മനസ്സിൽ ഇടം പിടിക്കാൻ മാത്രം വിൻസന്റ് വാൻഗോഗ് ബാക്കിവെച്ചുപോയ കലാജീവിത രഹസ്യം എന്തായിരുന്നു എന്നറിയാനായിരുന്നു ഞാൻ ആഗ്രഹിച്ചത്. 'ഏകാ ധിപതിയുടെ അവസാന രാത്രി' നോവൽ വായിച്ചതുമുതലാണ് വാൻഗോഗിനെ അടുത്തറിയാനുള്ള താല്പര്യം കൂടി വന്നത്. അതിനു പറ്റിയ പുസ്തകം അന്വേഷിക്കുകയായിരുന്നു.

എസ് ജയചന്ദ്രൻ നായർ എഴുതിയ 'ഉന്മാദത്തിന്റെ സൂര്യകാന്തി കൾ' എന്ന ബയോ നോവൽ മനസ്സിന് വല്ലാത്ത സന്തോഷം പകർന്നു. നോവൽ വായിച്ചു കഴിഞ്ഞപ്പോൾ അതിലേറെ ഹൃദയവേദനയും വിങ്ങലും അനുഭവപ്പെട്ടു. വെന്തുകരിഞ്ഞ ഒരു മഹാജീവിതമാണ് വാൻഗോഗിന്റേതെന്നും ആർക്കും ആ ഗതി വരരുതെയെന്നും മൗന മായി പ്രാർത്ഥിച്ചു കൊണ്ടാണ് പുസ്തകം ആരംഭിക്കുന്നത്.

വൈദികനായും സുവിശേഷ പ്രസംഗകനായും ജീവിക്കാൻ പരിശ്രമിച്ച് പരാജയപ്പെട്ട് ചിത്രം എഴുത്തിലേക്ക് തിരിഞ്ഞ വാൻഗോഗ് അനുഭവിച്ച യാതനകളും നടന്നുവന്ന കനൽവഴികളുമാണ് പുസ്തകത്തിൽ.

കലയ്ക്കുവേണ്ടി സർവ്വസ്വവും നഷ്ടപ്പെടുത്തിയവൻ. ചിത്രകലയിലൂടെ അനശ്വരതയിലേക്ക് ഉയരാനുള്ള മാസ്റ്റർ പീസുകൾ സൃഷ്ടിച്ചിട്ടും തിരസ്കൃതനായവൻ. സമൂഹം അവഗണനയോടെയും ശല്യക്കാരനായും നോക്കി കണ്ടവൻ.

സമകാലീനരായ ചിത്രകാരന്മാരിൽ നിന്നുപോലും പരിഹാസം ഏറ്റുവാങ്ങിയവൻ. പട്ടിണി സ്വയംവരിച്ചവൻ. പ്രശസ്തമായ 'ഉരുളക്കിഴങ്ങ് തീറ്റക്കാർ' എന്ന ക്ലാസിക് ചിത്രത്തിന്റെ രചനയ്ക്കിടയിൽ വാൻഗോഗ്, സഹോദരൻ തിയോവിന് എഴുതിയ ഒരു കത്ത് മാത്രം മതി, അദ്ദേഹം തന്റെ കലയിലൂടെ ലക്ഷ്യമാക്കുന്നത് എന്താണെന്ന് അറിയാൻ.

''പൊട്ടാറ്റോ ഈറ്റേഴ്സിന്റെ രചനയിൽ എനിക്ക് അധികം ഒന്നും ചെയ്യാൻ ഉണ്ടായിരുന്നില്ല. ശിരസ്സുകൾ അടക്കം എല്ലാം ഞാൻ പൂർത്തിയാക്കിയിരുന്നു. പെട്ടെന്നൊരു നിമിഷം ഞാൻ അതിനെ ചായത്തിൽ കറുപ്പിച്ചു. തൊലി കളയാത്ത മുഷിഞ്ഞ ഉരുളക്കിഴങ്ങുകൾ പോലെ...''

എത്ര ഭാവനാത്മകമാണ് ഈ വരികൾ. പ്രകൃതിയിലെ സുന്ദരക്കാഴ്ചകൾ പകർത്തി വെക്കുകയല്ല കലാധർമ്മം എന്ന് ഒരു ആർട്ട് ഡീലറായ അനിയൻ തിയോയെ ഓർമ്മപ്പെടുത്തുക മാത്രമല്ല, ചിത്രകല കൊണ്ട് സാമ്പത്തിക നേട്ടം കൊയ്യുന്ന അദ്ദേഹത്തിന്റെ സമശീർഷരായ കലാകാരന്മാർക്കുള്ള ഒരു മുന്നറിയിപ്പു കൂടിയായിരുന്നു ആ എഴുത്ത്.

പ്രകൃതിയെ സ്നേഹിക്കുകയും അതിനെ മാറ്റിമറിക്കുകയും ചെയ്യുന്ന ഒരു കൂട്ടം മനുഷ്യർ എന്നും വാൻഗോഗിനു ചുറ്റുമുണ്ടായിരുന്നു. അവരുടെ മൃഗതുല്യമായ ജീവിതം അദ്ദേഹം സ്വന്തം അനുഭവമാക്കി. സമൂഹത്തിന്റെ ഏറ്റവും താഴെക്കിടയിലുള്ള പട്ടിണിക്കാരും ഭവനരഹിതരും ആ ക്യാൻവാസിൽ ഇതിഹാസമായി മാറി. അവരുടെ അന്തസ്സംഘർഷങ്ങളും വ്യഥകളും കണ്ണീരും പുഞ്ചിരിയും ഇരുപതാം നൂറ്റാണ്ടിന്റെ കലാദർശനത്തിന് അടിത്തറ പാകി. ജ്വലിക്കുന്ന മഞ്ഞ നിറമാണ് ജീവിതത്തെ പ്രഭാപൂരിതമാക്കുന്നതെന്ന് വാൻഗോഗ് വിശ്വസിക്കുന്നു സൂര്യനെ നോക്കി ഇതൾ വിടർത്തി സായാഹ്നത്തിൽ കൊഴിയുന്ന സൂര്യകാന്തി പൂക്കളെ അനശ്വര രചനയാക്കുന്നതിലുള്ള പ്രചോദനം ആ വിശ്വാസമാണെന്ന് പുസ്തകം വിലയിരുത്തുന്നു. ജീവിച്ചിരിക്കുമ്പോൾ അംഗീകരിക്കപ്പെടാതെ

പോയ നിർഭാഗ്യവാനായ ആ കലാകാരൻ സ്വന്തം സഹോദരന് അയച്ച കത്തുകളിലൂടെയുള്ള ആത്മഭാഷണങ്ങളെയും ചിന്തകളെയും കോർത്തിണക്കി ഫിക്ഷൻ രൂപപ്പെടുത്തുകയാണ് എസ് ജയചന്ദ്രൻ നായർ.

അരൂപികളായ പ്രേതങ്ങൾ പിന്തുടർന്ന് പീഡിപ്പിക്കുന്ന ഒരു മനുഷ്യനെ ആത്മവ്യഥയോടെ അദ്ദേഹം കോറിയിടുന്നു.

വാൻഗോഗിനെക്കുറിച്ച് എന്തെങ്കിലും കുറിച്ചിടാതെ പോയ എഴുത്തുകാർ മലയാളത്തിൽ ഉണ്ടോ എന്ന് സംശയമാണ്. ഈയിടെ വായിച്ച എം മുകുന്ദന്റെ 'പ്രവാസം' നോവലിൽ ആ മഹാകലാകാരനെ അനുകരിച്ച് ചെവി മുറിച്ചു കാമുകിക്ക് കൊടുക്കുന്ന ഗിരിയെ ഓർത്തുപോകുന്നു.

കഥാപാത്രങ്ങൾക്കോ സംഭവങ്ങൾക്കോ കാല്പനികതയുടെ പരിവേഷം നൽകാൻ ഒരുപക്ഷേ വാൻഗോഗിനോളം പകരം വെക്കാൻ ആരുമില്ല എന്നാണ് ഇത് തെളിയിക്കുന്നത്.

അദ്ദേഹത്തെപ്പറ്റി പറഞ്ഞുകേൾക്കുന്ന ഒന്നാണ് തന്റെ ഇഷ്ട ഭാജനത്തിന് സ്വന്തം ചെവി മുറിച്ചുനൽകി എന്നുള്ളത്. അതിനെക്കുറിച്ചും നോവൽ വിശദമായി ചർച്ച ചെയ്യുന്നുണ്ട്.

ഒരു വിനിമയോപാധി എന്നതിനേക്കാൾ ചരിത്ര പ്രാധാന്യമുള്ളതായിരുന്നു വാൻഗോഗിന് കത്തെഴുത്ത് എന്നാണ് ഗ്രന്ഥകാരൻ നിരീക്ഷിക്കുന്നത്. രണ്ടായിരത്തോളം കത്തുകളാണ് അദ്ദേഹം എഴുതിക്കൂട്ടിയതെന്ന് കണക്കുകൾ ഉദ്ധരിക്കുന്നു. ഇതിൽ ഭൂരിഭാഗവും സഹോദരൻ തിയോവുമായുള്ള ആശയവിനിമയമാണ്. പ്രശസ്ത ചിത്രകാരൻ നമ്പൂതിരിയുടെ വാൻഗോഗ് ചിത്രസമർപ്പണം പുസ്തകത്തിന് സൗന്ദര്യം കൂട്ടുന്നുണ്ട്.

37-ാമത്തെ വയസ്സിലായിരുന്നു വിൻസെന്റ് വെടിയേറ്റ് മരിക്കുന്നത്. ജീവിതത്തിൽ സ്വന്തം ആവശ്യങ്ങൾക്കു പോലും തന്റെ അനശ്വര രചനകൾ വിൽക്കാൻ ഭാഗ്യം ലഭിക്കാതിരുന്ന ആ മനുഷ്യന്റെ കഥയാണ് 'ഉന്മാദത്തിന്റെ സൂര്യകാന്തികൾ'. എന്നും സൂക്ഷിച്ചുവെക്കാവുന്ന ഒരു അമൂല്യ ഗ്രന്ഥം. ■

ഭ്രാന്തൻപൂക്കളിലെ ചുകപ്പ്

വി.ബി. ജ്യോതിരാജ്

ആത്മക്ഷതങ്ങളുടെ വിലാപം

പ്രത്യക്ഷത്തിൽ ഒരു ദുരന്തപ്രണയകഥയെന്ന് തോന്നാമെങ്കിലും പൊള്ളുന്ന സമകാലികതയിലാണ് ജ്യോതിരാജ് ശ്രദ്ധയൂന്നുന്നത്. അദ്ദേഹത്തിന്റെ മികച്ച കഥകളുടെ കൂട്ടത്തിൽ ഉൾപ്പെടുത്താവുന്ന നോവൽ. പ്രണയവും പ്രണയനഷ്ടവും ഒരു കടങ്കഥ പോലെ നമുക്കിതിൽ വായിച്ചുപോകാം. കൈയിൽ പേന നൽകിയും കാലിൽ ചങ്ങല കുരുക്കിട്ടും പീഡിപ്പിക്കപ്പെടുന്ന യുവാവിന്റെ ആത്മസംഘർഷങ്ങൾ ഭാവതീവ്രമായി ഈ നോവൽ അനുഭവിപ്പിക്കുന്നു.

സ്നേഹിച്ച പെൺകുട്ടിയുടെ ദുരൂഹ മരണം സൃഷ്ടിച്ച ശൂന്യതയിൽ നിന്നുയരുന്ന മനസ്സിന്റെ വിഭ്രാന്തികളാണ് വി.ബി. ജ്യോതിരാജിന്റെ 'ഭ്രാന്തൻ പൂക്കളിലെ ചുകപ്പ്' എന്ന നോവൽ പ്രമേയമാക്കുന്നത്. പ്രണയവും കാമവും നഷ്ടബോധവും ചേർന്നു സൃഷ്ടിക്കുന്ന ആത്മക്ഷതങ്ങളെ അത്യന്തം ലാവണ്യാത്മകമായി ആഖ്യാനം ചെയ്യുകയാണ് ഈ കൃതിയിൽ.

പുരുഷന്മാർ മാത്രം അധിവസിക്കുന്ന മരുഭൂമിയിലെ ഒറ്റപ്പെട്ട ജീവിതവും അവിടത്തെ വരണ്ട കാഴ്ചകളും സമ്മാനിച്ച ഗൃഹാതുര സ്മൃതികളാണ് നോവലിനു പ്രചോദനം.

'ദിവസവും വരണ്ട ഒരേ കാഴ്ചകൾ. മനസ്സ് പൊടുന്നനെ ഏതോ ഗൃഹാതുര കാഴ്ചകൾ കാണാൻ തുടങ്ങി. അങ്ങനെ മനസ്സിൽ നിന്ന് ഒരു ലാവ പോലെ പൊട്ടിയൊഴുകി വന്നതാണ് ഈ നോവൽ' എന്ന് ജ്യോതിരാജ് കുറിച്ചിടുന്നു.

'സ്ത്രീകളില്ലാത്ത തുരുത്തിലാണ് കുറേ നാൾ കഴിഞ്ഞിരുന്നത്' എന്നൊരു വിശദീകരണവും കഥാകൃത്ത് നോവലിന്റെ ആമുഖത്തിൽ പറയുന്നുണ്ട്.

പ്രണയാനുരാഗത്തിന്റെ വേറിട്ടൊരു സർഗാത്മക സൗന്ദര്യമാണ് ഭ്രാന്തൻ പൂക്കളിലെ ചുവപ്പ്.

ആഴമേറിയ സ്നേഹബന്ധത്തിന്റെ ഗ്രാമീണ ഭാവങ്ങൾ ഈ നോവലിൽ വിടർന്നു നിൽക്കുന്നതായി കാണാം. താൻ സ്നേഹിച്ച പെൺകുട്ടിയുടെ ദുരൂഹ മരണത്തെ തുടർന്ന് കഥാനായകൻ അനുഭവിക്കുന്ന കൊടിയ പീഡനങ്ങളാണ് ഈ നോവലിന്റെ പ്രതിപാദ്യം.

ഭ്രാന്തനെന്ന് ആരോപിച്ചു കൊണ്ട് അയാളെ വീട്ടുവരാന്തയിലെ കൽതൂണിൽ ചങ്ങലക്കിട്ടുകൊണ്ടാണ് ജ്യോതിരാജ് കഥ പറയുന്നത്.

വെള്ളക്കടലാസും പേനയും ഒരു കരുതലായി കൈയിൽ സൂക്ഷിച്ചിട്ടുണ്ടെങ്കിലും അയാളുടെ കാലുകൾ ചങ്ങലയിൽ ബന്ധിക്കപ്പെട്ടിരിക്കുകയാണ്.

ഓർമ്മകൾ ചതഞ്ഞരഞ്ഞതു കാരണം ഒന്നും എഴുതാൻ കഴിയുന്നില്ല. ഈയൊരു ദുഃഖമാണ് അയാളെ വേട്ടയാടിക്കൊണ്ടിരിക്കുന്നത്.

ചങ്ങലക്കൊളുത്തുകൾ തട്ടിയുരഞ്ഞുള്ള കാലിലെ പഴുപ്പിൽ ഈച്ചകൾ വന്നിരിക്കുമ്പോഴുള്ള അസ്വസ്ഥത അയാളെ വല്ലാതെ പീഡിപ്പിക്കുന്നുണ്ട്. ഈച്ചയെക്കൊല്ലാൻ കൈകൾ ഉയർത്തുമ്പോഴേക്കും പ്രാണഭയത്താൻ അവ പറന്ന് പോകും. ഒരെണ്ണത്തിനെ പോലും കൊല്ലാൻ അയാൾക്കാവുന്നില്ല.

ഈ നിസ്സഹായാവസ്ഥ സൃഷ്ടിക്കുന്ന അമർഷവും മടുപ്പും വേദനയും ജ്യോതിരാജിന്റെ സവിശേഷമായ ആഖ്യാനത്തിൽ തീവ്രതരമായി അനുഭവപ്പെടുന്നുണ്ട്.

പ്രകൃതിയിലെ മറ്റനേകം ജീവജാലങ്ങൾക്കും കഥയിൽ ഇടം നൽകി വിശകലനം ചെയ്യുന്നുണ്ട് അദ്ദേഹം.

ഉള്ളിൽ ഒരു കടൽ പോലെ സ്നേഹം തിളച്ചു മറിയുന്ന വിലാസിനിയെക്കുറിച്ചാണ് അയാൾക്കെഴുതാനുള്ളത്. വാക്കുകളുടെ കുന്നിൻ മുകളിലേക്ക് കയറാൻ ശ്രമിക്കുമ്പോഴെല്ലാം കാലിടറി വീഴുകയാണ് അയാൾ.

'....നിനക്ക് വഴിതെറ്റുന്നു. എഴുതുന്നത് മുഴുവനും ആഭാസമായിപ്പോവുന്നു. നിന്റെ ഉള്ളിൽ പ്രണയമില്ല.കാമത്തിന്റെ ഭാഷ മാത്രം നീ എഴുതി നിറയ്ക്കുന്നു...'

ഒരച്ഛൻ മകളെ ഉമ്മ വെയ്ക്കുന്നതും കെട്ടിപ്പിടിക്കുന്നതും പിതൃവാത്സല്യത്തിന്റെ കള്ളിയിൽ എഴുതാത്ത ഭീരുക്കളുടെ ലോകത്ത് അതീവ ജാഗ്രതയോടെ വേണം എന്തെങ്കിലും കുത്തിക്കുറിക്കാൻ.

മനുഷ്യ സ്നേഹത്തിന്റെയും നന്മയുടേയും ആർദ്രമായ ഒഴുക്ക് നോവലിന് കൂടുതൽ മിഴിവേകുന്നു.

'പെങ്കോന്താ...' എന്ന പരിഹാസവിളി നോവലിലുടനീളം മുഴങ്ങി ക്കേൾക്കുന്നതു കാണാം.

തന്നെ പരാജയപ്പെടുത്തി പറന്നു പോകുന്ന ഈച്ചയെ നോക്കിയും 'അമ്പട കള്ളാ പെങ്കോന്താ...' എന്ന് ഹാസ്യാത്മകമായി പറയുന്നതു പോലും നമ്മിൽ ചിരിയുണർത്തുന്നു. അതു കഥാപാത്രത്തിന്റെ മനോനിലയേയും ആത്മചോദനകളേയും കൂടുതൽ മിഴിവോടെ കണ്ടെത്താൻ സഹായിക്കുന്നുണ്ട്.

നവോത്ഥാനന്തരകാലത്ത് കേരളം അപകടപ്പെടുന്നതിന്റെ വിചിത്ര മായ കാഴ്ചയിലേക്കും നോവൽ കൂട്ടിക്കൊണ്ടു പോകുന്നുണ്ട്. വേലപ്പൻ മുതലാളിയുടെ തൊഴുത്തിലെ ആഴമേറിയ ടാങ്കിൽ അര യ്ക്കൊപ്പം ചാണകവെള്ളത്തിൽ പൂഴ്ന്ന് കിടക്കുന്ന കൊച്ചുമുതലാ ളിയും വേലക്കാരിയും.

കാമപൂർത്തിക്കുവേണ്ടി കണ്ടെത്തുന്ന പുതിയ റൊമാന്റിക് പരിസരം വ്യാഖ്യാനങ്ങൾ ആവശ്യമില്ലാതെത്തന്നെ ജ്യോതിരാജ് ബോധ്യപ്പെടുത്തുന്നു. കാല്പനിക ഭാവുകത്വത്തോടെയാണ് ആ ദൃശ്യങ്ങൾ നമ്മുടെ മനസ്സിൽ പതിച്ചിടുന്നത്.

ഭ്രാന്തനാണെന്ന് മുദ്രയടിക്കപ്പെട്ടതു മുതൽ ചങ്ങലയിൽ അയാൾ ക്കൊരു തടറവറ തീർക്കുകയായിരുന്നു. സ്വന്തം കുടുംബാംഗങ്ങൾ തന്നെയാണ് ഈ ദ്രോഹം അയാളോട് ചെയ്തിരിക്കുന്നത്.

ബുദ്ധി കൂടിപ്പോയതാണ് ഭ്രാന്താവാൻ കാരണമെന്ന് വല്യച്ഛൻ പറയുമ്പോൾ വിലാസിനിയുടെ മരണമാണ് കാരണമെന്ന് വേറെ ചിലർ. വേലപ്പൻ മുതലാളിയുടെ കഴുത്ത് ഞെരിച്ച് കൊല്ലാൻ ശ്രമിച്ചപ്പോഴാണ് കാലുകളിൽ ചങ്ങല വീണതെന്ന് അവന്റെ മനസ്സും മന്ത്രിക്കുന്നു.

ചങ്ങലയിൽ കുരുങ്ങിക്കിടക്കുമ്പോഴും തന്റെ പരിസരത്തെ ക്കുറിച്ചും അവിടത്തെ ചലനങ്ങളെക്കുറിച്ചും അയാൾ തീർത്തും ബോധവാനാണ്. സ്വന്തം പറമ്പിന്റെ അതിർത്തി കടന്നു വരുന്ന പൂച്ച യേയും കോഴിയേയും നോക്കി തന്റെ ജീവിതാവസ്ഥയെ താരതമ്യം ചെയ്യാൻ അയാൾക്കാവുന്നുണ്ട്.

പ്രണയവും പ്രണയനഷ്ടവും കഥയ്ക്ക് വിഷയമാവുമ്പോൾ തന്നെ മനുഷ്യജീവിതത്തിനു പുതിയ മാനങ്ങൾ തേടുകയാണ് കഥാകാരൻ.

കൈയിൽ പേന നൽകിയും കാലിൽ ചങ്ങല കുരുക്കിട്ടും ഒരു മനുഷ്യനെ പീഡിപ്പിക്കുന്നത് എത്ര ഭയാനകമെന്ന് ഈ നോവൽ അനുഭവിപ്പിക്കുന്നു.

ജനാധിപത്യത്തിന്റെ നെടുംതൂണുകളിൽ ഒന്നായ മാധ്യമപ്രവർത്തനത്തെ വ്യവസ്ഥാപിത താല്പര്യത്തിനു വേണ്ടി കൂച്ചുവിലങ്ങിട്ടതിനെ പ്രതീകാത്മകമായി ജ്യോതിരാജ് അടയാളപ്പെടുത്തുന്നു.

'ഇരുണ്ട നാളുകൾ വരാൻ പോവുകയാണ്. പരസ്പരം നാശം വിതച്ചുകൊണ്ട്, അർത്ഥശൂന്യമായ ഏറ്റുമുട്ടലുകൾ കൊണ്ട് ചോരക്കളമാവുന്ന ഭൂമിയെ കുറിച്ച്' ആശങ്കപ്പെടുന്ന ഒരു റൊമാന്റിക് വിപ്ലവകാരിയുടെ മനസ്സിനെയാണ് ഇവിടെ ദർശിക്കാനാവുന്നത്.

മണ്ണിന്റെ മണം തുളുമ്പി നിൽക്കുന്ന കഥയിൽ പീഡിതരനായ ഒരു വിപ്ലവകാരിയുടെ സ്വപ്നങ്ങളാണ്. അവന്റെ ആത്മക്ഷതങ്ങളാണ്.

ആരുടെ പക്ഷവും വിജയിക്കാത്ത, തോൽക്കാത്ത ജീവിതാവസ്ഥയുടെ ഭയപ്പെടുത്തുന്ന ഗർത്തങ്ങളിലേക്ക് ഉറ്റുനോക്കുന്ന ചെറുപ്പക്കാരൻ തന്റെ തലമുറ താണ്ടിക്കടന്ന ഇരുൾവഴികളും കലാപവഴികളും നോക്കിക്കാണുന്നുണ്ട്.

മാനുഷികതാവിരുദ്ധമായ തലത്തിനു നേരെ എഴുത്തുകാരൻ നടത്തുന്ന സർഗാത്മക പോരാട്ടമാണ് വി.ബി. ജ്യോതിരാജിന്റെ ഭ്രാന്തൻ പൂക്കളിലെ ചുകപ്പ് എന്ന നോവൽ. ■

പരേതരുടെ തെരുക്കൂത്ത്

ഗായത്രി

കൂട്ടുങ്ങൽ ദേശത്തിന്റെ പുരാവൃത്തങ്ങൾ

ബ്രിട്ടീഷ് അധിനിവേശം വരെയുള്ള നാലു നൂറ്റാണ്ടുകാലത്തെ കേരളീയ ജീവിതത്തെയാണ് ഗായത്രിയുടെ പരേതരുടെ തെരുക്കൂത്ത് നോവൽ വിഷയമാക്കുന്നത്. നോവലിന് നായിക നായക സങ്കല്പങ്ങളില്ല. ആദിമദ്ധ്യാന്തങ്ങളില്ലാത്ത രചനാ ശൈലി. മലയാള നോവൽ സാഹിത്യത്തിന്റെ വ്യവസ്ഥാപിത മൂല്യങ്ങളെ തകർത്തെറിയുകയാണ് ഗായത്രി. അവസാനമില്ലാത്ത ഒരു കഥ പറച്ചിൽ പോലെ ഓരോ അധ്യായവും ഓരോ നോവലായിത്തീരുന്ന അത്ഭുത രചന. ബ്രഷ് കൊണ്ട് വർണ്ണങ്ങൾ തീർക്കുന്ന ഒരു ഭ്രമാത്മക ചിത്രകാരന്റെ ഭാവന ഇതിൽ തെളിഞ്ഞു കാണാം. ഒപ്പം കൂട്ടുങ്ങൽ ദേശത്തെ വിശ്വമാനവികതയിലേക്ക് ഉയർത്തുന്ന രചയിതാവിനേയും.

ഗായത്രിയുടെ 'പരേതരുടെ തെരുക്കൂത്ത്' നോവൽ കൂട്ടുങ്ങൽ എന്ന് അറിയപ്പെട്ടിരുന്ന ചാവക്കാടിന്റെ സാംസ്കാരിക പൈതൃകത്തേയും വൈവിധ്യങ്ങളേയും സാമൂഹിക മുന്നേറ്റത്തേയും ലാളിത്യത്തോടെ അടയാളപ്പെടുത്തുന്ന കൃതിയാണ്.

സാമൂതിരി കാലഘട്ടത്തിൽ നടന്ന വൈദേശികാധിനിവേശവും അതു ചെലുത്തിയ സ്വാധീനവും നോവൽ വിഷയമാക്കുന്നു. നാടുവാഴിത്ത ഭൂപ്രഭുത്വത്തിന്റെ കീഴിൽ തിരസ്കരിക്കപ്പെട്ട സാധാരണ മനുഷ്യരുടെ കഥയാണ് പരേതരുടെ തെരുക്കൂത്ത്.

പഴഞ്ചൊല്ലുകൾ പറഞ്ഞും പഴംപാട്ടുകൾ പാടിയും നാട്ടറിവുകൾ പങ്കുവെച്ചും മഴയിലും കാറ്റിലും വെയിലിലും മഞ്ഞിലും ജീവനും ജീവിതവുമുണ്ടെന്ന് വായനക്കാരനെ അനുഭവിപ്പിക്കുകയാണ് ചിത്രകാരൻ കൂടിയായ ഗായത്രി.

ഓരോ ദേശവും അതിന്റെ സ്വത്വത്തിൽ നിരവധി കഥനങ്ങൾ

ഒളിപ്പിച്ച് വെച്ചിട്ടുണ്ടെന്ന തിരിച്ചറിവിൽ നിന്നാണ് ഈ ആഖ്യായിക പിറവി കൊള്ളുന്നത്.

നൂറു കണക്കിന് കഥാപാത്രങ്ങൾ ഈ നോവലിലൂടെ കടന്നു പോകുന്നുണ്ട്. ബ്രിട്ടീഷ് അധിനിവേശം വരെയുള്ള നാലു നൂറ്റാണ്ടു കാലം നോവലിലൂടെ കടന്നുപോകുന്നു.

സ്വകാര്യാനുഭവത്തിന്റെ ആത്മനിഷ്ഠമായ തീവ്രതയിലാണ് നോവൽ മഷി പുരളുന്നത്. ജാതീയമായ മേൽക്കോയ്മകൾ. സാമൂഹിക ഭ്രഷ്ട്, പ്രിയപ്പെട്ടവരുടെ ആത്മഹത്യ, നികൃഷ്ടമായ വസ്തുവിനെ കുഴിച്ചിടുമ്പോലെ സ്വന്തം രക്തത്തെ സ്വന്തം കൈകൊണ്ട് കുഴി വെട്ടി മൂടേണ്ടി വന്ന ഒരച്ഛന്റെ ആത്മവേദന.... മനസ്സിൽ തീപ്പൊരിയായി കൊണ്ടു നടന്ന ആത്മരോഷങ്ങളും ദുഃഖങ്ങളും അസ്തിത്വ വ്യഥയുമാണ് ഗായത്രിയുടെ നോവലിനെ വലം വെയ്ക്കുന്നത്.

വിശാലമായ കടൽ തീരവും മനുഷ്യവിഭവശേഷിയുമുള്ള കൂട്ടുങ്ങൽ കടപ്പുറത്ത് നിന്ന് കൊള്ളമുതലുമായി കടന്നു പോകുന്ന കപ്പൽ. അധിക ഭാരത്താൽ കപ്പലിൽ നിന്ന് നീഗ്രോ വംശജരായ അടിമകളെ കരയിൽ ഇറക്കിവിട്ട ചരിത്രം. ചാവക്കാടിനെ ഒരു തുറമുഖ നഗരമായി സങ്കല്പിച്ചു കൊണ്ടുള്ള കല്പിത കഥയിലൂടെ കേരളീയ സംസ്കൃതിയിൽ വന്ന മാറ്റമാണ് പുസ്തകം ചർച്ച ചെയ്യുന്നത്. പറങ്കികളിൽ നിന്ന് മോചിക്കപ്പെടുന്ന അടിമകൾ സ്വാതന്ത്ര്യത്തിന്റെ പുതിയ വായു ശ്വസിക്കുക മാത്രമല്ല, കേരളത്തിന്റെ ജീവരക്തത്തിൽ അവരുടെ ചോര അലിഞ്ഞു ചേരുകയാണെന്നും പുസ്തകം വാദിക്കുന്നു.

കൂട്ടുങ്ങൽ ദേശത്തെ വിശ്വമാനവികതയിലേക്ക് ഉയർത്തുകയാണ് കഥാകാരൻ. ആധുനിക ലോകത്ത് വെല്ലുവിളികൾ ഉയർത്തുന്ന അഭയാർത്ഥിപ്രവാഹത്തിന്റെയും മനുഷ്യനോട് കാണിക്കുന്ന നികൃഷ്ടമായ തിരസ്കാരത്തിന്റെയും പ്രാചീന മാതൃകകളാണ് ഇവിടെ അനാവരണം ചെയ്യപ്പെടുന്നത്.

'മനുഷ്യൻ ലോകത്തിലേക്ക് ഇത്രയധികം ധീരതയും കൊണ്ട് വരുന്നുണ്ടെങ്കിൽ ലോകത്തിനു അവരെ തകർക്കണം. തകർക്കാൻ വേണ്ടി മാത്രം. പക്ഷേ, തകർന്ന ഇടങ്ങളിൽ അവർ കൂടുതൽ കരുത്തു നേടുന്നു!'

വിഖ്യാതനായ ഹെമിംഗ് വേയുടെ വാക്കുകൾ ഗായത്രിയുടെ കൊച്ചക്കനെ വായിക്കുമ്പോൾ നമുക്ക് ഓർമ്മ വരും. കടലിൽ മുപ്പത്തിമൂന്നുതരം തിരകളെ തിരിച്ചറിയുന്ന കൊച്ചക്കനാണ് കടലിൽ മീൻപിടുത്തത്തിൽ ഏർപ്പെട്ടവർക്ക് കടലിന്റെ സ്വഭാവം പറഞ്ഞു കൊടുക്കുന്നത്.

ഹെമിങ്ങ്‌വെയുടെ സാന്തിയാഗോയെപ്പോലെ കൊച്ചക്കനും കട ലിനെ സ്വന്തം ശരീരമായും ആത്മാവായും കാണുന്നു. കൊച്ചക്കൻ മരണത്തെ അതിജീവിക്കുന്ന പ്രതിഭാസമായി മാറുന്നു.

ഭൂമിയിൽ കഥ പറയാൻ കൊച്ചക്കൻ ജീവിച്ചിരിക്കണമെന്ന് ആണ്ടി ക്കുഞ്ഞാമൻ ആഗ്രഹിക്കുന്നുണ്ട്.

കുരുപ്പ് രോഗം വന്ന് മരണത്തിന് കീഴടങ്ങിയ കൊച്ചക്കൻ കുളിപ്പുരയിൽ മിഴി തുറക്കുന്നതിലൂടെ മരണത്തെ കുടഞ്ഞെറിഞ്ഞ് ഒരു മിത്തായി വളരുകയാണ് അയാൾ.

നോവൽ സങ്കല്പങ്ങളെ പാടെ തകർത്തെറിയുന്നതാണ് ഈ കൃതിയുടെ ശില്പഘടന. നോവലിന് ഒരു നായകസങ്കല്പമോ നായികാസങ്കല്പമോ കാണാൻ ഇല്ല. ആദിമദ്ധ്യാന്തങ്ങളില്ലാത്ത രചനാശൈലി. നോവൽ സാഹിത്യത്തിന്റെ വ്യവസ്ഥാപിതമായ എല്ലാ മൂല്യങ്ങളേയും തകർത്തെറിയുകയാണ് ഗായത്രി.

അറബികളും യഹൂദരും പറങ്കികളും ലന്തക്കാരും മറ്റനേകം വിദേശികളും കഥാപാത്രങ്ങളായി മാറുന്ന നോവൽ കേരളീയ സംസ്കാരത്തേയും ചരിത്രഗതിയെയും എപ്രകാരമാണ് മാറ്റിമറിച്ച തെന്ന് ബോധ്യപ്പെടുത്തുന്നു.

ഇല്ലങ്ങളുടെ അകത്തളങ്ങളിൽ ജൂതർക്ക് പ്രവേശനാനുമതിയും അവകാശവും ലഭിച്ചതിന്റെ സാമൂഹിക പാശ്ചാത്തലവും നോവൽ വിചാരണ ചെയ്യുന്നു.

ചണ്ഡാലനു കുടിൽ വെയ്ക്കാൻ ശ്മശാനഭൂമി വിധിച്ച തച്ചു ശാസ്ത്രകാരന്റെ കുടിലതയ്ക്കെതിരെയും എഴുത്തുകാരൻ സർഗാ ത്മകമായി പ്രതികരിക്കുന്നുണ്ട്.

കോലോത്ത് നിന്ന് കട്ടെടുത്ത തങ്കവിഗ്രഹം നാട്ടുകാരുടെ സങ്കടങ്ങൾ കേൾക്കാനുള്ള ദേവിയാണെന്ന് സങ്കല്പിച്ച് വിഗ്രഹത്തെ അമ്പലത്തിൽ ഉപേക്ഷിക്കുമ്പോൾ ദൈവത്തെ പോലും അടക്കി ഭരിക്കുന്ന വ്യവസ്ഥിതിയെ വാചാലമായി അടയാളപ്പെടുത്തുകയാണ് ഗായത്രി. വായനയെ പ്രചോദിപ്പിക്കുകയും ആവേശം കൊള്ളിക്കു കയും ചെയ്യുന്ന കഥാസന്ദർഭങ്ങൾ പരേതരുടെ തെരുക്കൂത്ത് നോവ ലിൽ നിരവധിയാണ്.

കൂട്ടുങ്ങൽ ദേശത്തിന്റെ സർവ്വാദരണീയ മുഖം ഉപ്പാവ മജിസ്ടേറ്റ് ആകുന്നതും ആദ്യമായി ചാവക്കാട് കച്ചേരി തുടങ്ങി വിധി പറയു ന്നതും വളരെ രസകരമായാണ് നോവലിൽ ആവിഷ്കരിക്കുന്നത്

അവുക്കാദർകുട്ടി പാടത്തു നട്ടുവളർത്തിയ കുമ്പളം കളവു പോയി. കട്ടവന് എതിരെ കേസ് വന്നപ്പോൾ നീതിമാനായ മജിസ്ട്രേറ്റ് മനസ്സിൽ ഉരിയാടുന്ന ചില വാചകങ്ങളുണ്ട്.

'പറങ്ങോടൻ ഒരു കുമ്പളങ്ങ കട്ടാൽത്തന്നെ പടച്ചോൻ ധാരാളം വാരിക്കോരി കൊടുത്തിട്ടുള്ള അവുക്കാദർകുട്ടിക്ക് എന്താചേതം?' നിഷ്പക്ഷതയും സുതാര്യതയും മാത്രമല്ല മനുഷ്യത്വത്തിന്റെയും, കാരുണ്യത്തിന്റെയും വിധി പ്രസ്താവം കൂടിയായി മാറുന്നു.

ഉപ്പാവ ചുണ്ടനക്കി.

'പറങ്ങോടൻ കുമ്പള കട്ടെങ്കിൽ അയാളുടെ തോളിൽ കുമ്പളങ്ങ യിലുള്ള കുമ്മായം കാണണമായിരുന്നു!'

അതില്ലാത്തതുകൊണ്ട് പറങ്ങോടനെ വെറുതെ വിടുകയും അയാൾക്ക് അഞ്ചു കുമ്പള നഷ്ടപരിഹാരം കൊടുക്കാനും വിധി യാവുന്നു. കൊച്ചയമ്മായിയെ കുത്തിക്കൊലപ്പെടുത്തിയ കൊമ്പനാന യെ സാമൂരിയുടെ കോലോത്തുനിന്ന് കെട്ടഴിച്ചു കൊണ്ടുവന്ന് തടവിൽ പാർപ്പിക്കാൻ വിധിച്ച് ഭരണസിരാകേന്ദ്രത്തെ വിറപ്പിക്കുന്നതും ഉപ്പാവ തന്നെ.

പഴയ തലമുറയിലെ ചാവക്കാട്ടുകാരുടെ മനസ്സിൽ കേട്ടുകേൾവി യിലൂടെ അനശ്വരത പൂകിയ ഉപ്പാവയ്ക്കു നൽകിയ ആദരവ് കൂടിയാണ് നോവലിലെ മുപ്പത്തിനാലാം അധ്യായം.

അവർണ്ണന് എതിരെയുള്ള സാമൂരിയുടെ വിധിയും ശിക്ഷയും വേറൊരു തലത്തിൽ നോവലിനെ കൊണ്ടു പോകുന്നു.

തോട്ടിയുടെ മകനിലെ മലം ചുമക്കുന്ന ഇശക്കു മുത്തുവിനെ ഓർമ്മിപ്പിക്കുന്ന കുട്ടപ്പൻ ഏറ്റുവാങ്ങുന്ന ശിക്ഷ അതികഠിനവും പ്രാകൃതർ പോലും ചെയ്യാൻ മടിച്ചിരുന്നതുമാണ്. ശിക്ഷ നടപ്പാക്കുന്ന സമയം കോലോത്തെ അകത്തളങ്ങളിൽ സ്ത്രീകൾക്ക് തല ചുറ്റുന്നതും മനംപുരട്ടുന്നതും ഛർദ്ദിക്കുന്നതും മലം കുടിക്കുന്ന കുട്ടപ്പൻ അറിയു ന്നില്ല.

അപായ മരണം സംഭവിച്ച ആമയുടെ ഓർമ്മകളിൽ സ്വയം നഷ്ടപ്പെട്ട് കഴിയുന്ന ഒരു സാധു കുടുംബം നമ്മെ ചിലതെല്ലാം ബോധ്യപ്പെടുത്തുന്നു. കഷ്ടപ്പാടുകൾക്കിടയിലും വറ്റാതെ പോകുന്ന സ്നേഹത്തെ കുറിച്ചാണത്.

മറ്റൊന്നും ഭക്ഷിക്കാനില്ലാത്തതിനാൽ കോരൻ ഒരു വലിയ മൺകലത്തിൽ നിറയെ വെള്ളം തീമേൽ വെച്ച് ആമയെ അതിലിട്ടു വെള്ളം ചൂടാക്കുന്നു. മരണവെപ്രാളത്തോടെ കൈകാലിട്ടടിക്കുന്ന ആമ മൺകലം തകർത്ത് പുറത്തേക്ക് തെറിച്ചു വീഴുന്നു. താമസിയാതെ അതിന്റെ അന്ത്യവും സംഭവിക്കുന്നു. ജീവനോടെ മണ്ണിൽ ഇഴഞ്ഞു നടക്കുമ്പോൾ വിശപ്പ് മറന്ന് ആഹ്ളാദിച്ചിരുന്ന കോരന്റെ കുട്ടികൾ എത്ര വേഗമാണ് അതിന്റെ അപകട മരണം സൃഷ്ടിച്ച വേദന ഏറ്റുവാങ്ങുന്നത്.

അമിതമായി ഉപ്പും കാരവും ചേർത്ത പപ്പടം കാച്ചിയെടുത്ത് മക്കളെ തീറ്റിച്ചുറക്കുന്ന ഇട്ടപ്പനും ഇല്ലായ്മയുടെ ദുരന്തകഥാപാത്ര മായി നിറയുന്നു.

ഗ്രാമീണ വശ്യത നിറഞ്ഞ ശൈലിയിലാണ് പരേതരുടെ തെരുക്കൂത്തിന്റെ ആഖ്യാനം. കഥാപാത്രങ്ങൾ തമ്മിലുള്ള സംഭാഷണം വളരെ പരിമിതമായി മാത്രമേ ഉപയോഗിച്ചിട്ടുള്ളൂ. പശ്ചാത്തല വിവരണത്തിലൂടെ കഥ പറഞ്ഞു പോകുന്ന ശൈലിയാണ് എഴുത്തുകാരൻ പിന്തുടർന്നിരിക്കുന്നത്.

ഒരു നാടുവാഴിയേക്കാൾ സമ്പന്നനായ സ്റ്റ്യുവർട്ട് സോക്കർ എന്ന കടൽ കൊള്ളക്കാരനേയും ഉപ്പാവയെ മയിസ്റേട്ടാക്കിയ ഫ്രാങ്കോയിസ് സായിപ്പിനേയും നോവൽ പരിചയപ്പെടുത്തുന്നുണ്ട്. കഥാപാത്രങ്ങൾ നേരിടുന്ന ദുരന്ത സംഭവങ്ങളിലെല്ലാം പ്രത്യാശയുടെ ഒരു തരി വെട്ടം കാണിക്കുവാൻ ചിലപ്പോഴെല്ലാം കഥാകാരൻ ശ്രമിക്കുന്നുണ്ട്.

പാടത്ത് മഴ നനഞ്ഞ് മുട്ടോളം ചളിയിൽ ഇറങ്ങിനിൽക്കുന്ന കോതയെ മാനത്ത് നിന്ന് കൂട്ടത്തോടെ ഇറങ്ങി വന്ന മിന്നാമിനുങ്ങുകൾ പൊതിയുന്നത് സ്വപ്നത്തിലെന്ന പോലെ അവാച്യമായ അനുഭൂതി പകരുന്നു. ഒരു കുഞ്ഞു മീൻ പോലും തന്റെ ഒറ്റു വലയിൽ കുടുങ്ങാതെ നിരാശപ്പെട്ടു നിൽക്കുമ്പോഴാണ് കോതയ്ക്ക് ഈ അനുഭവം.

പരേതരുടെ തെരുക്കൂത്ത് കഥകൾക്കുള്ളിൽ കഥകൾ ഒളിപ്പിച്ചു വെച്ച അസാധാരണ നോവലാണ്. ഷെഹ്റസാദിന്റെ അവസാനമില്ലാത്ത കഥ പറച്ചിൽപോലെ ഓരോ അധ്യായവും ഓരോ നോവലായിത്തീരുന്ന അത്ഭുതരചന. ബ്രഷ് കൊണ്ട് വർണ്ണങ്ങൾ തീർക്കുന്ന ഒരു സർറിയലിസ്റ്റിക് ചിത്രകാരന്റെ ഭാവനപോലെ പരേതരുടെ തെരുക്കൂത്ത് നോവൽ ആസ്വാദ്യമായിത്തീരുന്നു.

■

എല്ലാ മരത്തിലും തീയുണ്ട്

സി.വി. സലാം

പ്രവാസത്തിന്റെ വേറിട്ട വായനാനുഭവം

യാത്രയിലൂടെയാണ് മനുഷ്യർ ജീവിതം കണ്ടത്. യാത്രകൾ ഒരിക്കലും അവസാനിക്കാത്ത ഒരു സാഗര പ്രവാഹമാണ്. നിരന്തരം തുടരുന്ന ഈ പ്രവാഹം മനുഷ്യരുടെ അതിജീവനത്തിന്റെ വറ്റാത്ത ഉറവയാണ്.

പ്രവാസത്തിന്റെ വൈവിദ്ധ്യം നിറഞ്ഞ ജീവിതാനുഭവങ്ങളെ രസകരമായ കഥകളാക്കി മാറ്റിയ പുസ്തകമാണ് സി.വി. സലാമിന്റെ 'എല്ലാ മരത്തിലും തീയുണ്ട്'. പല തലമുറകൾ നടന്നു തീർത്ത സഹന പാതകളിലൂടെയുള്ള യാത്ര തന്റെ സവിശേഷമായ ആഖ്യാന രീതിയിലൂടെ ആവിഷ്കരിക്കാനാണ് ശ്രമിക്കുന്നത്. മൂന്നു പതിറ്റാണ്ടു കാലത്തെ ഗൾഫ് ജീവിതത്തിൽ നേടിയ സൗഹൃദങ്ങളിലേക്കും കണ്ടു പരിചയിച്ച മുഖങ്ങളിലേക്കും ആർദ്രമായ സഹാനുഭൂതിയോടെ തിരിഞ്ഞു നോക്കുകയാണ് ഈ എഴുത്തുകാരൻ.

മനസ്സിൽ മഞ്ഞു പോലെ ഉറഞ്ഞുകൂടിയ ഓർമ്മകൾ, ആവിഷ്കാരത്തിന്റെ കാല്പനിക സൗകുമാര്യം കൊണ്ട് പ്രതീപ്തമാക്കുകയാണ്.

വിഭിന്ന രാജ്യക്കാരുടെ ജീവിത മുഖങ്ങളും സാമൂഹിക പ്രതിനിധാനങ്ങളും കൊണ്ട് വേറിട്ടൊരു വായനാനുഭവമാക്കാൻ എഴുത്തുകാരൻ ശ്രദ്ധിച്ചിട്ടുണ്ട്.

അക്യാബിലേക്കുള്ള യാത്രക്കാർ, ബാറക്കുടയിലെ രാപ്പകൽ, ദിവാൻ അൽഅമീറി, സോദോമിലെ പൂർവ്വികരും ഡമാസ്കസിലെ സുന്ദരിയും, തപാലാപീസും ക്ലിയോപാട്രയുടെ മൂക്കും, ഫിലിപ്പൈൻസിലെ സാംബാഗിത തുടങ്ങി പതിനാലു അദ്ധ്യായങ്ങളിലായി ചിതറിക്കിടക്കുന്ന ഓർമ്മകളിൽ വിവിധ രാജ്യങ്ങളിൽ നിന്നെത്തിയ

പ്രവാസികളുടെ രസകരമായ കഥകളുണ്ട്. അഭയാർത്ഥികളെപ്പോലെ ജീവിതം തേടിയെത്തിയ മനുഷ്യരുടെ സ്വകാര്യ വ്യഥകൾ അതിൽ അലിഞ്ഞു ചേരുന്നു.

യുദ്ധവും വംശീയ കലാപവും കണ്ട് ഭയന്നോടിയ മൂസ കിസ്വാനി യെന്ന പലസ്തീനിയും മഹമൂദ് ദാർവീഷിന്റെ കവിതകൾ പാടി നടക്കുന്ന നാദിയയും നല്ല വായനാനുഭവമായി മാറുന്നു.

ഗസൽ ഗായകൻ ഗുലാം അലിയുടെ മഹനീയ സാന്നിദ്ധ്യം ഈ പുസ്തകത്തിൽ തൊട്ടനുഭവിക്കാം. ഉറുദുഗസലിന്റ സൗന്ദര്യത്തിക വാർന്ന വരികളും അതിന്റെ മൊഴിമാറ്റവും ഉത്കൃഷ്ടമായി സലാം രേഖപ്പെടുത്തുന്നു.

സോദോമിലെ പൂർവ്വികരും ഡമാസ്കസിലെ സുന്ദരിയും അധികം ആരും സഞ്ചരിക്കാത്ത വേറിട്ട വഴിയിലൂടെയുള്ള സഞ്ചാരമാണ്. ഭിന്ന ലിംഗക്കാരെ ഈ അധ്യായങ്ങളിൽ പരിചയപ്പെടുത്തുന്നു.

ഈസയുടെയും ഉബൈദിന്റേയും സ്വവർഗ്ഗാനുരാഗത്തിന് പുതിയ അർത്ഥ മാനങ്ങൾ നൽകിയാണ് കഥ അവസാനിപ്പിക്കുന്നത്.

മരുഭൂമിയിലെ ട്രാൻസ്ജെൻഡേഴ്സ് ജീവിതങ്ങളുടെ സംഘർഷ ങ്ങളെ വളരെ മനോഹരമായാണ് ഈ പുസ്തകം പറഞ്ഞു തരുന്നത്. മതപരവും രാഷ്ട്രീയവുമായ തിരിച്ചറിവുകളിലൂടെ വർണ്ണക്കൂട്ടുകൾ വാരി വിതറാതെ ഊഷ്മളമായ ഗദ്യത്തിൽ കഥ പറഞ്ഞു പോകുക യാണ് ഈ കുറിപ്പുകളിൽ.

കഥകൾക്കുള്ളിൽ കണ്ണീരു പുരണ്ട ഉപകഥകൾ നിർമ്മിച്ചെടുക്കുന്ന ആഖ്യാന ശൈലി സലാം പിന്തുടരുന്നു.

ഉമ്മുൽഖയിൻ കടൽ തീരത്തെ ബാറക്കുട റിസോർട്ടിലെ ഉല്ലാസ നിമിഷങ്ങളിലും ആ കൗതുകം വാരി വിതറുന്നതു കാണാം. എല്ലാ മരത്തിലും തീയുണ്ട് എന്ന പുസ്തകം പ്രവാസ യാത്രാനുഭവങ്ങളുടെ അവാച്യമായ രസാനുഭൂതി പകരുന്ന കഥകളായി മാറുന്നു.

കഥകളിൽ നിന്ന് കഥകളിലേക്ക് ആഴ്ന്നിറങ്ങി വ്യക്തിയുടെ സ്വത്വപ്രതിസന്ധികളെ ആർദ്രമായ സഹാനുഭൂതിയോടെ കണ്ടെ ത്തുകയാണ് ഗ്രന്ഥകാരൻ.

മനുഷ്യജീവിതത്തിന്റെ ഹൃദയാവർജ്ജകമായ വേദനകളും സന്തോ ഷങ്ങളും ഈ ചെറു കുറിപ്പുകളിൽ തെളിഞ്ഞു കാണാം. അതു വായനക്കാരന്റെ ചിന്തകളെ ജ്വലിപ്പിക്കുകയും ഹൃദയത്തെ നവീകരി ക്കുകയും ചെയ്യുന്നു.

'നാടും വീടും വിട്ടു പോയവരിൽ ചിലർ ജീവിതത്തിന്റെ സായന്തന ങ്ങളിൽ സ്വന്തം വീടു തേടി തിരിച്ചു വന്നു. ചിലർ എത്തിച്ചേർന്ന

ഇടങ്ങളിൽ തന്നെ ഇല്ലാതായി. തലമുറകൾ പിന്നിട്ടിട്ടും തുടരുന്ന അന്നത്തിനായുള്ള അന്തമില്ലാത്ത യാത്രകൾ...'

സലാം എഴുതുന്നു. സിങ്കപ്പൂർ, മലേഷ്യ, റങ്കൂൺ, അക്യാബ് തുടങ്ങിയ ദേശങ്ങളിലേക്ക് പറിച്ചു നടപ്പെട്ടവരുടെ ഒന്നാം തലമുറയിലെ പ്രതിനിധികളാണ് ഇതിലെ കഥാപാത്രങ്ങളിൽ അധികവും. അമ്മോട്ടിയും അബ്ദുൾ ഖാദറും സൈനുദ്ദീനും അവരിൽ ചിലരാണ്. ബർമ്മീസ് സുന്ദരിയെ കുഞ്ഞിപ്പാത്തുവാക്കിയ കഥ രസകരമായി അവതരിപ്പിക്കുമ്പോൾ തന്നെ ഗാസയിലും ഗോലാൻ കുന്നുകളിലും അധിവസിച്ചിരുന്ന പലസ്തീൻ ജനതയുടെ കഥകൾ എത്രയോ വ്യത്യസ്തമെന്ന് ഈ പുസ്തകം വെളിപ്പെടുത്തുന്നു.

മനുഷ്യർ അനുഭവിക്കുന്ന യുദ്ധക്കെടുതികളും വംശീയ നരഹത്യകളും ഭയന്ന് ഓടിയവർ എത്തിപ്പെടുന്നതും ഒരേ ഭൂമികയിൽ തന്നെയാണെന്നതാണ് കഴിഞ്ഞ നൂറ്റാണ്ടു നൽകിയ പാഠം. മൂസ കിസ്വാനിയേയും നാദിയയേയും ഈ ഗണത്തിൽ പെടുത്താം. കടൽ കടന്ന മനുഷ്യന്റെ ഓരോ യാത്രകളിലും അവൻ അനുഭവിക്കുന്ന ആത്മസംഘർഷങ്ങളാണ് പുസ്തകത്തിൽ നിറയുന്നത്.

മലേഷ്യയിൽ പിതാവ് വെടിയേറ്റു മരിച്ചതിന്റെ ഓർമ്മകൾ അയവിറക്കുന്ന മജീദിലൂടെ ആ കഥകളെല്ലാം ഇതൾ വിരിയുന്നു.

നൂറ്റാണ്ടുകൾ പഴക്കമുള്ള രാജാധികാരത്തിന്റെ ചരിത്രം പേറിനിൽക്കുന്ന അൽ ഹുസ്സാൻ കൊട്ടാരത്തിന്റെ അകത്തളങ്ങളിലേക്കും പുസ്തകം നമ്മെ കൊണ്ടു പോകുന്നുണ്ട്.

മരുഭൂമി അന്വേഷിച്ചുവന്നവരായിരുന്നു കഴിഞ്ഞ നൂറ്റാണ്ടിന്റെ ആകർഷണമെങ്കിൽ ജീവിതത്തിൽ ഒരിക്കലും കണ്ടിട്ടില്ലാത്ത പ്രണയിനിയെ തേടിയുള്ള അലച്ചിലാണ് ഇന്നത്തെ തലമുറ നേരിടുന്ന വിപത്തെന്ന് സ്വന്തം കഥാപാത്രങ്ങളെ മുൻനിർത്തി സലാം നിരീക്ഷിക്കുന്നുണ്ട്.

ഒരേ സമയം മനസ്സിന് ആഹ്ലാദവും വിഷാദവും പകരുന്ന ശില്പഘടനയിലാണ് സലാം തന്റെ യാത്രകൾ പൂർത്തിയാക്കുന്നത്.

ധൈര്യവും മനക്കരുത്തും മാത്രം കൈമുതലായുള്ള മനുഷ്യരുടെ അതിജീവനത്തിന്റെ ഓരോ യാത്രയും സാഹസികത നിറഞ്ഞതായിരുന്നു.

ആദിമ മനുഷ്യൻ തുടങ്ങി വെച്ച പ്രവാസത്തിന്റെ തുടർച്ചകൾ തന്നെയാണിത്. ആയിരമായിരം വർഷങ്ങൾ കഴിഞ്ഞിട്ടും നിലയ്ക്കാത്ത സഞ്ചാരം...

വിഭജനത്തിനു മുമ്പുള്ള ബംഗാളിന്റെ മണൽപരപ്പിലൂടെ ദിവസങ്ങൾ നീണ്ട ദുരിത യാത്രകൾ ഓർത്തെടുക്കുന്നവർ... മ്യാൻമറിന്റെ

മണ്ണിൽ ലയിച്ചു ചേരുന്ന ജീവിതങ്ങളെക്കുറിച്ച് വിലാപം കൊള്ളുന്നവർ... അസ്തിത്വം നഷ്ടപ്പെട്ടതിന്റെ വേവലാതികൾ പങ്കുവെയ്ക്കുന്ന കവിമനസ്സുകൾ, നാടകക്കൊയ്ത്തുകാർ, മരുഭൂമിയിലെ മാദക നർത്തകിമാർ, ദുഃഖത്തിന്റെ ഇരുണ്ട കാർമേഘത്തിനുള്ളിൽ മൂടപ്പെട്ടവർ, അങ്ങനെ എത്രയെത്ര കഥാപാത്രങ്ങൾ! എല്ലാം പച്ചയായ മനുഷ്യർ!

എല്ലാ മരത്തിലും തീയുണ്ട് എന്ന് പറഞ്ഞതു ഈ മനുഷ്യരെക്കുറിച്ചാണ്. സി.വി. സലാമിന്റെ എല്ലാ മരത്തിലും തീയുണ്ട് എന്ന യാത്രാപുസ്തകം തീർച്ചയായും ആത്മസംതൃപ്തി നൽകുന്നുണ്ട്. ■

കെ.എം. അബ്ബാസിന്റെ തെരഞ്ഞെടുത്ത കഥകൾ

കെ..എം. അബ്ബാസ്

ആകാശം നഷ്ടപ്പെട്ടവരുടെ പ്രാർത്ഥന

വീട് വിട്ട് ഇറങ്ങിയവരുടെ കഥകൾ നമുക്ക് എത്രകേട്ടാലും മതിവരില്ല. ഈ സമാഹാരത്തിൽ അധികവും അത്തരം കഥ കളാണ്. പല ഭൂഖണ്ഡങ്ങളിൽ നിന്ന് ഉപജീവനത്തിനായി എത്തിയ മനുഷ്യർ. അവരുടെ അഭിലാഷങ്ങളും സ്വപ്നങ്ങളും വേറിട്ടതായിരുന്നു. അതിനാൽ തന്നെ അനേകം വായനാ സാധ്യതകൾ കണ്ടെത്താൻ കഴിയുന്ന മികച്ച ചെറുകഥകളുടെ സമാഹാരം.

ഭാഷയുടെ സൗന്ദര്യാത്മക സാധ്യതകളെ കണ്ടെടുത്ത എഴുത്തു കാരനാണ് കെ.എം.അബ്ബാസ്. ഹതാശമായ ജീവിതത്തെക്കുറിച്ചും അനിവാര്യമായ ദുരന്തങ്ങളെക്കുറിച്ചും അലിവോടെ ചിന്തിക്കുന്ന ഒരു പരിത്യാഗിയുടെ സ്വരം പലപ്പോഴും ആ രചനകളിൽ ജ്വലിച്ചു നിന്നു. അത് നമ്മുടെ ജീവിതത്തിന്റെ അബോധ വ്യവഹാരങ്ങളിൽ എവിടെയൊക്കെയോ ദൃഢമായി സ്പർശിക്കുന്നുണ്ട്.

നമുക്ക് അപരിചിതമായ കഥാപരിസരങ്ങളാണ് അബ്ബാസിന്റെ സർഗാത്മക ഭൂമിക. അവിടെയെല്ലാം തിരസ്കരിക്കപ്പെട്ടവരോട് ചേർന്നു നിൽക്കുന്ന ഒരെഴുത്തുകാരനെ നമുക്കു കണ്ടെത്താം. ആത്മസംഘർ ഷങ്ങളും രോഗപീഡകളും ദുഃഖങ്ങളുമാണ് അബ്ബാസ് കഥകളുടെ കേന്ദ്രഭാവമെങ്കിലും പ്രകടമായ സാമൂഹ്യാവബോധം മുഖ്യ പ്രമേയമായി വരുന്ന കഥകളും കെ.എം.അബ്ബാസിന്റെ കഥകൾ എന്ന സമാഹാര ത്തിൽ ഇടം പിടിച്ചിട്ടുണ്ട്.

മൂന്നു കെട്ടിടങ്ങൾക്കിടയിലെ ഇഷ്ടിക പാകിയ ഇടവഴി ഒരു ഫുട്ബോൾ മൈതാനമാക്കി, വർണ്ണവിവേചനത്തിനെതിരെ എഴുത്തു കാരൻ നടത്തുന്ന സർഗാത്മക പോരാട്ടം 'കറുപ്പ്' എന്ന കഥയെ

ശ്രദ്ധേയമാക്കുന്നു. കളിക്കളത്തിൽ നിന്ന് പുറത്താക്കപ്പെട്ട കറുത്ത ബാലനാണ് ഈ കഥയിലെ നായകൻ. അവന്റെ ലക്ഷ്യം ഗോളടിക്കുക എന്നതല്ല. മറിച്ച് ഗോൾ പോസ്റ്റാക്കിയ കോളക്കുപ്പികളാണ്. അത് പൊട്ടിച്ചിതറുന്നത് കണ്ടാസ്വദിക്കുകയാണ് അവന്റെ ലക്ഷ്യം. കളിക്കളത്തിലെ ആരവങ്ങളോ വിഭാഗീയതകളോ അതിന്റെ പേരിൽ ഉണ്ടാകുന്ന അടിപിടിയോ അവൻ ശ്രദ്ധിക്കുന്നതേയില്ല.

കറുപ്പിലും വെളുപ്പിലും ആലേഖനം ചെയ്ത കമ്പനി ലോഗോയിൽ നിന്ന് കറുപ്പിനെ മാത്രം മായ്ച്ചു കളഞ്ഞതിൽ അസ്വസ്ഥമാകുന്ന ഒരു മനസ്സിനെ ഈ കഥയിൽ വായിച്ചെടുക്കാം. ലോകത്തെ വെളുപ്പിക്കാനുള്ള ശ്രമമാണ് എല്ലാവരും നടത്തുന്നതെന്ന് കൂടി കഥാകാരൻ ദിശാസൂചനകൾ നൽകുന്നു. ആ കൃത്യത്തിനിടയിൽ വീണുടയുന്ന ജീവിത മൂല്യങ്ങളെ സൂക്ഷ്മമായി കണ്ടെത്തുകയാണ് കഥാകാരൻ.

ഗോത്രയുദ്ധം നടക്കുന്ന സോമാലിയയിലെ വരണ്ട ഭൂമിയിൽ നിന്ന് ജീവിതം തേടിവന്നവളാണ് ഹലീമ എന്ന യുവതി. ജീവിതത്തിൽ അധികമൊന്നും മഴ കാണാത്തവൾ. വെള്ളത്തിനു വേണ്ടി യുദ്ധം ചെയ്യുന്ന നാടിനെ 'നൂൽപാലവും യാത്രക്കാരും' എന്ന കഥയിൽ ഹലീമ പരിചയപ്പെടുത്തുന്നു.

മഴയെന്നാൽ സ്വപ്നമായിരുന്നു. ഏറ്റവും വിലമതിക്കുന്നത് മഴയെയാണെന്നവൾ പറയുമ്പോൾ സോമാലിയയുടെ വരണ്ട മുഖം വായനക്കാരനെ പൊള്ളിക്കുക തന്നെ ചെയ്യുന്നു.

വെടിയുണ്ടകൾ തീതുപ്പുന്ന അതിർത്തിയിൽ നിന്ന് ഭാര്യയെ കാണാനെത്തുന്ന പട്ടാളക്കാരനായ സോമാലിയൻ യുവാവിന് ഒരു ദിവസം പോലും ഭാര്യയുമായി കിടക്ക പങ്കിടാനാവാതെ കലാപ മണ്ണിലേക്ക് തന്നെ തിരിച്ചു പോകേണ്ടി വരുന്ന സങ്കടം ഹലീമയുടെ കണ്ണുനീരിൽ നാം അനുഭവിക്കുന്നു.

നഗരത്തിന്റെ പ്രലോഭനങ്ങളിൽ വീണു തകർന്ന മനുഷ്യനാണ് 'മൂന്നാമത്തെ നഗരം' എന്ന കഥയിലെ നായകൻ. സ്വന്തം ഭാര്യയെ തേടി ചുവന്ന തെരുവിൽ എത്തുന്ന അയാൾ അതിദാരുണവും പൈശാചികവുമായ ഒരു കൊലപാതകം കണ്ട് തിരിഞ്ഞ് ഓടുന്നു. തെരുവിൽ അപ്പോൾ അർദ്ധനഗ്നയായ ഒരു സ്ത്രീ ആർക്കോ വേണ്ടി പ്രത്യക്ഷപ്പെടുന്നുണ്ടെങ്കിലും തന്റെ നഗ്നനേത്രങ്ങൾ കൊണ്ട് ആ രൂപത്തെ തിരിച്ചറിയാൻ അയാൾക്കു സാധിക്കുന്നില്ല. അഥവാ അയാളുടെ എല്ലാ അന്വേഷണവും എതിരെ വന്ന യുവാവിന്റെ മരണത്തോടെ അവസാനിപ്പിക്കുന്നു. 'മൂന്നാമത്തെ നഗരം' ഫാന്റസിയുടെ വശ്യചാരുതയിൽ അനുഭവവേദ്യമാകുന്നു. സ്ത്രീയുടെ മുഖം അവ്യക്തമാക്കിയ ഈച്ചകൾ ഈ കഥയിൽ പ്രവചന സ്വഭാവമാർജ്ജിച്ച ബിംബമായി മാറുന്നു.

പർദ്ദയെ കളങ്കപ്പെടുത്തിയ അവിശുദ്ധ നുഴഞ്ഞുകയറ്റത്തെയും കാപട്യത്തേയും അക്ഷരങ്ങൾ കൊണ്ട് പ്രതിരോധിക്കുകയാണ് 'പർദ്ദ' എന്ന കഥയിൽ. സെപ്തംബർ പതിനൊന്നിലെ തീവ്രവാദ ആക്രമണ മുണ്ടായപ്പോൾ ലോകത്ത് ഉരുണ്ടുകൂടിയ അരക്ഷിതാവസ്ഥയെ ചെറുകഥയുടെ ശില്പത്തിനുള്ളിലേക്ക് ഭാഷാന്തരപ്പെടുത്തുകയാണ് കഥാകാരൻ. പർദ്ദ ധരിക്കാത്തവരെ കല്ലെറിയുന്ന നാട്ടിൽ പർദ്ദ ധരിച്ച് എത്തുന്ന ചെറുപ്പക്കാരൻ അശാന്തി പരത്തുന്ന വർത്തമാനകാല ഇന്ത്യയുടെ പരിച്ഛേദമായ് മാറുന്നു. പർദ്ദ ചിലപ്പോൾ ളോഹയായും കാവിയായും രൂപാന്തരപ്പെടുന്നുണ്ട്.

സങ്കീർണ്ണമായ ആഖ്യാന സങ്കേതങ്ങൾക്കോ ഗഹനങ്ങളായ ദാർശനിക സിദ്ധാന്തങ്ങൾക്കോ പ്രസക്തിയില്ലാത്ത വിധം താൻ കണ്ട ജീവിതങ്ങളെ വിശകലന വിധേയമാക്കി കലാ സൗന്ദര്യത്തോടെ അനുഭവിപ്പിക്കുകയാണ് കെ.എം.അബ്ബാസ്.

'എന്റെ ചിത്രങ്ങൾ കാണൂ. സമൂഹത്തെ കാണൂ...' എന്നാണ് അബ്ബാസിന്റെ ഒരു കഥാപാത്രം (മൂന്നാം ലോകം) ലോകത്തിന്റെ പല ഭാഗങ്ങളിൽനിന്ന് പങ്കെടുത്ത ചിത്രകാരന്മരുടെ പ്രദർശന വേദിയിൽ വിളിച്ചു പറയുന്നത്.

ഇറ്റലിയുടെ പാരമ്പര്യത്തിൽ അഭിമാനം കൊള്ളുകയും മൂന്നാം ലോകത്തിന്റെ ജീർണ്ണതകളെ പുച്ഛിക്കുകയും ചെയ്യുന്ന ഇമാദ് എന്ന ഇറ്റാലിയൻ ചിത്രകാരൻ, ബാഹ്യ മോടികളിലാണ് അയാളുടെ ചിത്രങ്ങൾ ശ്രദ്ധിക്കപ്പെടുന്നത്. ആ ചിത്രപ്രദർശന ഹാളിൽ അംഗീ കരിക്കപ്പെടുന്നതും അയാൾ തന്നെ. മൂന്നാം ലോകത്തിലെ കലാകാരൻ വരച്ച അവശതയനുഭവിക്കുന്ന കുതിര ഇവിടെ തീർത്തും അവഗണി ക്കപ്പെടുകയോ ചർച്ച ചെയ്യപ്പെടാതെയോ പോകുന്നു. 'മരിയ വരച്ച ചിത്രത്തിലെ സ്ത്രീക്ക് കണ്ണുകളില്ല' എന്ന് എഴുതിവെയ്ക്കണമെങ്കിൽ സ്ത്രീസങ്കല്പത്തെക്കുറിച്ച് എഴുത്തുകാരന് പുതിയ അവബോധം തന്നെ വേണം. ലോകത്ത് എല്ലായിടത്തും സ്ത്രീ പ്രദർശന വസ്തു വായി ചുരുങ്ങിപ്പോകുന്നതിലുള്ള ആധിയാണ് മരിയയെക്കൊണ്ട് അത്തരത്തിലുള്ള ഒരു ചിത്രം വരപ്പിച്ചത് എന്ന് കണ്ടെത്താനാകും.

യാഥാർത്ഥ്യത്തിന്റെയും സ്വപ്നാത്മകതയുടേയും രണ്ടു തലങ്ങൾ അബ്ബാസിന്റെ പല രചനകളിലും പ്രതിഫലിക്കുന്നുണ്ട്. അത് അനു ഭവിപ്പിക്കുന്ന താപ തീവ്രത വായനക്കാരനെ ഇരുത്തി ചിന്തിപ്പിക്കുന്നു.

'ഒരു നക്ഷത്രമായ് ഉദിച്ച് പ്രഭ ചൊരിയാൻ എനിക്ക് ആകാശമില്ലാതെ പോയിരിക്കുന്നു' എന്ന് വിലപിക്കുന്ന സഹർ (കഥ, കല്ലറകളുടേത്) ഭൂമിയെപോലെ തന്നെ പട്ടം പറത്തിക്കളിക്കാൻ ആകാശവും നഷ്ട പ്പെട്ട പലസ്തീൻ ജനതയുടെ തീവ്ര ദുഃഖമാണ് യുദ്ധത്തിന്റെ

കെടുതികൾ നേരിട്ട് അനുഭവിച്ച സഹർ എന്ന സ്ത്രീയിലൂടെ നാം കേൾക്കുന്നത്. പോരാട്ടത്തിൽ ബാക്കിയാകുന്ന പുരുഷന്മാരെയെങ്കിലും ജീവിതപങ്കാളിയാക്കാൻ ആഗ്രഹിച്ചു കൊണ്ട് സ്വന്തം നാട്ടിലേക്ക് തീർത്ഥാടനം നടത്തുന്നതിനിടയിൽ കണ്ടുമുട്ടുന്ന വികലാംഗനോട് പ്രണയം നടിക്കുന്ന സഹർ നമ്മുടെ വായനയിൽ നിന്ന് ഒരിക്കലും മറന്നുപോകാൻ ഇടയില്ലാത്ത വേദനയാണ്.

'കഥ, കല്ലറകളുടേത്' എന്ന ശീർഷകം പോലും അർത്ഥത്തിന്റെ ബഹുവിതാനങ്ങളിലേക്ക് വളരുന്നതായി കാണാം.

ജീവിതത്തിന്റെ ഒറ്റപ്പെടലിലും തളർന്ന് പോകാതെ തന്റെ ശരീരം മോഹിച്ചു വരുന്നവരെ കത്തി കാട്ടി വിറപ്പിക്കുന്ന 'സദ്ദാം പാത്തുഞ്ഞ' സൂട്ടുധാരികൾക്കും പരിചിതർക്കും മാത്രമുള്ള പഞ്ചനക്ഷത്ര ഹോട്ട ലിലെ പാർട്ടിയിലേക്ക് മതിൽ ചാടിക്കടന്ന് വിഷ്ണുമൂർത്തിയായി ചുവടു വെയ്ക്കുന്ന സുഗുണൻ (മില്ലേനിയം ബഗ്) 'സുഡാനി ഗല്ലി'യിലെ പൂച്ച ഗവേഷകൻ രവി, രാത്രിയിൽ ബെറ്റി മൃണാളി നിയായി പുനർജ്ജനിച്ച് സദാനന്ദനു വേണ്ടി കിടക്കയിൽ കാത്തിരി ക്കുമ്പോഴും ഇൻഫോ ടു സെല്ലിന്റെ ബ്രാൻഡ് അംബാസിഡറായി സ്വപ്നത്തിൽ കാണാത്ത രാജ്യങ്ങൾ താണ്ടിക്കടക്കുന്ന മൃണാളിനി (കുരിശുമാല) ഗൾഫിൽ എത്തുന്ന ഭാഗ്യാന്വേഷികൾക്ക് യാതൊരു പ്രതിഫലവും ഇല്ലാതെ ഉറങ്ങാൻ ഇടം കൊടുക്കുകയും വിശക്കുമ്പോൾ ആഹാരം വാങ്ങിക്കൊടുക്കുകയും അവസാനം കടക്കാരനായി വെറും കൈയോടെ നാട്ടിലേക്ക് മടങ്ങേണ്ടി വന്ന മൂസക്ക (അവസാനത്തെ അത്ഭുതം) ഇങ്ങനെ കെ.എം. അബ്ബാസിന്റ നിരവധി കഥാപാത്രങ്ങൾ അനുവാചക ഹൃദയം കീഴടക്കുന്നു.

ലണ്ടനിലെ മിക്സഡ് കോളജിൽ മകളെ പഠിപ്പിച്ചതിന് പ്രതി കാരമായി അച്ഛനേയും അമ്മയേയും ചുട്ടു കൊന്ന താലിബാൻ തീവ്രവാദത്തിന്റെ അടുത്ത ഇരയായി മാറുന്ന സദഫ് എന്ന പത്താൻ കാരി പെൺകുട്ടി, യാന്ത്രിക ജീവിതത്തിൽ നിന്നുടലെടുത്ത അന്യതാ ബോധവും സുരക്ഷയില്ലായ്മയും അധിനിവേശവും നിഴൽ പോലെ പിന്തുടരുന്ന ഭീതിയും മൂന്നു കുടുംബങ്ങൾക്കിടയിൽ ഒരു നാത്തൂർ, വെളിച്ചത്തിന്റെ സുഷിരങ്ങൾ, പാതയുടെ അറ്റം, ചരിത്രദൗത്യം തുടങ്ങിയ കഥകളെയെല്ലാം തീവ്രമാക്കുന്നു.

വീട് വിട്ട് ഇറങ്ങിയവരുടെ കഥകളാണ് ഈ സമാഹാരത്തിൽ അധികവും. പല ഭൂഖണ്ഡങ്ങളിൽ നിന്ന് എത്തിയവർ. അതിനാൽ തന്നെ അനേകം വായന സാധ്യതകൾ കണ്ടെത്താൻ കഴിയുന്ന മികച്ച ചെറുകഥകളുടെ സമാഹാരമായി മാറുന്നു കെ.എം.അബ്ബാസിന്റെ കഥകൾ.

■

തഴ

എ.എം. മുഹമ്മദ്

സാധാരണക്കാരന്റെ കലാവിഷ്കാരം

കഴിഞ്ഞ നൂറ്റാണ്ടു കടന്നു പോയ കേരളീയ ഗ്രാമജീവിതത്തേയും സംസ്കൃതിയേയും സൂക്ഷ്മമായി ആഖ്യാനം ചെയ്യുന്ന കൃതിയാണ് എ.എം.മുഹമ്മദിന്റെ തഴ.

മുറ്റത്ത് വീണു കിടക്കുന്ന പച്ച പ്ലാവിലയെടുത്ത് കുമ്പിളുകുത്തി കഞ്ഞി കോരിക്കുടിക്കുന്ന കർഷകത്തൊഴിലാളിയായ കോരനെ തകഴിയുടെ രണ്ടിടങ്ങഴിയിൽ കാണാം. അച്ഛനുമായി തെറ്റിപ്പിരിഞ്ഞു നിൽക്കുന്ന മകനെ കാണാൻ വർഷങ്ങൾക്കു ശേഷം വിശന്ന വശനായി വരുമ്പോൾ ആഹാരം കൊടുക്കാനില്ലാതെ വിഷമിക്കുന്ന ചിരുത. ഒടുവിൽ അവൾ മുറം നെയ്ത് വിറ്റ കാശു കൊണ്ട് ആ കർമ്മം നിർവ്വഹിക്കുന്ന സ്നേഹനിധിയായ കുടുംബിനിയേയും തകഴി നമ്മെ പരിചയപ്പെടുത്തിയിട്ടുണ്ട്.

'ഈ ഭൂമിയിൽ തഴ ഉള്ളിടത്തോളം പായ് നെയ്ത് ഞാനെന്റെ കുട്ടികളെ വളർത്തും' എന്ന് പ്രതിജ്ഞ ചെയ്യുന്ന ഗോമതിയെ തഴയിൽ വായിക്കുമ്പോൾ കീഴാളന്റെ വിശപ്പും അവന്റെ കഷ്ടപ്പാടുകളും മുഖ്യപ്രമേയമായി വരുന്ന തകഴിയുടെ അനശ്വരകഥാപാത്രങ്ങളെ ഓർത്തു പോവുകയാണ്.

രണ്ടിടങ്ങഴിയിലെ കോരനും ചിരുതയും തഴയിലെ കുഞ്ഞപ്പനും നാണിക്കൊച്ചും ജാതിമേൽക്കോയ്മകൾ നിലനിന്നിരുന്ന ഫ്യൂഡൽ കാലഘട്ടത്തിലെ തിരസ്കൃതരായ മനുഷ്യ ജന്മങ്ങളാണ്.

ഭാര്യയുടെ മെയ്യഴക് തമ്പ്രാക്കന്മാർ റാഞ്ചാൻ വട്ടമിട്ടപ്പോൾ ഒറ്റയാനായി പ്രതിരോധം തീർക്കുന്ന കുഞ്ഞപ്പനും (തഴ) തമ്പ്രാന്റെ മകനെ കുത്തിമലർത്തി ജയിലിൽ പോകുന്ന കോരനും (രണ്ടിഴങ്ങഴി) ഒരേ വ്യവസ്ഥിതിയുടെ സമാനസ്വഭാവമുള്ള കഥാപാത്രങ്ങളാണ്.

അവർ ഏറ്റുവാങ്ങുന്ന പീഡനങ്ങൾ കീഴാളനു മാത്രം വിധിക്കപ്പെട്ട യാതനകളാണ്.

വിഷസർപ്പങ്ങൾ ഉറങ്ങിക്കിടക്കുന്ന കൈതക്കാടുകളിൽ നിന്ന് വെട്ടി ശേഖരിക്കുന്ന കൈതയോലകൾ പുഴുങ്ങിയുണക്കി മുള്ളുകൾ നീക്കി ചെറിയ ചീളുകളാക്കി പായ്നെയ്ത്തിൽ ഏർപ്പെട്ടിരിക്കുന്ന ഒരു ഗ്രാമത്തിലെ മനുഷ്യരുടെ കഥയാണ് തഴ. അവരുടെ കലാവിഷ്കാരം നിറഞ്ഞ ജീവിതത്തേയാണ് മുഹമ്മദ് പകർത്തി വെയ്ക്കുന്നത്.

മണ്ണെണ്ണ വിളക്കിൽ കരുപ്പിടിപ്പിക്കുന്ന കീഴാള ജീവിതങ്ങളുടെ ദുരിതങ്ങളും സ്വപ്നങ്ങളും തഴകാട്ടിത്തരുന്നു. ഗ്രാമീണത മുറ്റി നിൽക്കുന്ന ഭാഷയും ശൈലിയും വായനയെ സമ്പന്നമാക്കുന്ന ഘടകങ്ങളാണ്.

നവോത്ഥാനം കേരളത്തിന്റെ ഗ്രാമീണ ജീവിതത്തിൽ വരുത്തിയ വിപ്ലവകരമായ മാറ്റമാണ് നോവൽ വിഷയമാക്കുന്നത്.അതു പകർന്ന ആത്മവിശ്വാസവും കരുതലും മധുമതിയെന്ന കഥാനായികയുടെ ചിന്തകളിൽ പ്രതിഫലിക്കുന്നുണ്ടെങ്കിലും അവളുടെ പിറവിയോടെ പ്രചരിക്കപ്പെട്ട അപവാദങ്ങൾ ആ കുടുംബത്തെ വേട്ടയാടുന്നതിന്റെ കഥനശൈലിയാണ് ആഖ്യാതാവ് പിന്തുടരുന്നത്. ഹൃദയത്തിൽ ഏറ്റ അഗാധമായ മുറിവുകൾ നാണിക്കൊച്ചിന്റെയും കുഞ്ഞപ്പന്റെയും സ്വകാര്യ ദുഃഖമായി മാറുന്നു.

നവോത്ഥാനം പുറകോട്ട് പോകുന്നതിന്റെ ഭീതിപ്പെടുത്തുന്ന പ്രതീകങ്ങൾ.

അസ്തമിച്ചെന്ന് കരുതിയ മേൽക്കോയ്മകൾ അണയാതെ പുകഞ്ഞു കൊണ്ടിരിക്കുന്നതിന്റെ അപായ സൂചനകൾക്കു നേരെയുള്ള എഴുത്തിന്റെ പ്രതിരോധമായിത്തീരുന്നു തഴ.

പായ നെയ്ത്ത് തഴവ ഗ്രാമത്തിലെ അധഃസ്ഥിതന്റെ ഉപജീവനം എന്നതിലുപരി അവരുടെ കരവിരുതിന്റെ കലാവൈതൃകത്തെ അടുത്തറിയാനുള്ള അവസരമായി നോവൽ ഉപയോഗപ്പെടുത്തുന്നു.

ഗൾഫ് പണത്തിന്റെ ആഗമനത്തോടെയാണ് ഈ കലാത്മകമായ തൊഴിൽ മേഖല തകരാൻ തുടങ്ങിയതെന്ന് തഴയുടെ സൂക്ഷ്മ വായനയിൽ ഗ്രഹിച്ചെടുക്കാം.

'പൊതുവെ തഴകിട്ടാതായതോടെ പായ നെയ്ത്ത് നിലച്ച മട്ടാണ്. അതിരുകളിൽ കൈത പോയി ഗൾഫ് പണത്തിന്റെ മതിലുകൾ വന്നു.'

ഗോമതിയുടെ ഈ ആത്മഗതത്തിലൂടെ രൂക്ഷമായ സാമൂഹിക വിമർശനമാണ് മുഹമ്മദ് ലക്ഷ്യം വെയ്ക്കുന്നത്. ഗൾഫ് നാടുകളിൽ

നിന്ന് ആദ്യകാലങ്ങളിൽ വന്നിറങ്ങിയ മലയാളിയുടെ ഭാണ്ഡങ്ങളിൽ നാം കണ്ടത് വിദേശ നിർമ്മിത പായകളായിരുന്നുവല്ലോ! പ്രകൃതിയുടെ സ്വാഭാവികമായ തണുപ്പും സുഖവും പകർന്നു നൽകിയിരുന്ന തഴപ്പായകളെ നാം ജീവിതത്തിൽ നിന്നുതന്നെ പടി കടത്തി.പ്രകൃതിയുടെ പച്ചപ്പ് ഇല്ലാതായി.

ഗ്രാമത്തിന്റെ ഒറ്റയടിപ്പാതയിലൂടെ ഭാരം കൂടിയ തഴക്കെട്ടുമായി നടന്നു നീങ്ങുമ്പോൾ കാലിടറി മലർന്നടിച്ചു വീഴുന്ന കുഞ്ഞപ്പനിലൂടെ കേരളത്തിലെ പായ നെയ്ത്ത് വ്യവസായത്തിന്റെ അന്ത്യം പ്രതീകാത്മകമായി ആവിഷ്ക്കരിക്കുകയാണ് എ.എം.മുഹമ്മദ്.

ഒരു സിനിമ തിരക്കഥ പോലെ മധുമതിക്ക് നൽകുന്ന ജനകീയ സ്വീകരണ ചടങ്ങിലൂടെയാണ് നോവൽ ആരംഭിക്കുന്നത്. ആകാംക്ഷ നിറഞ്ഞ കഥ പറച്ചിലിന്റെ ശൈലി വായനയ്ക്കു ഉണർവ്വ് പകരുന്നു.

ഓണാട്ടുകരയിലെ സാധാരണ മനുഷ്യരുടെ വികാര വിചാരങ്ങളാണ് ഈ നോവലിലൂടെ എ.എം. മുഹമ്മദ് പങ്കുവെക്കുന്നത്. അതിൽ അദ്ദേഹം വിജയിക്കുന്നുണ്ട്.

ഈ നോവലിലെ ഹൃദയസ്പർശിയായ രംഗമേതെന്ന് ചോദിച്ചാൽ ഞാൻ പറയും കളക്ടറായ അനിയത്തിയെ കാത്ത് വേദിക്കരികിൽ നാരങ്ങ മിഠായിപ്പൊതി പിടിച്ച് നിൽക്കുന്ന ഗോമതിയെ വായിക്കുമ്പോഴാണ്.

എ.എം. മുഹമ്മദ് എന്ന എഴുത്തുകാരൻ വായനക്കാരന്റെ ഹൃദയം കുളിർപ്പിക്കുന്നുണ്ട് ഈ ഭാഗത്ത്.

കുഞ്ഞപ്പന്റെ ചെറ്റക്കുടിലിൽ വരുന്ന ഓരോ സന്തോഷങ്ങളിലും ഈ നാരങ്ങ മിഠായി സാന്നിദ്ധ്യം ഉറപ്പിക്കുന്നുണ്ട്. ദേശമെഴുത്ത് മലയാളനോവൽ സാഹിത്യത്തിൽ പ്രബലമാകുന്നതിന്റെ സൂചനകൾ നൽകുന്നു തഴ. സാധാരണക്കാരന്റെ കലാവിഷ്കാരത്തിന്റെ ജീവിതവുമാണ് തഴ.

■

നന്ദികേശൻ സാക്ഷി

പാങ്ങിൽ ഭാസ്കരൻ

ഓർമ്മകളിൽ പീഡിക്കപ്പെടുന്ന ഒരാൾ

സ്നേഹം വറ്റിപ്പോയ മാതൃത്വത്തിന്റെ വിഭ്രാന്തി. അതു കണ്ട് അമ്മയുടെ മാറിൽ മരണം ഭയന്ന് പിടയുന്ന ബാല്യം. 'അമ്മേ എന്നെ പുഴയിലേക്കിടരുത്' എന്ന് തേങ്ങുന്ന കുഞ്ഞ് മനസ്സ് അമ്മയുടേയും കുഞ്ഞിന്റെയും വികാരവിചാരങ്ങൾ സൂക്ഷ്മമായി വരച്ചിടുകയാണ് പാങ്ങിൽ ഭാസ്കരൻ.

ഭൂതകാലത്തെ ദൈവത്തിനു പോലും മാറ്റാൻ കഴിയില്ലെന്ന് പറഞ്ഞത് പ്രശസ്ത ടർക്കിഷ് എഴുത്തുകാരനായ ബുറാൻ സോന്മെസ് ആണ്. ദൈവത്തിന്റെ ഇടപെടലുകൾ നടക്കാത്ത ഒരിടമായി ഭൂതകാലത്തെ സോന്മെസ് കണ്ടെത്തുന്നു.

ഒരു ജയിൽ പീഡന അറയിൽ ഇരുന്നുകൊണ്ട് ഭൂതകാലത്തിന്റെ ഓർമ്മകളിലേക്ക് മടങ്ങുകയാണ് സൊന്മെസിന്റെ കഥാപാത്രങ്ങൾ.

അവർക്കവിടെ വർത്തമാനകാല ജീവിതാവസ്ഥകളും ഭാവിയും ഒരു ചർച്ചാ വിഷയമേയല്ല. അതിന്റെ ഉത്കണ്ഠകളുമില്ല. അവർ ശ്വസിക്കുന്നതു പോലും ഭൂതകാലത്തിൽ നിന്നു കൊണ്ടാണ്.

ഇങ്ങനെ വർത്തമാനകാല ജീവിതാവസ്ഥകളോടും ഭാവിസ്വപ്നങ്ങളോടും നിഷേധാത്മക സമീപനം കൈക്കൊള്ളുകയും ബാല്യത്തിന്റെ ഓർമ്മകളിൽ പീഡിപ്പിക്കപ്പെടുകയും ചെയ്യുന്ന കഥാപാത്രമാണ് പാങ്ങിൽ ഭാസ്കരന്റെ 'നന്ദികേശൻ സാക്ഷി'യിൽ.

ഒരിക്കലും തന്റെ ജീവിത പരിസരങ്ങളെ അയാൾ മാറ്റിമറിക്കുന്നില്ല. അതിനു വേണ്ടി ഒരു തയ്യാറെടുപ്പും നടത്തുന്നുമില്ല. ഒരുപക്ഷേ, അതെല്ലാം പാഴ്വേലയാണെന്ന തിരിച്ചറിവാണ് അതിൽ നിന്നെല്ലാം അയാളെ പിന്തിരിപ്പിക്കുന്നത്. അശാന്തമായ ഓർമ്മകളിൽ നിന്ന് അയാൾക്കൊരിലും മോചനം ലഭിക്കുന്നില്ല. ശിലാശരീരനായ നന്ദികേശനു മുമ്പിൽ ഈ പരിദേവനമാണ് അയാൾ നടത്തുന്നത്.

സ്നേഹം വറ്റിപ്പോയ മാതൃത്വത്തിന്റെ വിഭ്രാന്തി. അതു കണ്ട് അമ്മയുടെ മാറിൽ മരണം ഭയന്ന് പിടയുന്ന ബാല്യം.

'അമ്മേ എന്നെ പുഴയിലേക്കിടരുത്' എന്ന് തേങ്ങുന്ന കുഞ്ഞ് മനസ്സ്. അമ്മയുടേയും കുഞ്ഞിന്റെയും വികാരവിചാരങ്ങൾ സൂക്ഷ്മ മായി വരച്ചിടുകയാണ് പാങ്ങിൽ ഭാസ്കരൻ.

ഹൃദയത്തിന്റെ ധ്യാനാത്മക ഭാഷയും ശൈലിയും സ്വന്തം രക്തം കൊണ്ട് വാക്കുകളെ ചുവപ്പിക്കുകയാണ് എഴുത്തുകാരൻ. പൗരാണിക സങ്കല്പങ്ങളും കെട്ടുകഥകളും അന്ധവിശ്വാസങ്ങളും കഥയ്ക്ക് ഊർജ്ജമാകുന്നു.

ശിലാശരീരനായ നന്ദികേശനു മുമ്പിൽ തന്റെ സ്വകാര്യത ഇറക്കി വെയ്ക്കാനല്ലാതെ മറ്റൊന്നും അയാൾക്കാവുന്നില്ല. പിന്നിട്ട ബാല്യം. ആ ബാല്യത്തിലെ കരിപിടിച്ച ഓർമ്മകൾ...

നിറഞ്ഞൊഴുകുന്ന പുഴയെ ലക്ഷ്യമാക്കി മുട്ടിനൊപ്പം വെള്ളത്തിൽ അമ്മ നടക്കുന്നു. വാക്കും പ്രവർത്തിയും ഒത്തിണങ്ങുന്നതായിരുന്നു അമ്മയുടെ സ്വഭാവം.'

മരുന്നും ചികിത്സയും ഫലിക്കാതെ വന്നപ്പോഴാണ് മന്ത്രവാദിയുടെ അടുത്തു പോയി നാല്പത്തൊന്നു ദിവസം കരപ്പനൂതിക്കാൻ തയ്യാ റായത്. അമ്മയുമായുള്ള ഓരോ യാത്രയിലും പുഴ അവനെ ഭയപ്പെടു ത്തിക്കൊണ്ടിരുന്നു

'അമ്മയുടെ കാല് പലവട്ടം നടന്നു പോയ വരമ്പിൽ നിന്ന് വീണ്ടും തെന്നി. തേങ്ങലോടെ അമ്മ ഇടമുറിഞ്ഞ വാക്കുകളിൽ പറഞ്ഞു: 'നിന്നെ ഈ പുഴയിലേക്കിടും. ഞാനും ചാടും. നമുക്കിനി ജീവിക്കണ്ട.' ജീവിതത്തോടു ഒരിക്കൽ പോലും ഇഷ്ടം തോന്നാത്ത, വിധവയെ പ്പോലെ ഒറ്റപ്പെട്ട് ജീവിക്കുന്ന, എല്ലാ മോഹങ്ങളും ഭസ്മീകരിക്കപ്പെട്ടു പോയ ഒരമ്മയുടെ വെറുപ്പും സഹനവും നിറഞ്ഞ വാക്കുകൾ ഈ കഥാ ശില്പത്തിന് ശോകഭാവം പകരുന്നു.

ജീവിതത്തോടുള്ള അടങ്ങാത്ത സ്നേഹം എഴുത്തുകാരന്റെ വാക്കുകളിലുണ്ട്. രോഗപീഡയിലൂടെ, വിശപ്പിന്റെ കാഠിന്യത്തിലൂടെ വളർന്നു വന്നവനാണ് ഇതിലെ കഥാനായകൻ.

ജലഭൂതങ്ങളും സർപ്പങ്ങളും വിഹരിക്കുന്ന നാട്. അപ്പം കുളത്തിനു ചുറ്റും അധിവസിച്ചിരുന്നവരുടെ വൈവിധ്യ സംസ്കൃതികൾ. നിർഭാഗ്യകരമായ അവരുടെ ജീവിതാവസ്ഥകൾ.

ഹൃദയത്തിന്റെ ആഴങ്ങളിൽ അയാൾ ഒളിപ്പിച്ചുവെച്ച മുറിവുകൾ. ഇടമുറിയാതെ അതിൽനിന്നും വാർന്നൊഴുന്ന രക്തം. ഒരു സന്ദേഹി യെപ്പോലെ പ്രത്യക്ഷപ്പെടുന്ന അയാൾ നന്ദികേശനു മുമ്പിൽ മാത്രം പരിദേവനങ്ങൾ പറയുന്നു.

ഇയ്യാൽ എന്ന ഗ്രാമത്തിന്റെ സ്വത്വവും വിശുദ്ധിയും വീണ്ടെടു ക്കാനുള്ള ശ്രമം കൂടിയാണ് നന്ദികേശൻ സാക്ഷി. ആർദ്രമായ ഭാഷയിലാണ് ഭാസ്കരൻ ആ സ്വത്വത്തെ തിരയുന്നത്.

'നന്ദികേശാ പലതരം കൃഷികൾ ചെയ്ത് ജീവിക്കുന്ന കളങ്ക മില്ലാത്ത മനുഷ്യർ ഇയ്യാലിലുണ്ടായിരുന്നു. അവർ അന്യോന്യം സ്നേഹിച്ചും പൊറുത്തും ഐക്യപ്പെട്ടും ജീവിച്ചു. അവരുടെ പൂർവ്വികരാണ് കൃഷി ചെയ്യാനുള്ള പണിയായുധങ്ങൾ നിർമ്മിച്ചത് കൈക്കോട്ട്, കത്തി, വെട്ടുകത്തി, മടവാൾ പിക്കാസ്, മഴു, കൊത്തി എന്നീ ആയുധങ്ങൾ കൃഷിപ്പണികൾക്കു വേണ്ടി അവരുണ്ടാക്കി.'

നമുക്കു മുന്നേ കടന്നു പോയ തലമുറയെ എത്ര വസ്തുനിഷ്ഠ മായാണ് കഥാകാരൻ അടയാളപ്പെടുത്തുന്നത്. അവരുടെ കൃഷി യനുഭവങ്ങളും ജീവിതക്ലേശങ്ങങ്ങളും രോഗങ്ങളും കുടുംബ ബന്ധ ങ്ങളിലെ അസ്വസ്ഥതകളും ഗ്രാമീണത്തനിമയോടെയാണ് ഭാസ്കരൻ അവതരിപ്പിക്കുന്നത്.

കൃഷിയെ ആശ്രയിച്ചു ജീവിക്കുന്നവരുടെ ഹൃദയത്തിലേക്ക് തുറന്നു വെച്ച പുസ്തകമാണിത്. നമ്മുടെ നാട്ടുഭാഷയിൽ നിന്നും അന്യംനിന്നുപോയ മൊഴികളും കൃഷിപദങ്ങളും നോവൽ വീണ്ടെടു ക്കുന്നുണ്ട്.

'വരമ്പുമുറിയൻ, തേരോട്ടി, പുല്ല മക്കി' തുടങ്ങി ധാരാളം പ്രയോ ഗങ്ങൾ നോവൽ പരിചയപ്പെടുത്തുന്നു. മനുഷ്യമനസ്സിന്റെ ഇരുൾ വഴികളിലൂടെയുള്ള എഴുത്തുകാരന്റെ സ്വതന്ത്രവും ഭാവനാപൂർണ്ണ വുമായ സഞ്ചാരമാണ് ഈ കൃതി.

കുറത്തിക്കൊട്ടയും തത്തക്കൂടുമായി മലയിറങ്ങി വന്ന കാളിക്കുറ ത്തിയുടെ കഥ ആധുനിക മനസ്സാക്ഷിയുടെ നേർക്കുയരുന്ന തീപ്പന്ത മാണ്.

കൃഷിനാശം വിതയ്ക്കുന്ന ജലപ്രവാഹം തടയാൻ കരു നിറുത്തി ജീവനോടെ കുഴിച്ച് മൂടി ചിറകെട്ടിയ കഥയിലൂടെ പാർശ്വവത്കരി ക്കപ്പെട്ടവരിലേക്കുള്ള അധിനിവേശമാണ് നോവലിസ്റ്റ് തുറന്നു കാട്ടുന്നത്.

ജീവന്റെ പിടച്ചിലിൽ കുറത്തിയുടെ കയ്യിൽ നിന്ന് തെറിച്ചു പോയ തത്തക്കൂട്ടിൽ നിന്നുയരുന്ന കരച്ചിലും ചിറകടിയും ഭാവതീവ്രത തയോടെ അവതരിപ്പിക്കുന്നു. അധികാരം മനുഷ്യന്റെ അജ്ഞതയെ എങ്ങനെയാണ് കീഴ്പ്പെടുത്തുന്നതെന്ന് കൂടി ഈ പുസ്തകം പറഞ്ഞു തരുന്നുണ്ട്.

ആത്മനിഷ്ഠമായ ശൈലിയിൽ ഒരു കുടുംബകഥയിലൂടെ സമൂഹ ത്തിലെ നീറുന്ന പ്രശ്നങ്ങളാണ് നോവലിസ്റ്റ് ആഖ്യാനം ചെയ്യുന്നത്.

മനുഷ്യർ ചെയ്തു പോയ നെറികേടിന്റെ വിപരീതഫലങ്ങൾ പ്രകൃതി തിരിച്ചു നൽകിയതിന്റെ സൂചനകളും നോവലിനു പുതിയ ഭാവുകത്വം നൽകുന്നു. മിത്തുകളും ഐതിഹ്യങ്ങളും ചിതറിക്കിടക്കുന്ന നോവൽ ഒരു ദേശത്തിന്റെ പൗരാണിക സംസ്കൃതിയെ കണ്ടെത്താനുള്ള ശ്രമം കൂടിയാണ്. ■

പെണ്ണച്ചി
വെള്ളിയോടൻ

പ്രളയവും മരണവും പെണ്ണച്ചിയും

കേരളീയ പാരമ്പര്യത്തേയും ശീലങ്ങളെയും തകർത്തെറിയുന്ന പ്രവാസ ജീവിതത്തിന്റെ അടിയൊഴുക്കുകൾ നോവൽ ശക്ത മായി അടയാളപ്പെടുത്തുന്നു.

സ്വത്വബോധമാർജ്ജിക്കാനുള്ള കഠിനശ്രമത്തിനിടയിൽ കാലിടറി വീഴുന്ന ഒരെഴുത്തുകാരിയുടെ ജീവിതത്തെ കേന്ദ്രീകരിച്ചുള്ള നോവ ലാണ് പെണ്ണച്ചി.

വിവാഹത്തിനു മുമ്പും പിമ്പും അവൾ അനുഭവിക്കുന്ന മാന സികവും ശാരീരികവുമായ പീഡനങ്ങൾക്കും അസ്വാതന്ത്ര്യത്തിനും എതിരെ സ്വന്തം ജീവിതംകൊണ്ടുള്ള പ്രതികാരമാണ് നോവൽ വിഷയമാക്കുന്നത്.

വിവാഹത്തിനു മുമ്പ് അച്ഛനും വിവാഹശേഷം ഭർത്താവും തന്റെ എല്ലാ ഇഷ്ടാനിഷ്ടങ്ങളും കവർന്നെടുക്കുകയും അടിമയാക്കുകയും ചെയ്തുവെന്ന ബോധത്തിൽ നിന്നാണ് സൂചലയിൽ കഠിനമായ പുരുഷ വിദ്വേഷം ആളിപ്പടരുന്നത്. സ്ത്രീ പീഡിതയാണെന്ന ചിന്ത എല്ലായ്പ്പോഴും അവളെ അലോസരപ്പെടുത്തിക്കൊണ്ടിരുന്നു. മരുഭൂമി യിലെ ഏകാന്തവും നിരാർദ്രവുമായ ജീവിതത്തിനിടയിൽ ലഭിക്കുന്ന വിദൂര സാന്ത്വനങ്ങൾക്കു വേണ്ടി അവൾ ഉറക്കമൊഴിച്ചു. ആ കാത്തി രിപ്പിൽ പറക്കമുറ്റാത്ത സ്വന്തം കുഞ്ഞിന്റെ സ്വപ്നങ്ങൾ പോലും കരിഞ്ഞുണങ്ങി.

പുരുഷനു താഴെ നിൽക്കുന്ന ശബ്ദം, സഹനം, പുരുഷാശ്രയം എന്നിവയെയെല്ലാം അവൾ നിരാകരിച്ചു. ഉറക്കം നഷ്ടപ്പെട്ട രാത്രി കളിൽ സ്വാതന്ത്ര്യത്തിന്റെ പുതിയ ലോകങ്ങൾ അവളിൽ പിറന്നു വീണു.

സ്ത്രീകളെപ്പോലെത്തന്നെ ധാരാളം പുരുഷസുഹൃത്തുക്കളും സൂചലയുമായി രാത്രി സൗഹൃദം പങ്കിട്ടു. ഭർത്താവിനേയും സ്വന്തം

കുഞ്ഞിനേയും മറന്നുകൊണ്ടുള്ള കുത്തഴിഞ്ഞ ജീവിതം... സ്ത്രീകൾക്കു വേണ്ടിയുള്ള അവകാശ പോരാട്ടങ്ങളെ നെഞ്ചിലേറ്റി നടക്കുന്ന ഒരെഴുത്തുകാരി പെണ്ണിന്റെ മനസ്സിലേക്ക് ആഴ്ന്ന് ഇറങ്ങിക്കൊണ്ട് ആത്മാവിഷ്കാരം നടത്തുകയാണ് വെള്ളിയോടൻ. അവരുടെ ചിന്തകളേയും ചെയ്തികളേയും വികാരപരമായി നോക്കിക്കാണാതെ യുക്തിയുടെ പുതിയ തലങ്ങൾ നോവലിൽ സൃഷ്ടിച്ചെടുക്കുകയാണ് ഈ എഴുത്തുകാരൻ.

ഒരു സ്ത്രീ എപ്രകാരം വസ്ത്രം ധരിക്കണമെന്നും ഓരോ സാഹചര്യത്തിലും എങ്ങനെ ഇടപെടണമെന്നും എവിടെയെല്ലാം സഞ്ചരിക്കണമെന്നും പുതിയ വെളിപാടുമായി ഗൃഹാന്തരീക്ഷത്തിന്റെ സ്വാസ്ഥ്യം നഷ്ടപ്പെടുത്തുന്ന നായികയാണ് പെണ്ണച്ചിയിലെ കേന്ദ്രകഥാപാത്രം. സമൂഹം പുരുഷകേന്ദ്രീകൃതമാകുമ്പോൾ സ്ത്രീയുടെ എല്ലാ സ്വാതന്ത്ര്യവും ഹനിക്കപ്പെടുന്നു എന്ന തോന്നൽ സുചലയെ കൂടുതൽ അസ്വസ്ഥയാക്കുന്നു.

ഗൃഹനായിക, അമ്മ, ഭാര്യ എന്നീ നിലകളിലുള്ള വലിയ ഉത്തരവാദിത്വങ്ങൾ നിർവ്വഹിക്കാൻ അവൾക്ക് അതു കൊണ്ടു തന്നെ കഴിയാതെ പോകുന്നു. കുടുംബ ശൈഥില്യത്തിന്റെ നോവും പിടച്ചിലും തീവ്രമായി ആവിഷ്കരിക്കുന്നു ഈ നോവൽ. അച്ഛന്റെയും ഭർത്താവിന്റെയും ഇടയിൽ പെട്ട് വേവുന്ന പെണ്ണുടൽ എന്ന് വിലപിച്ചുകൊണ്ടും വ്യാഖ്യാനിച്ചുകൊണ്ടും പെൺപക്ഷവാദികളുടെ പ്രിയം പിടിച്ചുപറ്റാൻ ഒരു കഥ കണ്ടെത്തുകയും അതിനായി സ്വന്തം ജീവിതത്തെ മറ്റുള്ളവരുടെ മുമ്പിൽ കളങ്കപ്പെടുത്തുകയും മുറിവേൽപ്പിക്കുകയും ചെയ്യുന്ന നായികയെയാണ് വെള്ളിയോടൻ ഈ നോവലിൽ അവതരിപ്പിക്കുന്നത്. സ്ത്രീയും പുരുഷനും തമ്മിലുള്ള ഇണചേരലും പ്രത്യുൽപാദനവും ശിശുസംരക്ഷണവുമെല്ലാം പെണ്ണിന്റെ അസ്വാതന്ത്ര്യത്തിന് ഇടയാക്കുമെന്നുള്ള റാഡിക്കൽ ഫെമിനിസ്റ്റ് ചിന്തകളാണ് സൂചലയെ ഭരിക്കുന്നത്.

മൂന്നു വയസ്സുകാരനായ സ്വന്തം കുഞ്ഞിന്റെ ജന്മദിനംപോലും അച്ഛനു ദാനം ചെയ്ത് പൊതുപരിപാടികളിൽ അഭിരമിക്കുന്ന മാതൃഹൃദയം ഒരു വെറുക്കപ്പെട്ട നായികയായിട്ടാണ് വായനക്കാരുടെ ഹൃദയത്തിൽ ചേക്കേറുന്നത്.

രണ്ട് അമ്മമാർ പെറ്റ കുഞ്ഞുങ്ങളാണെങ്കിലും അവരുടെ അനാഥത്വം സൃഷ്ടിക്കപ്പെടുന്ന മുറിവുകളുടെ ആഴം ബാലകൃഷ്ണൻ എന്ന സ്നേഹദൂതനിലൂടെ അനുവാചകരിലേക്ക് പകരാൻ കഥാകാരന് കഴിയുന്നുണ്ട്. അതുതന്നെയാണ് ഈ നോവലിന്റെ മാനുഷിക മുഖം വ്യക്തമാക്കിത്തരുന്നത്.

വഞ്ചിതയും തിരസ്കൃതയുമാകുന്ന നായികയെ വായനക്കാരിൽ അനുഭാവം സൃഷ്ടിക്കത്തക്ക വിധം വൈകാരിക തീക്ഷ്ണതയോടെ അവതരിപ്പിക്കാനുള്ള ഒരു ശ്രമവും എഴുത്തുകാരൻ നടത്തുന്നില്ല എന്നത് പെണ്ണച്ചി നോവലിന്റെ ക്രാഫ്റ്റ് വർദ്ധിപ്പിക്കുന്ന ഘടകമാണ്.

സ്ത്രീയേയും പുരുഷനേയും ഒരേ സമയം പ്രതിസ്ഥാനത്തു നിർത്തി വിചാരണ ചെയ്യുകയും ക്രൂശിക്കുകയും ചെയ്യുന്ന ഒരാഖ്യാന തന്ത്രമാണ് നോവലിൽ സ്വീകരിച്ചിട്ടുള്ളത്. സ്വന്തം ഭാര്യയേയും കുഞ്ഞിനേയും ഉപേക്ഷിച്ചു കൊണ്ട് മറ്റൊരുവന്റെ ഉച്ഛിഷ്ടം കവർന്നെടുക്കുകയും അവരുടെ സ്വകാര്യ സമ്പാദ്യങ്ങളത്രയും തന്ത്രപൂർവ്വം അപഹരിക്കുകയും കുടിച്ചു തീർക്കുകയും ചെയ്യുന്ന ക്ലീറ്റസിലൂടെ ആധുനിക സൈബർ ലോകത്തിന്റെ കാണാച്ചരടുകളും കാപട്യങ്ങളും നോവലിസ്റ്റ് തുറന്നു കാട്ടുന്നു. ഒരിടത്ത് സ്ത്രീ നിർദ്ദയം വേട്ടയാടപ്പെടുമ്പോൾ മറ്റൊരിടത്ത് പുരുഷനും പീഡിപ്പിക്കപ്പെടുന്നു. എന്നാൽ എല്ലായിടത്തും അനാഥമാക്കപ്പെടുന്നത് നിഷ്കളങ്കതയുടെ ബാല്യങ്ങളാണ്. സൂചലയുടേയും ക്ലീറ്റസിന്റെയും ലക്ഷ്യങ്ങളില്ലാത്ത ഓട്ടത്തിൽ തകരുന്നത് ഈ ബാല്യങ്ങളാണ്. അത് വായനക്കാരന്റെ മനസ്സിനെ വല്ലാതെ മുറിപ്പെടുത്തുന്നു.

സ്വന്തം കുഞ്ഞിനെ കാണാനുള്ള അവസരം പോലും നിഷേധിക്കപ്പെട്ടു കഴിയുന്ന നന്ദന്റെ ആത്മസംഘർഷങ്ങളാണ് നോവലിൽ നിറഞ്ഞു നിൽക്കുന്നത്. കേരളം കണ്ട മഹാപ്രളയക്കെടുതിയുടെ പശ്ചാത്തലത്തിലാണ് പെണ്ണച്ചി നോവൽ അവസാനിക്കുന്നത് എന്നൊരു പ്രത്യേകത കൂടിയുണ്ട്. പനി പിടിച്ച് വിറക്കുന്ന മൂന്നു വയസ്സുകാരൻ തപ്പുവിനെ ആശുപത്രിയിൽ കൊണ്ടുപോകാൻ കഴിയാതെ വിഷമിക്കുമ്പോഴാണ് മഴക്കെടുതിയും പ്രളയവും കഥയിലേക്ക് ഒഴുകി വരുന്നത്. എന്നാൽ അതിന്റെ സാധ്യതകളെ വേണ്ട വിധം പ്രയേജനപ്പെടുത്താനും, കലാത്മകമായി കഥയിൽ സന്നിവേശിപ്പിക്കാനും എന്തുകൊണ്ടോ കഥാകാരൻ ശ്രമിക്കുന്നില്ല എന്നത് നിരാശയുണർത്തുന്നു.

വെള്ളിയോടന്റെ ചെറുകഥകളിൽ കാണുന്ന കലാത്മക സൗന്ദര്യവും കൈവഴക്കവും നോവലിൽ എത്തുമ്പോൾ ചോർന്നു പോകുന്നുണ്ട്. എന്നാൽ നോവൽ അവസാനിക്കുന്നിടത്ത് തന്റെ ദർശന ബോധവും ശില്പ സൗന്ദര്യവും പ്രദർശിപ്പിക്കാൻ എഴുത്തുകാരന് കഴിയുന്നു എന്നത് ആശ്വാസകരം! അതിന്റെ നല്ല ഉദാഹരണമാണ് തപ്പുവിന്റെ മരണം. തപ്പുവിന്റെ മരണത്തിലൂടെ നന്ദന്റെ ജീവിതത്തിൽ നിന്ന് സൂചല നിരാകൃതയാകുന്നതിനെയാണ് ധ്വനിപ്പിക്കുന്നത്.

വർത്തമാന കാലത്തിന്റെ ഭീതിപ്പെടുത്തുന്ന ജീവിതാവസ്ഥകളിൽ ഒറ്റപ്പെടുന്നവരുടെ കഥ കൂടിയായി മാറുന്നു പെണ്ണച്ചി. ■

കയ്യുമ്മു കോട്ടപ്പടിയുടെ കവിതകൾ

കയ്യുമ്മു

ജീവിതം തിരിച്ചു തന്ന കവിതകൾ

പൊള്ളുന്ന അനുഭവങ്ങളേയും കാഴ്ചകളേയുമാണ് കയ്യുമ്മു പകർത്തി വെക്കുന്നത്. പകൽ വെന്ത വഴിയിൽ വെയിലേറ്റ് വാടിയുരുകിയ പ്രണയത്തിന്റെ ഒരു ഭൂതകാലം ചങ്കിടിപ്പോടെ കവയിത്രി ഓർത്തെടുക്കുന്നു. ആ ഓർമ്മകളിൽ നഷ്ട ജീവിതത്തിന്റെ വർണ്ണചിത്രങ്ങൾ തേടിയുള്ള അന്വേഷണമാണ്. ജീവിത വ്യഥകളുടെ മുറിപ്പാടുകളും ആത്മസംഘർഷങ്ങളുടെ തീവ്രതയും കയ്യുമ്മുവിന്റെ കവിതകളെ തീക്ഷ്ണതരമാക്കുന്നു.

കയ്യുമ്മുവിന്റെ കവിത ഒറ്റയ്ക്ക് യാത്ര ചെയ്യുന്നവളാണെന്ന് പറഞ്ഞത് കവി എ. അയ്യപ്പനാണ്. വേഗവും കാലവും വാഗ്വർത്ഥങ്ങളും നെന്മണികൾ പോലെ ഈ മണ്ണിൽ കയ്യുമ്മു വാരി വിതറുന്നതായി പട്ടുറുമാൽ പടിയിറങ്ങുന്നു എന്ന പുസ്തകത്തിൽ അയ്യപ്പൻ നിരീക്ഷിക്കുന്നുണ്ട്.

വഴിയിലെമ്പാടും ഉപേക്ഷിക്കപ്പെട്ട ഒറ്റപ്പെട്ട ചെരുപ്പുകളുടെ ദുർഘട സങ്കടങ്ങൾ അറിയുന്നവളാണ് കയ്യുമ്മു. ചെരുപ്പുകുത്തിയുടെ ജീവിതം പൊട്ടിയ വാറിന്റെ ചിരി പോലെയാണെന്നാണ് കയ്യുമ്മു കണ്ടെത്തുന്നത്. (ചെരുപ്പുകുത്തിയും സൂചിയും)

'പ്രണയത്തെ മധുരനൊമ്പരമായും വസന്തകാലമായും സ്നേഹപ്പക്ഷിയായും വേനൽപ്പക്ഷിയായും ഹൃദയത്തിലെ നിഗൂഢ സ്മൃതിയായും അങ്ങനെ ഇഞ്ചോടിഞ്ച് വ്യത്യസ്ത ഭാവങ്ങളെ കോർത്തിണക്കിയ കവിതകൾ' എന്ന് മുല്ലനേഴിയും കയ്യുമ്മുക്കവിതയുടെ പ്രണയ തല്പത്തിൽ അടയാളപ്പെടുത്തുന്നു.

പ്രണയത്തിന്റെ വ്യത്യസ്ത ഭാവങ്ങളാണ് ഈ കവയിത്രിയിൽ നമുക്കു കാണാൻ കഴിയുക.

'ദുഃഖവും മൗനവും ഏകാന്തതയും പ്രണയദാഹവുമാണ് കയ്യുമ്മുവിന്റെ കവിതകൾ. അത് അനന്തമായ അസ്വസ്ഥതകളുടെ താവളം' കൂടിയാണെന്ന് പി.പി.നാരായണൻ നീരൊടുങ്ങാത്ത നീർമാതളത്തിൽ രേഖപ്പെടുത്തി വെക്കുന്നു.

ബഷീറിന് നഷ്ടപ്പെട്ട ഉമ്മ കയ്യുമ്മുവിൽ കണ്ടെത്തുന്നതാണ് പി.കെ.പോക്കർ നടത്തുന്ന ശ്രദ്ധേയമായ നിരീക്ഷണം. 'ഭാഷയുടെ മൗനമാണ് അതിന്റെ ശക്തിയെന്ന് തിരിച്ചറിഞ്ഞ കവയിത്രിയാണ് കയ്യുമ്മു' എന്നും എത്ര പറഞ്ഞിട്ടും തീരാത്തത് എന്ന കവിത സമാഹാരത്തിന്റെ അവതാരികയിൽ പി.കെ. പോക്കർ പ്രശംസിക്കുന്നതും കയ്യുമ്മുവിന്റെ കാവ്യശില്പങ്ങൾക്കു ലഭിക്കുന്ന അംഗീകാരമാണ്.

'പ്രണയം പൂവായും മുള്ളായും കയ്പ്പായും മധുരമായും ചിതറിക്കിടക്കുകയാണ്. വിരഹത്തിൻ മിഴിനീരിന്റെ തോരാത്ത ചാറ്റൽ മഴകളുണ്ട്. പൂക്കാത്ത പൂവിന്റെ തേങ്ങലുകളും വെളിപ്പെടുത്താനാവാത്ത മിണ്ടാട്ടം മുട്ടലുകളുമുണ്ട്.

ശ്ലഥ ബിംബങ്ങളും മുറിഞ്ഞ വാക്കുകളും പരന്നു കിടക്കുന്ന കവിതകളിൽ മുറിവേറ്റ ഒരു മനസ്സിനെ ആവിഷ്കരിക്കുന്നതായി 'നിലാവും നിഴലും' എന്ന പുസ്തകത്തിൽ കവി രാവുണ്ണി എഴുതുന്നു.

'അടിച്ചമർത്തപ്പെട്ട ഒരു ചിത്രകാരിയുടെ മനസ്സാണ് കയ്യുമ്മുവിന്റേത്. മനോഹരമായി ചായം തേച്ച ചിത്ര ശകലങ്ങൾ കൊച്ചു കൊച്ചു കവിതകളായാണ് നമുക്കു സമ്മാനിക്കുന്നത്. കയ്യുമ്മുവിന്റെ പ്രണയം ഈ ഭൂമിയോടുള്ള പ്രണയമാണ്. സ്രഷ്ടാവിനോടുള്ള പ്രണയമാണ്.'

പ്രണയപ്പൂക്കൾ അഥവാ തീനാളങ്ങൾ എന്ന പുസ്തകത്തെ വി.ബി. ജ്യോതിരാജ് പരിചയപ്പെടുത്തുന്നു.

പതിനെട്ടാം വയസ്സിൽ ആകാശവാണിയിൽ കവിത അവതരിപ്പിച്ചു കൊണ്ടാണ് എഴുത്തിന്റെ ലോകത്തേക്ക് കയ്യുമ്മു കടന്നു വരുന്നത്. ഒരർത്ഥത്തിൽ ചെറുപ്പത്തിലേ തകർന്നു പോയ സ്വന്തം ജീവിതത്തെ ഭാഷ കൊണ്ട് വീണ്ടെടുക്കാനും പുനർനിർമ്മിക്കാനും വേണ്ടിയായിരുന്നു.

'നാലുവരി എഴുതിയില്ലായിരുന്നെങ്കിൽ
എന്നേ ഞാൻ ആത്മഹത്യ ചെയ്തേനേ...
കെട്ടുപൊട്ടിയ
വിവാഹ ബന്ധവും
ചിതറിപ്പോയ
രക്ത ബന്ധവും
എന്നേ എനിക്കു
നഷ്ടമായതാണ്....' (ജ്വാല)

മറ്റൊരു കവിതയിൽ കയ്യുമ്മുവിന്റെ ആത്മഗതം ഇങ്ങനെ കേൾക്കാം.

'ജീവിക്കാൻ മറന്നു പോയ
ഒരു സംശയത്തിലാണ് ഞാനീ
എഴുത്തും യാത്രയും തുടരുന്നത്' (യാത്ര)

എഴുത്തും യാത്രകളും ഒരഴിഞ്ഞാട്ടമായി കണ്ടിരുന്ന യാഥാസ്ഥിതികരിൽ നിന്നുള്ള എതിർപ്പുകൾ മതപരമായ വിശ്വാസ സംഹിതകളെ മുറുകെ പിടിച്ചു കൊണ്ടു തന്നെ കയ്യുമ്മു ധീരമായി പ്രതിരോധിച്ചു. അവർ നിരന്തരം കവിതകൾ എഴുതി. നിരന്തരം യാത്രകൾ ചെയ്തു.

അതൊരു പഠനകളരി കൂടിയായിരുന്നു. പഠനം തുടങ്ങി എന്ന കവിതയിൽ അത് തീക്ഷ്ണമായി അനുഭവപ്പെടുന്നുണ്ട്.

'അടിവയറ്റിൽ ഉപരിതലത്തിൽ
വീർത്തു തുടങ്ങിയപ്പോൾ
ശാസ്ത്ര ക്ലാസിൽ പോയി
പഠനം തുടങ്ങി' (പഠനം)

നൈമിഷിക സുഖങ്ങൾ തേടിപ്പോയവർക്കു സംഭവിച്ച അബദ്ധങ്ങൾ പിന്നീട് പശ്ചാത്തപിച്ച് രക്ഷാമാർഗ്ഗങ്ങൾ തേടിപ്പോകുകയും ചെയ്യുന്ന ആധുനിക വിദ്യാഭ്യാസ കാലത്തെ കയ്യുമ്മു അടയാളപ്പെടുത്തുന്നു.

കേരളത്തിൽ അങ്ങോളമിങ്ങോളമുള്ള ചെറുതും വലുതുമായ മിക്കവാറും എല്ലാ പ്രസിദ്ധീകരണങ്ങളിലും അവരുടെ കവിതകൾ അച്ചടി മഷി പുരണ്ടു. ജീവിതം മഷി പാത്രമാക്കി അവർ കവിതകൾ എഴുതി. കയ്യുമ്മുവിന്റെ കഴിഞ്ഞ നാല്പതു കൊല്ലത്തിനിടയിൽ പ്രസിദ്ധീകരിക്കപ്പെട്ടത് ആയിരത്തിലധികം കവിതകളാണ്.

അപ്രകാശിത കവിതകൾ വേറെ.

കയ്യുമ്മുവിന് അഞ്ച് വയസ്സുള്ളപ്പോൾ പിതാവ് മരിച്ചു. രണ്ട് ജ്യേഷ്ഠത്തിമാരും ഉമ്മയും അടങ്ങുന്ന ദരിദ്രകുടുംബത്തിലേക്ക് പണ്ട് പെണ്ണ് അന്വേഷിച്ചു വന്നവർക്ക് നിറം കൂടുതലുള്ള കയ്യുമ്മുവിനെ മതിയെന്ന്. പുര നിറഞ്ഞു നിൽക്കുന്നവരിൽ ഒരാളെങ്കിലും രക്ഷപ്പെടട്ടെ എന്ന് കരുതി ജ്യേഷ്ഠത്തിയെ നിർത്തിയാണ് വിവാഹം. ആ വിവാഹ ബന്ധം മൂന്നു മാസം കൊണ്ട് തകർന്നു. ആ ബന്ധത്തിൽ വികലാംഗയായ ഒരു പെൺകുട്ടിക്കു ജന്മം നൽകി.

കയ്യുമ്മുവിന്റെ കവിതകളിൽ ആ ജീവിതത്തിനേറ്റ മുറിവിന്റെ പിടച്ചിൽ കാണാം. മറുവശത്ത് അഗാധമായ മാതൃസ്നേഹവും. കവിതയുടെ പേറ്റുനോവിലും ആ തേങ്ങലും മാതൃസ്നേഹവും നമ്മെ അനുഭവിപ്പിക്കുന്നു.

'ഒരു വരി തീർക്കാനായ്
ഞാനൊരു പാട് തേങ്ങുന്നു....' (കവിത വീണു പോയ്)

തീയിൽ വെന്ത മനസ്സുമായി കഴിയുന്ന കവയിത്രിക്ക് കവിത ഒരു വേദനസംഹാരിയാണ്. മറ്റു ചിലപ്പോൾ ഒളിച്ചിരിക്കാനുള്ള അഭയകേന്ദ്രവുമാണ്. കയ്യുമ്മു എഴുതിയ കവിതകളിൽ അധികവും സ്വന്തം ജീവിതമാണ്.

പ്രസിദ്ധീകരിക്കപ്പെട്ട പതിനഞ്ച് പുസ്തകങ്ങളിൽ പത്ത് എണ്ണവും കവിതാസമാഹാരങ്ങൾ. അനുകാലികങ്ങളിൽ വന്നതിൽ പലതും പുസ്തകമായിട്ടില്ല.

'ഇനിയും ഏതു വഴി താണ്ടിടേണം
എന്നെ കണ്ടെത്താൻ
ഓർക്കുകയാണു ഞാൻ
പകൽ വെന്ത വഴിയിൽ
മുടി നരച്ച ചിന്തയിൽ
ഉരുകിപ്പോയ എന്നെത്തന്നെ...'

(പെയ്തൊഴിയാതെ)

വിതുമ്പി നിൽക്കുന്ന ഒരു വിഷാദം നീറിപ്പുകയുന്നുണ്ട് കയ്യുമ്മു കവിതകളിൽ.

'ആ പൂവുകളിന്ന് മുഴുവനും
കൊഴിഞ്ഞു തീർന്നിരിക്കുന്നു
തീരാത്ത ഒരു പൂവ്
ഞാനിതാ കണ്ണിലെ കൃഷ്ണമണി പോലെ കാത്തുസൂക്ഷിക്കുന്നു.

(നീരൊടുങ്ങാത്ത നീർമാതളം)

മാധവിക്കുട്ടിക്കുള്ള സമർപ്പണമാണ് ഈ കവിത സമാഹാരം. മൺമറഞ്ഞാലും മനസ്സിൽ സുഗന്ധം പരത്തി വിടർന്നു നിൽക്കുന്ന ആ ഒരു പൂവ് മാധവിക്കുട്ടിയാണ്.

പൊള്ളുന്ന അനുഭവങ്ങളേയും കാഴ്ചകളേയുമാണ് അവർ പകർത്തി വെയ്ക്കുന്നത്. പകൽ വെന്ത വഴിയിൽ വെയിലേറ്റ് വാടി യുരുകിയ പ്രണയത്തിന്റെ ഒരു ഭൂതകാലം ചങ്കിടിപ്പോടെ കവയിത്രി ഓർത്തെടുക്കുന്നു.

ആ ഓർമ്മകളിൽ നഷ്ടജീവിതത്തിന്റെ വർണ്ണചിത്രങ്ങൾ തേടി യുള്ള അന്വേഷണമാണ്. ജീവിതവ്യഥകളുടെ മുറിപ്പാടുകളും ആത്മ സംഘർഷങ്ങളുടെ തീവ്രതയും കയ്യുമ്മുവിന്റെ കവിതകളെ തീക്ഷ്ണ തരമാക്കുന്നു.

പ്രണയവും പ്രണയനഷ്ടവും മാത്രമല്ല കയ്യുമ്മു ആവിഷ്കരിക്കുന്നത്. സ്വന്തം അടുക്കളയുടെ സ്വകാര്യതയിലേക്കും, ഒഴിഞ്ഞ കാലത്തിന്റെ അസ്വാരസ്യങ്ങളിലേക്കും, കയ്യുമ്മു പേന ചലിപ്പിക്കുന്നു.

'കരൾ വെന്തു തളച്ചിട്ട ജീവിതം
ഒരു മൺകുടമിതാ ഒച്ചയിൽ
ചിന്നിച്ചിതറി വീഴുന്നു.
എന്റെയീ അടുക്കളയിൽ
തീയണയുന്നില്ല' (കത്തുന്ന അടുക്കള)

അനുഭവങ്ങളുടെ സൂക്ഷ്മസൗന്ദര്യത്തിലേക്ക് ഭാഷയെ സമർത്ഥമായി പ്രയോഗിക്കുകയാണ് കയ്യുമ്മു.

'അടുപ്പിൽ തീ പൂട്ടുമ്പോൾ
കലത്തിലുള്ളതിനേക്കാൾ
വെള്ളം കണ്ണിലായിരുന്നത്
ആരും അറിഞ്ഞിരുന്നില്ല
അമ്മയോടതു പറഞ്ഞതുമില്ല
വെന്തതു മുഴുവനും മനസ്സായിരുന്നത് അമ്മയോളം
വേറെയാർക്കുമതറിയാനും കഴിഞ്ഞില്ല.' (അമ്മയറിഞ്ഞില്ല)

വിഷമം എന്ന കവിതയിലും കയ്യുമ്മു ഈ വേവുന്ന മനസ്സിനേയും ശരീരത്തേയും ആവിഷ്കരിക്കുന്നുണ്ട്.

'വേവാനിനി ഒരിടവുമില്ല
മനമല്ലാതെ....
വല്ലാതെ ഞെരിപിരി കൊള്ളുന്ന
നിമിഷത്തിലും
ഉരുകിയൊലിച്ചാലെന്തു ചെയ്യും
വിയർക്കാനല്ലാതെ.....' (വിഷമം)

അന്തസ്സംഘർഷങ്ങളുടെ തീമഴപെയ്യുന്ന കുടിലുകളിൽ നിന്നുയരുന്ന ഒടുങ്ങാത്ത നിലവിളികളായി കയ്യുമ്മു കവിതകൾ വായനക്കാരുമായി സംവദിക്കുന്നു.

വാക്കുകളെ താളാത്മകമായി നിരത്തി സൗന്ദര്യാനുഭൂതി പകരുകയല്ല കയ്യുമ്മു.

നമ്മുടെ നിത്യജീവിത ഭാഷയെ കാവ്യ ഭാഷയാക്കി ജീവിതത്തോടും അനുഭവ പരിസരങ്ങളോടും ഹൃദയത്തോടും അടുപ്പിച്ചു നിർത്തുകയാണ് ഈ കവയിത്രി!

'എന്റെ പോയ കാലങ്ങളിലൊക്കെ
വേനലിന്റെ കരിയില മൂടിയ
ഇടവഴികളുണ്ടായിരുന്നു' (മണ്ണാങ്കട്ടയും കരിയിലയും)

ഭൂതകാലത്തിന്റെ നിറം മങ്ങിയ കാഴ്ചകളാണ് ഈ വരികളിൽ. ഋതുഭേദങ്ങളും ചരിത്ര ശേഷിപ്പുകളും കരിയിലകൾക്കിടയിൽ വീണുടയുന്ന പ്രണയത്തിന്റെ ആത്മനൊമ്പരങ്ങളും ഗ്രാമീണമായ ബിംബകല്പനകളിലൂടെ കയ്യുമ്മു ആവിഷ്കരിക്കുന്നു.

വായനക്കാരന് ദുർഗ്രാഹ്യമായ ഒരു വാക്കു പോലും ഈ കവയിത്രി ഉപയോഗിക്കുന്നില്ല എന്നത് ശ്രദ്ധേയമാണ്. കയ്യുമ്മു കവിതകൾ കേരളീയ ഗ്രാമജീവിതത്തിൽ വേരുറപ്പിച്ചു നിൽക്കുമെന്നതിൽ സംശയമില്ല.

■

മനുഷ്യവിലാപങ്ങൾ

ഇബ്രാഹിം ചെർക്കള

ദുരിതപർവ്വങ്ങളുടെ വാങ്മയ ശില്പം

അപമാനിക്കപ്പെടുന്ന സ്ത്രീത്വത്തിനെതിരെ രോഷം കൊള്ളുമ്പോഴും അതിന്റെ പേരിൽ ബലിയാടാകുന്നവരുടെ വിലാപമാണ് മനുഷ്യ വിലാപങ്ങൾ. അസംഘടിതരായ ഒരു ന്യൂനപക്ഷത്തിന്റെ ഒടുങ്ങാത്ത രോഷവും പകയും വേദനയും ഇതിൽ നീറിപ്പടരുന്നു. ചുരുങ്ങിയ ദിവസത്തെ അവധിക്ക് പിറന്ന മണ്ണിൽ വരുന്നവരെ ധനമോഹം കൊണ്ട് തന്ത്രപരമായി കേസിൽ കുടുക്കി പണം തട്ടുന്ന മാഫിയകളേയും അവരെ സംരക്ഷിച്ചു നിർത്തുന്നവരേയും നോവൽ വിചാരണ ചെയ്യുന്നു.

പ്രവാസ ജീവിതത്തിനൊടുവിൽ സ്വന്തം നാട്ടിൽ അനുഭവിക്കേണ്ടി വരുന്ന യാതനകളാണ് ഇബ്രാഹിം ചെർക്കള രചിച്ച മനുഷ്യ വിലാപം എന്ന നോവലിന്റെ പ്രമേയം. ചെയ്യാത്ത കുറ്റത്തിന്റെ പേരിൽ ജയിൽ വാസം അനുഭവിക്കേണ്ടി വരുന്ന മാധവൻ എന്ന ചെറുപ്പക്കാരനിലൂടെ യുവത്വം നേരിടുന്ന പ്രതിസന്ധികളും, വെല്ലുവിളികളും നോവൽ ചർച്ചയാക്കുന്നു.

പാർശ്വവത്ക്കരിക്കപ്പെട്ടവരുടെ ജീവിതങ്ങളിലേക്കും സാമൂഹിക ചലനങ്ങളിലേക്കും ഈ നോവൽ ജാലകങ്ങൾ തുറന്നിടുന്നു. ജീവിതത്തിന്റെ പ്രയാണത്തിനിടയിൽ ആഗിരണം ചെയ്യുന്ന അനുഭവങ്ങളെ വളച്ചുകെട്ടില്ലാതെയാണ് കഥാകാരൻ അവതരിപ്പിക്കുന്നത്. ഒട്ടും അതിശയോക്തിയില്ലാത്ത ഒരാഖ്യാനശൈലിയിലൂടെ ഇബ്രാഹിം ചെർക്കള തനിക്കു ചുറ്റുമുള്ള മനുഷ്യരുടെ ദുരിതപർവ്വങ്ങൾ വരച്ചു കാട്ടുന്നു.

അനായാസമായി കഥ പറയുന്ന രീതിയും കരുത്തുറ്റ കഥാപാത്രങ്ങളും മൂല്യനഷ്ടത്തെ പ്രതിരോധിക്കുന്ന ആർദ്രതയും അതിജീവന പ്രത്യാശയിലേക്ക് ഈ നോവൽ നമ്മെ കൂട്ടിക്കൊണ്ടു പോകുന്നു.

സ്വന്തം നാടിന്റെ കാപട്യങ്ങളെ തിരിച്ചറിയാതെ പോയ പ്രവാസിയാണ് മാധവൻ. അയാൾ നന്മയുടെ പ്രതീകമാണ്. മണൽക്കാട്ടിലെ ഉഷ്ണക്കാറ്റ് കൊണ്ട് ജീവിച്ചവന് അങ്ങനെ ആവാനേ കഴിയൂ എന്ന് മാധവനെ വായിക്കുമ്പോൾ നമുക്ക് ബോധ്യമാകുന്നു.

അപമാനിക്കപ്പെടുന്ന സ്ത്രീത്വത്തിനെതിരെ രോഷം ഉയരുമ്പോഴും അതിന്റെ പേരിൽ ബലിയാടാകുന്നവരുടെ വിലാപമാണ് 'മനുഷ്യ വിലാപങ്ങൾ'. അസംഘടിതരായ ഒരു ന്യൂനപക്ഷത്തിന്റെ ഒടുങ്ങാത്ത രോഷവും പകയും വേദനയും ഇതിൽ നീറിപ്പടരുന്നു.

ചുരുങ്ങിയ ദിവസത്തെ ലീവിന് പിറന്ന മണ്ണിൽ വരുന്നവരെ ധനമോഹം കൊണ്ട് തന്ത്രപരമായി കേസിൽ കുടുക്കി പണം തട്ടുന്ന മാഫിയകളേയും അവരെ സംരക്ഷിച്ചു നിർത്തുന്നവരെയും നോവൽ വിചാരണ ചെയ്യുന്നുണ്ട്. 'നാലു ലക്ഷം രൂപ കൊടുത്താൽ പീഡന കേസിൽ നിന്ന് ഊരി പോകാം' എന്ന് മാധവനോട് ഉപദേശിക്കുന്ന നേതാവ് ആ വ്യവസ്ഥയുടെ കരാള മുഖം നമുക്ക് കാട്ടിത്തരുന്നു. മാധവന്റെ ജീവിതത്തിലൂടെ കടന്നു പോകുന്നത് മൂന്ന് യുവതികളാണ്. ജാനു, വാസന്തി, മേരി ഡിസൂസ. വ്യത്യസ്തമായ മൂന്നു ജീവിത പരിസരങ്ങളെ പ്രതിനിധീകരിക്കുന്നവരാണവർ. നിർമ്മലമായ സ്നേഹവും പ്രണയവും കാമവും ആഗോളീകൃത ലോകത്തെ വൈകൃതങ്ങളും ഇവരിലൂടെ നോവലിസ്റ്റ് വെളിവാക്കിത്തരുന്നു.

അന്ധവിശ്വാസ ബലപ്രയോഗത്തിന്റെ പാടുകൾ ഈ നോവലിൽ ആഴത്തിൽ പതിഞ്ഞു കിടക്കുന്നതായി കാണാം. ഹോമവും മന്ത്രവാദവും നടത്തി കൈയിലെ പണം തീരുമ്പോൾ കഴുത്തിലും കാതിലുമുള്ള സ്വർണ്ണാഭരണങ്ങൾ ഊരിക്കൊടുത്ത് മന്ത്രവാദികളെ തൃപ്തിപ്പെടുത്തി പോന്നിരുന്ന ഒരു തലമുറയുടെ പിൻമുറക്കാർ പുതിയ കാലത്തേയും ആധുനിക മന്ത്രവാദ ചികിത്സാ സമ്പ്രദായത്തേയും ടോക്കണെടുത്ത് സ്വീകരിക്കുന്ന രീതിയും നോവലിൽ പ്രതിപാദിച്ചിട്ടുണ്ട്.

ആത്മീയ വ്യാപാരത്തിലൂടെ വളരുന്ന മനുഷ്യദൈവങ്ങൾ സാധാരണക്കാരുടെ സ്വകാര്യ ജീവിതത്തിൽ സൃഷ്ടിക്കുന്ന ആഘാതങ്ങൾ മനുഷ്യ വിലാപങ്ങളെ ശക്തവും തീവ്രവുമാക്കുന്നു. ഈ ആൾ ദൈവങ്ങളുടെ കളങ്കിത ജീവിതത്തേയും എഴുത്തുകാരൻ ധീരമായി എടുത്തുകാട്ടുന്നുണ്ട് നോവലിൽ.

മജീദ് നദീറ ദമ്പതികളുടെ ശിഥിലമായിപ്പോയ ജീവിതത്തെ വിളക്കിച്ചേർക്കുന്നിടത്ത് കഥാകാരന്റെ കരവിരുതും കലാ നൈപുണ്യവും ദീർഘദർശനം ചെയ്യുന്നുണ്ട് കഥാന്ത്യത്തിൽ തകർന്ന ഹൃദയവുമായി ദാമ്പത്യത്തിന്റെ ചിറകുകൾ നഷ്ടപ്പെട്ട മജീദ്-

നദീറ ദമ്പതികൾ പരസ്പരം കൈകോർത്ത് കടന്നു പോകുന്നത് ഇരുട്ടിലേക്കാണ്.

ഇരുട്ട് എന്ന ഇമേജിലൂടെ മറവിയുടെ ഒരു വലിയ ലോകമാണ് തുറന്നിടുന്നത്. ആത്മാവ് നഷ്ടപ്പെട്ടവർക്ക് പുതിയ സ്വപ്നങ്ങൾ കാണാനുള്ള രാത്രിയാണത്. മനുഷ്യന്റെ അതിജീവന പ്രത്യാശയുടെ നൈർമ്മല്യം നാമതിൽ കാണുന്നു. നോവൽ നമുക്ക് തരുന്ന അനുഭൂതിയും അതു തന്നെയാണ്.

കഥപറച്ചിലിന്റെ നൈസർഗ്ഗികമായ ഒഴുക്ക് 'മനുഷ്യവിലാപങ്ങൾ' എന്ന കൃതിയെ മനോഹരമാക്കുന്നു എന്ന് റഹ്മാൻ കിടങ്ങയം അവതാരികയിൽ അടയാളപ്പെടുത്തുന്നുണ്ട്.

സാമാന്യ വായനക്കാരെ ഇബ്രാഹിം ചെർക്കള നിരാശപ്പെടുത്തുകയില്ല എന്ന് ഉറപ്പ്.

■

കാളമന ചെപ്പേടുകൾ

സുരേന്ദ്രൻ മങ്ങാട്ട്

തോറ്റവരുടെ പലായനങ്ങൾ

ചരിത്രവും ഭാവനയും ഇടകലരുന്ന ആഖ്യാനം അഞ്ചു തലമുറയുടെ കഥനങ്ങളിലൂടെ ഗോതുരുത്തിന്റെ ഇതിഹാസം രചിക്കുകയാണ് എഴുത്തുകാരൻ. ചരിത്രത്തോടൊപ്പം അനുരാഗത്തിന്റെ തീവ്രമായ അനുഭൂതിയും,ഒറ്റപ്പെടലിന്റെ വിരഹ വേദനകളും അനുഭവിപ്പിക്കാൻ സുരേന്ദ്രൻ മങ്ങാട്ട് എന്ന എഴുത്തുകാരന് കഴിയുന്നു എന്നതാണ് ഈ നോവലിന്റെ മേന്മ.

മലയാള നോവൽസാഹിത്യത്തിൽ കൊച്ചി രാജ്യചരിത്രം കേന്ദ്ര പ്രമേയമായി വരുന്ന നോവലുകൾ വളരെ കുറവാണെന്ന് പ്രമുഖ സാഹിത്യ വിമർശകനായ ഡോ. കൽപ്പറ്റ ബാലകൃഷ്ണൻ ചരിത്ര നോവൽ മലയാളത്തിൽ എന്ന ഗ്രന്ഥത്തിൽ അഭിപ്രായപ്പെടുന്നുണ്ട്.

വർഷങ്ങൾക്കു മുമ്പ് നടത്തിയ പ്രസ്താവമാണെങ്കിലും ഈ നിരീക്ഷണം ഇന്നും പ്രസക്തമാണെന്ന് തന്നെയാണ് 2020ൽ പുറത്തിറങ്ങിയ സുരേന്ദ്രൻ മങ്ങാട്ടിന്റെ 'കാളമന ചെപ്പേടുകൾ' നോവൽ നമുക്കു നൽകുന്ന സന്ദേശം.

കൊച്ചി രാജ്യത്തിന്റെ ഭാഗമായിരുന്ന ഗോതുരുത്തിനെ കേന്ദ്ര പ്രമേയമാക്കാൻ നോവലിസ്റ്റിനെ പ്രേരിപ്പിച്ചതും ഒരു പക്ഷേ, മലയാള നോവൽ സാഹിത്യത്തിൽ ഒഴിഞ്ഞു കിടക്കുന്ന ഈ സാധ്യതകൾ തന്നെയാവാം. ചരിത്രം ഉറങ്ങാടുന്ന കൊച്ചിയുടെ ഭൂപടം നിവർത്തി വെച്ചു രണ്ടു നൂറ്റാണ്ടുകൾക്കപ്പുറത്ത് നിന്ന് തുടങ്ങുന്ന കഥാസഞ്ചാരമാണ് സുരേന്ദ്രൻ മങ്ങാട്ടിന്റെ കാളമന ചെപ്പേടുകൾ എന്ന നോവൽ.

ചരിത്രവും ഭാവനയും ഇടകലരുന്ന ആഖ്യാനം അഞ്ചു തലമുറയുടെ കഥനങ്ങളിലൂടെ ഗോതുരുത്തിന്റെ ഇതിഹാസം രചിക്കുകയാണ്

എഴുത്തുകാരൻ. എണ്ണമറ്റ കഥാപാത്രങ്ങളും അതിലേറെ സ്ഥല നാമങ്ങളും വിന്യസിക്കപ്പെട്ടു കിടക്കുന്ന നോവൽ മദ്ധ്യകേരളത്തിന്റെ അധികാര രാഷ്ട്രീയവും ചെറുത്തു നിൽപ്പും സാമൂഹിക സാംസ്കാരിക മണ്ഡലത്തിൽ സൃഷ്ടിക്കുന്ന മാറ്റങ്ങളും അതീവ സൂക്ഷ്മതയോടെ അടയാളപ്പെടുത്തുന്നു.

നോവലിന് ഇന്ധനമാകുന്നത് തോറ്റവന്റെ അമർത്തപ്പെട്ട ദുഃഖങ്ങളും നെടുവീർപ്പുകളും കണ്ണീരുമാണ്.

നിലയ്ക്കാത്ത പലായന ചരിതങ്ങളുടെ തുടർച്ചകൾ!! മഹാനഗരങ്ങളിലെ ഏകാന്ത തടവറകളിൽ ഒടുങ്ങിപ്പോകുന്ന ഐതിഹാസിക ജീവിതങ്ങൾ!! ചരിത്രം തോറ്റവന്റേതാണ്!!

കാളമന ചെപ്പേടുകളിൽ തോറ്റവന്റെ ദുരിത പലായനം അനന്തമായി നീളുകയാണ്. പാലിയത്തച്ചന്റെ നാടുകടത്തൽ സൃഷ്ടിച്ച വേദനയിൽ ഗോതുരുത്തിൽ നിന്ന് മുള്ളൂർക്കരയിലേക്കും പുത്തൻ ചിറയിലേക്കും വെണ്മനാട്ടെ കാളമനപ്പറമ്പിലേക്കും പലായനം ചെയ്യുന്ന നായർ കുടുംബങ്ങൾ, മണ്ണും സമ്പത്തും വാസസ്ഥലവും ഉപേക്ഷിച്ചുള്ളതായിരുന്നു അവരുടെ ഒളിച്ചോട്ടങ്ങൾ.

നാടുകടത്തപ്പെട്ടവന്റെ പലായനങ്ങളിൽ വീണുപോകുന്ന കണ്ണീരിനു ഹൃദയാക്ഷരങ്ങൾ ചാർത്തുകയാണ് സുരേന്ദ്രൻ മങ്ങാട്ട്.

സ്വന്തം രാജ്യത്തേയും പടനായകന്മാരേയും സ്നേഹിക്കുന്ന ഭരണാധികാരിയുടെ ആത്മസംഘർഷങ്ങളും ഉത്കണ്ഠകളും ഈ നോവൽ തീവ്രമായി അനുഭവിപ്പിക്കുന്നു.

ചരിത്രവും ഐതിഹ്യവും സങ്കല്പങ്ങളും അവ്യാഖ്യേയമാം വിധം സ്പന്ദിച്ചു നിൽക്കുന്ന നോവൽ കേരളത്തിന്റെ സാമൂഹിക രാഷ്ട്രീയ മണ്ഡലങ്ങളെ ഗ്രസിച്ചിരിക്കുന്ന മൂല്യച്യുതിക്കെതിരെയുള്ള പ്രതിരോധമാണ്.

2008 ലാണ് പൊതു പ്രവർത്തകനും പരിസ്ഥിതി സംരക്ഷകനുമായ സിദ്ധാർത്ഥനു നേരെ വധശ്രമം ഉണ്ടാകുന്നത്. അയാൾ രക്ഷപ്പെട്ടെങ്കിലും ആയുധം പ്രയോഗിച്ച വിനയൻ പിന്നീട് കൊല്ലപ്പെട്ടു. ഇതേ തുടർന്നാണ് സിദ്ധാർത്ഥന്റെ പലായനം തുടങ്ങുന്നത്. അതൊരു ദുഃസ്വപ്നം പോലെയായിരുന്നു.

സ്വന്തം പാർട്ടിക്കാരുടെ സമ്മർദ്ദത്തിനു വഴങ്ങിയായിരുന്നു ആ ഒളിച്ചോട്ടം. വെണ്മനാട് നിന്ന് കൊടുങ്ങല്ലൂരിലും അവിടെ നിന്ന് ഗോതുരുത്തിലുമാണ് അയാൾ എത്തിച്ചേരുന്നത്. ഒളിവ്ജീവിതം ചരിത്ര ഗവേഷണത്തിനു ഉപയോഗിക്കുന്ന സിദ്ധാർത്ഥൻ തന്റെ കുടുംബവേരുകൾ ആഴ്ന്നിറങ്ങിയ മണ്ണിലാണ് നിൽക്കുന്നതെന്ന് ഒടുവിൽ തിരിച്ചറിയുന്നു.

ബ്രിട്ടീഷുകാരേക്കാൾ പടയിലെ ശത്രുക്കളെ ഭയന്നാണ് സിദ്ധാർത്ഥന്റെ പൂർവികർ നാടുവിട്ടത്. അതേയവസ്ഥ ഒരു ബാധ പോലെ തന്നിലേക്കും പടരുകയാണൊ എന്ന് അയാളും സന്ദേഹിക്കുന്നുണ്ട്.

പ്രശാന്ത് ബിൽഡേഴ്സ് ശക്തമായ ഒരു ബിംബമായി നോവലിൽ പിടിമുറുക്കുന്നു. നെൽപാടങ്ങളിൽ തീക്കാറ്റ് വീശി കത്തിയെരിയുന്നതു സ്വപ്നം കാണുന്ന സിദ്ധാർത്ഥനിലൂടെ അയാളുടെ തകരുന്ന സ്വത്വബോധത്തെയാണ് നോവലിസ്റ്റ് പ്രകാശിപ്പിക്കുന്നത്.

കാളമനയിലേക്ക് പാലിയത്തച്ചൻ കൊടുത്തയച്ച ഓലയാണ് കാളമന ചെപ്പേടുകളായി നോവൽ പരിചയപ്പെടുത്തുന്നത്. ബാലഗോപാൽ എന്ന ചരിത്രകാരനിലൂടെ അതിലെ എഴുത്തുകൾ ചുരുളഴിയുന്നു. ദ്വീപിൽ തകർന്നടിഞ്ഞ നായർ കുടുംബങ്ങളുടെ പൂർവ്വകാലങ്ങളിലേക്കും ആചാര വിശ്വാസങ്ങളിലേക്കും കൊച്ചിയുടെ പുരാവൃത്തങ്ങളിലേക്കും രാമൻകുട്ടി കൈമളിലൂടെ എഴുത്തുകാരൻ നടത്തുന്ന സഞ്ചാരം ശ്രദ്ധേയമാണ്.

മനകളുടെ നാടായിരുന്ന വെണ്മനാട് ദേശത്തെ നായർ കുടുംബങ്ങളുടെയും മനകളുടെയും ഉയർച്ചയും തകർച്ചയും കഥനശൈലിയിൽ സുരേന്ദ്രൻ മങ്ങാട്ട് ആവിഷ്കരിക്കുന്നു.

നാല്പത്തിയൊന്ന് മനകളിൽ കാളമന മാത്രം ശേഷിക്കുകയും ഒടുവിൽ അതും ശിഥിലമാകുന്നതാണ് നോവലിന്റെ മൂന്നാം ഭാഗം.

ഗായത്രിയുടെ പരേതരുടെ തെരുക്കൂത്തിനു ശേഷം ചാവക്കാടിന്റെ ഭൂപ്രദേശങ്ങളെ ഭംഗിയായി അവതരിപ്പിക്കുന്ന കൃതിയാണ് കാളമന ചെപ്പേടുകൾ. ഇന്ത്യൻ സ്വാതന്ത്ര്യ സമരത്തിന്റെ കാറ്റ് കഥാപാത്രങ്ങളിലേക്കും ആഞ്ഞുവീശുന്നുണ്ട്.

65കാരൻ കുഞ്ഞുണ്ണി നായരുടെ ഓർമ്മകളിൽ അതിന്റെ തീവ്രതയുണ്ട്. പാലിയത്തച്ചനിൽ നിന്ന് അഞ്ചാം തലമുറ സിദ്ധാർത്ഥനിൽ എത്തുമ്പോൾ പരിസ്ഥിതിയെക്കുറിച്ചുള്ള ഉത്കണ്ഠകളാണ് നോവലിൽ നിറയുന്നത്.

പ്രത്യക്ഷത്തിൽ ഒരു ചരിത്രകാരന്റെ ഡയറിക്കുറിപ്പ് പോലെ അനുഭവപ്പെടുന്ന ശില്പ മാതൃകയിലാണ് നോവലിന്റെ ആഖ്യാനം. പലയിടത്തും തിയ്യതികളും കൊല്ലവർഷവും കുറിച്ചു വെച്ചിരിക്കുന്നു. ആ തിയ്യതികൾക്ക് പുറകിലെല്ലാം ചരിത്രമുണ്ട്. ആ ചരിത്രത്തിൽ നിന്നുമാണ് കഥാകാരന്റെ ഭാവന വികാസം പ്രാപിക്കുന്നത്.

ചില തിയ്യതികൾ കഥാപാത്ര നിർമ്മിതിയിൽ വലിയ പങ്ക് വഹിക്കുന്നത് കാണാം: 1809ൽ തുടങ്ങി 2010ൽ പടയാളിയുടെ പിൻഗാമി പലായനം ചെയ്യപ്പെട്ട തുരുത്തിൽ തിരിച്ചെത്താൻ എടുക്കുന്ന ഇരുനൂറ് വർഷങ്ങളാണ് നോവൽ കഥാവിഷയമാക്കുന്നത്.

1341ലെ പ്രളയത്തിലും പേമാരിയിലും പെട്ട് മുപ്പതടി താഴ്ചയിലേക്ക് മുങ്ങിപ്പോയ മുസിരിസ്സന്നെ മുച്ചിരിപ്പട്ടണത്തെ ഓർമ്മിപ്പിച്ചു കൊണ്ടാണ് നോവലിൽ ആദ്യാക്ഷരങ്ങൾ തെളിയുന്നത്.

ചൂർണ്ണി നദിയുടെ ഉപരിതലത്തിൽ കാലാന്തരത്തിൽ വന്ന ഭൂപ്രകൃതിയുടെ മാറ്റവും മനുഷ്യവാസവും നോവലിനു പശ്ചാത്തലമാകുന്നു. രണ്ടു നൂറ്റാണ്ടുകാലത്തെ ഗോതുരുത്തുകാരുടെ സാമൂഹിക ജീവിതത്തിന്റെ വിവിധ തലങ്ങളെ ചരിത്രവുമായി കൂട്ടിയിണക്കിയുള്ളതാണ് ഈ നോവൽ. പാലിയത്തച്ചന്റെയും അമ്പാട്ടു കണ്ണൻ നായരുടെയും വ്യക്തിത്വ വിശേഷണങ്ങളാണ് നോവലിന്റെ ആദ്യ ഭാഗങ്ങളിൽ മുന്നിട്ടു നിൽക്കുന്നത്.

വൈദേശിക ശക്തികളായിരുന്ന പറങ്കികളും ലന്തക്കാരും യഹൂദരും അറബികളും നോവലിൽ ചില സൂചനകൾ തന്ന് മറയുന്നു.

ബ്രിട്ടീഷ് സൈന്യത്തോട് ഏറ്റുമുട്ടാൻ നാട്ടുരാജാക്കന്മാരുമായി സന്ധിയുണ്ടാക്കുന്നതും പാലിയത്തച്ചന്റെയും വേലുത്തമ്പി ദളവയുടെയും സംയുക്ത സൈന്യത്തിന്റെ നേതൃത്വത്തിൽ മെക്കാളെയുടെ വസതി വളയുന്നതും അവിടത്തെ തടവറയിൽനിന്ന് ഭടന്മാരെ മോചിപ്പിക്കുന്നതും പാലിയത്തച്ചന്റെ പോരാട്ട വീര്യത്തെ ഉയർത്തിക്കാണിക്കുന്നു.

സാമൂതിരി, മാർത്താണ്ഡവർമ്മ, ടിപ്പു സുൽത്താൻ, വേലുത്തമ്പി ദളവ, ശക്തൻ തമ്പുരാൻ തുടങ്ങി നിരവധി ചരിത്രപുരുഷന്മാർ നോവലിൽ മിന്നിമറയുന്നു. മധ്യകേരള ചരിത്രത്തിന്റെ സമ്പന്നമായ ഒരു കാലഘട്ടത്തെയാണ് നോവലിസ്റ്റ് വായനക്കാരനു മുമ്പിൽ തുറന്നു വെയ്ക്കുന്നത്.

ചില ചരിത്ര പുരുഷന്മാരെ തെറ്റായ മുൻവിധികളോടെ നോവലിസ്റ്റ് സമീപിക്കുന്നത് ഒഴിവാക്കാമായിരുന്നു.

ചരിത്രത്തോടൊപ്പം അനുരാഗത്തിന്റെ തീവ്രമായ അനുഭൂതിയും ഒറ്റപ്പെടലിന്റെ വിരഹ വേദനകളും അനുഭവിപ്പിക്കാൻ നോവലിസ്റ്റിനു കഴിയുന്നു എന്നതാണ് ഈ കൃതിയുടെ മേന്മ.

അന്യം നിന്നുപോകുന്ന കളരിപ്പയറ്റ് മുദ്രകളെ ഈ നോവലിൽ സുരേന്ദ്രൻ തിരിച്ചുപിടിക്കുന്നുണ്ട്.

ഉദ്വേഗം വർദ്ധിപ്പിക്കുന്ന ചടുലമായ ആവിഷ്കാരത്തിലൂടെ അതിവേഗതയിൽ നീങ്ങുന്നതാണ് കാളമന ചെപ്പേടുകൾ എന്ന നോവലിന്റെ കഥാഗതി. നാലു ഭാഗങ്ങളായി തിരിച്ചിരിക്കുന്ന പുസ്തകത്തിന്റെ ഓരോ ഭാഗവും പതിമൂന്ന് അദ്ധ്യായങ്ങളാണ്. ■

മരുഭൂമിയിലെ ഒറ്റമരം

ബോബൻ കൊള്ളന്നൂർ

മണൽക്കാട്ടിലെ അതിജീവന പോരാട്ടങ്ങൾ

ഗൾഫ് കുടിയേറ്റത്തിന്റെ അര നൂറ്റാണ്ടു മുമ്പുള്ള മലയാളിയുടെ ഭൂതകാലം രസാവഹമായ കഥകൾ കൊണ്ട് നെയ്തെടുക്കുകയാണ് ഗ്രന്ഥകാരൻ. പ്രവാസ ജീവിതത്തിന്റെ ഗൃഹാതുരതയുമായി ബോബൻ കൊള്ളന്നൂർ.

മണൽക്കാട്ടിലെ അതിജീവന പോരാട്ടത്തിന്റെ എണ്ണമറ്റ രചനകൾ നമ്മുടെ ഭാഷയിൽ ഇടം പിടിച്ചിട്ടുണ്ട്.

ഈ വിഭാഗത്തിൽ പുതിയതും എഴുപതുകളിലെ പ്രവാസത്തിന്റെ ഗൃഹാതുരത തൊട്ടനുഭവിക്കാൻ കഴിയുന്നതുമായ പുസ്തകമാണ് ബോബൻ കൊള്ളന്നൂർ എഴുതിയ മരുഭൂമിയിലെ ഒറ്റമരം.

പ്രവാസ ജീവിതാനുഭവത്തോടൊപ്പം ഒട്ടേറെ മനുഷ്യരുടെ നോവുന്ന കഥകളും ഈ പുസ്തകത്തിൽ വായിക്കാം. ഒരു സഞ്ചാരിയുടെ ദിനാന്ത്യക്കുറിപ്പുകൾ പോലെയാണ് ഓരോ കുറിപ്പുകളും. മനുഷ്യന്റെ വേദനകളും സ്വപ്നങ്ങളും കൂടിക്കലർന്ന കവിത പോലെ ഉള്ളുലയ്ക്കുന്നതാണ് ഇതിലെ രചന രീതി.

ശൂന്യവും വരണ്ടതുമായ മണൽപരപ്പാണ് തന്നെ മാടി വിളിച്ചതെന്നറിയാതെ കലാലയ രാഷ്ട്രീയത്തിൽ നിന്നുണ്ടായ കേസുകൾ ഭയന്ന് നാട് വിടേണ്ടി വന്ന കൗമാരക്കാരന്റെ ആകുലതയോടെയാണ് പുസ്തകം ആരംഭിക്കുന്നത്. അതുവരെ അറിയപ്പെടാതിരുന്ന ഗൾഫ് രാജ്യത്തേക്ക് ആദ്യമായി കപ്പൽ കയറിയ അനുഭവങ്ങൾ വിവരിക്കുമ്പോൾ വിമാനയാത്രക്കാർ അധികം ഇല്ലാത്ത മുംബായ് നഗരത്തിന്റെ ശൂന്യമായ ആകാശവും നിശ്ശബ്ദവും നിശ്ചലവുമായിക്കിടക്കുന്ന റൺവേകളും നക്ഷത്ര ശോഭയിൽ തിളങ്ങുന്ന കടലും നമുക്കു മുന്നിൽ അനാവൃതമാകുന്നു.

മുംബെയിൽ എത്തിയപ്പോൾ പിടിപെട്ട ടൈഫോയ്ഡുമായാണ് ആദ്യ കടൽയാത്ര.

ഒന്നര പതിറ്റാണ്ടു കാലമായിരുന്നു ബോബന്റെ പ്രവാസം. വിവിധ എമിറേറ്റുകളിൽ ജോലി ചെയ്ത് നേടിയെടുത്ത അനുഭവസമ്പത്തുമായി നാട്ടിൽ തിരിച്ചെത്തി ഇടത്തരം വ്യവസായ സംരംഭത്തിന് അടിത്തറ യിടുന്നു.

കേരളത്തിലെ തളർന്ന വ്യവസായ മേഖലയെ നോക്കി ആശങ്ക പ്പെടുന്ന പ്രവാസികൾക്കെല്ലാം അഭിമാനിക്കാവുന്ന ഒരു മികച്ച വ്യവ സായ സംരംഭകനായി മാറുന്നതാണ് പിൽക്കാല ചരിത്രം.

ഭാരത സർക്കാരിന്റെയും കേരള സർക്കാരിന്റെയും വ്യവസായ പുരസ്കാകാരങ്ങൾ നേടിയ ബോബൻ വർഷങ്ങളുടെ നീണ്ട ഇട വേളയ്ക്കു ശേഷം അബുദാബി ചേംബർ ഓഫ് കോമേഴ്സിന്റെ ക്ഷണപ്രകാരം കേരളത്തിൽ നിന്ന് പുറപ്പെട്ട പ്രത്യേക അതിഥി സംഘ ത്തോടൊപ്പം സ്വർണഖനികളുടെ തുരുത്തിൽ വീണ്ടും വന്നു ചേരുന്നു.

തൃശൂർ ചേംബർ ഓഫ് കോമേഴ്സിന്റെ പ്രതിനിധിയായി ഗൾഫ് രാജ്യങ്ങൾ ചുറ്റിക്കണ്ടപ്പോൾ ഉണ്ടായ വൈകാരിക അനുഭവങ്ങളും മാറിയ യു എ ഇയുടെ വിസ്മയ കാഴ്ചകളുമാണ് മരുഭൂമിയിലെ ഒറ്റമരം.

പതിനഞ്ചു വർഷങ്ങൾക്കുശേഷം പ്രിയപ്പെട്ട അറേബ്യൻ നഗരം വീണ്ടും കാണുമ്പോഴുള്ള അമ്പരപ്പും നഷ്ടബോധവും വശ്യമായ നർമ്മബോധത്തോടെ അവതരിപ്പിക്കുന്നതാണ് മരുഭൂമിയിലെ ഒറ്റമരം. ഈ പുസ്തകത്തിലൂടെ സഞ്ചരിക്കുമ്പോൾ പല സ്വഭാവത്തിലുള്ള മനുഷ്യരേയും നാം കണ്ടുമുട്ടുന്നു. മൂർച്ച കൂടിയ ഐറണിയുടെ ലോകം ബോബൻ സൃഷ്ടിക്കുന്നു.

പണ്ടുകാലത്ത് ഗൾഫിൽ പോകുന്നവർക്ക് ബന്ധുക്കളോ സുഹൃ ത്തുക്കളോ പരിചയക്കാരോ ഇല്ലാത്തവരാണെങ്കിൽ അവരുടെ കാര്യം കഷ്ടമായിരുന്നുവെന്ന് ബോബൻ സാക്ഷ്യപ്പെടുത്തുന്നത് സ്വന്തം അനുഭവത്തിൽ നിന്നാണ്. വെറും 50 ഡോളർ കൊണ്ടു വേണം അവർക്ക് വിദേശത്ത് ജീവിക്കാൻ.

അന്ന് ഗൾഫിൽ പോകുന്ന ഇന്ത്യക്കാർക്ക് അനുവദിച്ചിരുന്ന പരമാവധി തുക അതായിരുന്നുവത്രെ! അത് അനുഭവിച്ച ആളു കൂടിയാണ് ബോബൻ.

മരുഭൂമിയിലെ ഒറ്റമരം പുസ്തകത്തെ വ്യത്യസ്തമാക്കുന്നത് എഴുത്തുകാരൻ ഉയർത്തിപ്പിടിക്കുന്ന മാനവികതയും മൂർച്ച കൂടിയ സാമൂഹിക വിമർശനവുമാണ്.

ഒരു ചിത്രകാരനും കവിയുമായ ബോബൻ കൊള്ളന്നൂരിന്റെ ഭാഷ അതീവ ഹൃദ്യമാണ്. മടുപ്പില്ലാതെ രസകരമായി ആസ്വദിച്ചു വായിക്കാൻ കഴിയുന്നതാണ് പ്രതിപാദന രീതി.

മൂന്നാം ലോകരാജ്യങ്ങളിലെ കുടിയേറ്റ തൊഴിലാളികളുടെ സംഗമ ഭൂമിയായി മാറിയ നഗരത്തിൽ അപ്രതീക്ഷിതമായുണ്ടായ ഒരു ബോംബ് സ്ഫോടനത്തെ തുടർന്ന് സംശയത്തിന്റെ നിഴലിലായ ഒരു പലസ്തീനി ഒളിപ്പോരാളിയുടെ നീറുന്ന ജീവിത കഥയിലൂടെ മധ്യപൗരസ്ത്യ ദേശത്തിന്റെ ഇരുണ്ട ചിത്രങ്ങളും വരച്ചിടുന്നു. ഗോലാൻ കുന്നുകൾക്കും ഗലീലി മലനിരകൾക്കും ഇടയിൽ ഇസ്രായേൽ കയ്യേറിയ ഭൂമിയിൽ നിന്നു് ആട്ടിയോടിക്കപ്പെട്ടവരുടെ പിൻമുറക്കാരനാണ് അയാൾ. നഗരത്തിൽ എവിടെ ആക്രമണം ഉണ്ടായാലും അയാൾ ചോദ്യം ചെയ്യപ്പെടുന്ന പ്രതിഭാസം.

പണ്ട്, മരിച്ചവരെ അടക്കംചെയ്തിരുന്ന നഗരമദ്ധ്യത്തിലെ ഇടിഞ്ഞു പൊളിഞ്ഞ ശ്മശാനത്തിലേക്ക് ഒരു പാത ബോബൻ വെട്ടിത്തെളിക്കുന്നുണ്ട്. ഇപ്പോൾ അവിടെ ആരേയും അടക്കം ചെയ്യാറില്ലെങ്കിലും നഗരവത്കരണത്തിൽ മറഞ്ഞു പോകുന്ന ആ ശവകുടീരങ്ങളെ നോക്കി ഒരു നെടുവീർപ്പ് പുസ്തകത്തിൽ നിന്ന് ഉയരുന്നു.

ഗൾഫ് കുടിയേറ്റത്തിന്റെ ആറു പതിറ്റാണ്ടുകൾക്കു മുമ്പുള്ള മലയാളിയുടെ ഭൂതകാലമാണ് മരുഭൂമിയിലെ ഒറ്റമരത്തിൽ തുറന്നിടുന്നത്.

യുദ്ധത്തിന്റെയും വംശീയ കലാപത്തിന്റെയും നിഴലുകൾ പരന്നു കിടക്കുന്ന പുസ്തകത്തിൽ തീവ്രവാദികളിൽ നിന്ന് തലനാരിഴയ്ക്കു രക്ഷപ്പെട്ട ഒരു 'മലയാളി പെൺകുട്ടി'യെ പുസ്തകം പരിചയപ്പെടുത്തുന്നുണ്ട്.

നൊമ്പരങ്ങൾ ബാക്കി വെച്ചു മറയുന്ന അനേകരിൽ ഒരാൾ മാത്രമായി അവൾ അവശേഷിക്കുന്നു. ഒരു സൊമാലിയൻ കഥയും ഈ പുസ്തകത്തിന്റെ മറ്റൊരു മേന്മയായി എടുത്തു പറയേണ്ടതാണ്.

ഗൾഫ് ജീവിതത്തിലൂടെ കടന്നുപോയ പല മുഖങ്ങളും മരുഭൂമിയിലെ ഒറ്റമരം പുസ്തകത്തിൽ നിറയുന്നുണ്ട്.

ഭക്ഷണത്തിന്റെ രുചിയെക്കുറിച്ച് ഓർക്കുമ്പോൾ തെളിയുന്ന നായർ ചിത്രം അതിലൊന്നാണ്.

ഇന്ത്യ-ചൈന യുദ്ധം പൊട്ടിപ്പുറപ്പെട്ട കാലത്ത് അറസ്റ്റ് ഒഴിവാക്കാൻ ഗ്രീക്ക് കപ്പലിൽ കയറി നാടുവിടുന്ന നായരുടെ അനുഭവ കഥ രസാവഹവും അതേ സമയം സങ്കടകരവുമാണ്. അതൊരു സിനിമാക്കഥ പോലെ നിറയുന്നു. ഗൾഫിലെ ആദ്യത്തെ കമ്യൂണിസ്റ്റുകാരൻ,

പ്രശസ്തമായ നായർ ലഞ്ച് ഹോം തുടങ്ങിയതിന്റെ ഉയർച്ചതാഴ്ചകൾ. ശിഥിലമാകുന്ന നായരുടെ കുടുംബ ജീവിതം. എല്ലാം ഹൃദയസ്പർശിയായി വേദനയോടെ ഗ്രന്ഥകാരൻ അവതരിപ്പിക്കുന്നു.

ബോണി എം ന്റെ തകർപ്പൻ പാട്ടുകൾ ഒഴുകിയിരുന്ന സൂക്കുകൾ (അങ്ങാടി) അന്വേഷിക്കുന്ന എഴുത്തുകാരൻ. അവിടെ ഇടിച്ചു നിരപ്പാക്കി ആകാശം മുട്ടിയുരുമ്മുന്ന സൗധങ്ങൾ ഉയർന്നതു ഗൗനിക്കാതെയുള്ള നൊസ്റ്റാൾജിയ സഞ്ചാരം.

എസ്കലേറ്റർ സ്ഥാപിച്ച ആദ്യത്തെ ഷോപ്പിങ്ങ് മാളിലെ കൗതുകങ്ങൾ മുതൽ പുതിയ കപ്പൽ ചാലിൽ മലയാളി കപ്പിത്താനോടൊപ്പം പരീക്ഷണ ഓട്ടത്തിൽ ഭാഗഭാക്കായ കൗതുകങ്ങൾ വരെ ബോബൻ പങ്കുവെയ്ക്കുന്നു.

ഉഴുതുമറിഞ്ഞ കടലിന്റെ സഞ്ചാരപഥത്തിലെ പാൽ തിരകൾക്കു മുകളിലൂടെ പറക്കുന്ന പറവ മീനുകളെക്കുറിച്ചുള്ള വർണ്ണനകൾ എഴുത്തുകാരന്റെ കടൽയാത്രയിലെ വിസ്മയകരമായ അനുഭവമാണ്.

എഴുപതുകളിലും അതിനു മുമ്പും ജീവിച്ചവരുടെ നിഴൽ ഈ പുസ്തകത്തിലുണ്ട്. ആദ്യാവസാനം വരെ രസിച്ചു വായിക്കാവുന്ന പുസ്തകം.

മലയാളത്തിലെ പ്രവാസ രചനകൾക്കൊപ്പം ബോബൻ കൊള്ളന്നൂരിന്റെ മരുഭൂമിയിലെ ഒറ്റമരവും ശിരസ്സ് ഉയർത്തി നിൽക്കും.

■

ഒമ്പതാം സിംഫണി

നർഗീസ്

എഴുത്തിന്റെ സിംഫണികൾ

സംഗീതത്തിന്റെ അവസാന വാക്കായ ബിഥോവനെക്കുറിച്ചുള്ള താണ് നർഗീസിന്റെ ഒമ്പതാം സിംഫണി. ബിഥോവന്റെ കലാ ജീവിതവും പ്രണയവും ദുരന്തവും നോവൽ വിഷയമാക്കുന്നു. പ്രണയിച്ച കാരണത്താൽ പ്രഭുകുടുംബത്തിൽ നിന്ന് പുറ ത്താക്കപ്പെടുന്ന ജോസഫൈൻ, അവളുടെ മരണശേഷം അനാഥയാകുന്ന മകൾ മിനോന ജീവിതത്തിൽ കണ്ടിട്ടില്ലാത്ത അച്ഛനെ തേടിയിറങ്ങുന്ന കഥ കൂടിയാണ് ഒമ്പതാം സിംഫണി.

ബീഥോൻ അനുഭവിച്ച ആത്മസംഘർഷങ്ങളിലൂടെയും വികാര വിക്ഷോഭങ്ങളിലൂടെയും യുറോപ്യൻ കലാജീവിതവും സാമൂഹിക ജീവിതവും തുറന്നു കാണിക്കുകയാണ് ഈ നോവൽ.

ഭാഷയെ ചലനാത്മകമാക്കുന്ന എഴുത്തുവിദ്യയിലൂടെ ഒരു യുഗ പ്രഭാവൻ അനുഭവിച്ചു തീർത്ത വേദനകളും പ്രണയനൈരാശ്യവും തിരസ്കാരവും ലാവണ്യത്തികവാർന്ന ഭാഷയിലാണ് ആലേഖനം ചെയ്യുന്നത്. തന്റെ പ്രിയപ്പെട്ട ശിഷ്യയും കാമുകിയുമായ ജോസ ഫൈന്റെ മരണം സൃഷ്ടിച്ച വേദന ബിഥോവന്റെ സംഗീതത്തിലും വാക്കുകളിലും നർഗീസ് പ്രതിഫലിപ്പിക്കുന്നുണ്ട്.

'അവളെപ്പോലെ കഠിനമായി വ്യസനിച്ചു മരണപ്പെട്ടവർ അധിക മാരും കാണില്ല. സ്ത്രീസൗഹൃദങ്ങൾ എന്നും എനിക്കു ചുറ്റും ഉണ്ടായിരുന്നു. എന്നിരുന്നാലും ജോസഫൈനെപ്പോലെ ആത്മാവിൽ പ്രണയവും വിശുദ്ധിയുമുള്ളവൾ അത് അവൾ മാത്രമായിരുന്നു.'

ജോസഫൈന്റ സഞ്ചാരവഴികളിൽ സൃഷ്ടിക്കപ്പെട്ട അഗാധമായ ഗർത്തങ്ങളിൽ പക്ഷേ, ഇടറി വീണത് ജോസഫൈൻ മാത്രമല്ല കൗമാരം വിട്ടുമാറാത്ത മകൾ മിനോനയും കൂടിയാണ്.

മിനോനയുടെ ജീവിതവഴികളും അസ്തിത്വവും കണ്ടെത്താനുള്ള സർഗ്ഗാത്മക അന്വേഷണമാണ് ഒമ്പതാം സിംഫണി. ബിഥോവന്റെ പ്രതിസ്പന്ദനങ്ങൾ നോവലിനെ വേറിട്ട വായനാതലത്തിലേക്ക് ഉയർത്തിക്കൊണ്ടു പോകുന്നു.

ഭാവനയുടെയും യാഥാർത്ഥ്യത്തിന്റെയും അതിരുകൾ മാഞ്ഞു പോകുന്ന എഴുത്തിന്റെ സിംഫണികൾ തീർക്കുകയാണ് നർഗീസ്. വ്യവസ്ഥാപിതമായ മൂല്യങ്ങളെ നോവൽ തിരസ്കരിക്കുന്നു.

മികവുറ്റ കഥാപാത്രങ്ങൾ, ചുരുങ്ങിയ സംഭവങ്ങൾ, സംക്ഷിപ്തമായ ആഖ്യാനം. ദീർഘദർശനം ചെയ്യുന്ന കാവ്യ ഭാഷ. വെളുത്തവരുടെ കറുത്ത മനസ്സിൽ പുകയുന്ന അഗ്നിനാളങ്ങളിൽ വ്യക്തി, കുടുംബം, സമൂഹം തമ്മിലുള്ള നിരന്തര സംഘർഷങ്ങളുടെ വ്യഥകൾ.

യൂറോപ്പിലെ ഇരുണ്ട കാലത്തിന്റെ പ്രക്ഷുബ്ധതകളെ നോവലിൽ സന്നിവേശിപ്പിക്കുകയാണ് എഴുത്തുകാരി. വഞ്ചിക്കപ്പെടുന്ന അടിയാള വർഗ സ്ത്രീ പുരുഷ സൂചകങ്ങൾ ഒമ്പതാം സിംഫണിക്ക് പേശീബലം നൽകുന്നു.

നമ്മുടെ പുതിയ എഴുത്തുകളിലെല്ലാം നീതിയാണ് കേന്ദ്ര പ്രമേയമായി വരുന്നതെന്ന് കാണാം. മനുഷ്യൻ മനുഷ്യനോട് ചെയ്യുന്ന അനീതിയെ തുറന്നെതിർക്കാനുള്ള ആർജ്ജവം പുതുകാല രചനകൾ സമാർജ്ജിച്ചു കഴിഞ്ഞിട്ടുണ്ട്. ഈ ഒരു തിരിച്ചറിവ് നർഗീസിന്റെ ഒമ്പതാം സിംഫണിയിലും കാണാൻ കഴിയുന്നുണ്ട്. അട്ടപ്പാടിയിലെ മധുവും കെവിനും നോവലിൽ ചർച്ചയാകുന്നത് അതുകൊണ്ടു കൂടിയായിരിക്കാം.

ജോസഫൈന്റെ പ്രണയ പരാജയവും മകൾ മിനോനയുടെ മനസ്സിന്റെ നിഗൂഢമായ അഭിലാഷങ്ങളും ആസക്തികളുമെല്ലാം നോവലിൽ നീറി നിറയുന്നു.

കലോപാസനയിൽ നിന്ന് വിരിഞ്ഞ പ്രണയവും തോൽവിയും നഷ്ടബോധവും ദുരന്തവുമെല്ലാം ചേർന്ന് സൃഷ്ടിക്കുന്ന ജീവിതത്തിന്റെ ഭ്രമാത്മകതയും അർത്ഥശൂന്യതയും ഈ നോവൽ നമുക്കു കാട്ടിത്തരുന്നു.

കേരളത്തിന്റെ അനുഭവവൃത്തങ്ങളിൽ നിന്നു കൊണ്ടാണ് ഒമ്പതാം സിംഫണിയുടെ കഥ പറഞ്ഞു തുടങ്ങുന്നത്. തേക്കിൻകാട് മൈതാനവും അക്കാദമി വളപ്പും സംഗീതവിദ്യാലയവും പ്രസിദ്ധീകരണശാലകളും ചാവക്കാടും പാടൂരും ചേറ്റുവയും നോവലിൽ നിറയുന്നുണ്ട്. പിയാനോ കണ്ടിട്ടില്ലാത്ത സഫ്ദർ എന്ന എഴുത്തുകാരനു മുന്നിൽ ഒരു വെളിപാട് പോലെ പ്രത്യക്ഷപ്പെടുന്ന അഞ്ജലിയിലൂടെയാണ് കഥ പുരോഗമിക്കുന്നത്.

പിയാനോയുടെയും സൊണാറ്റകളുടെയും മാന്ത്രിക സ്വരവീചികൾ തൊട്ടനുഭവിക്കുകയും ബിഥോവനെക്കുറിച്ച് നോവൽ എഴുതാൻ തീരുമാനിക്കുന്നതുമാണ് കഥ. ബിഥോവനെ അടുത്തറിയും തോറും ആ സംഗീത ഇതിഹാസം ഭാവനയിൽ നിന്ന് പോലും അകന്നു പോകുന്ന വിധി വൈപരീത്യം. ബിഥോവനു പകരം ചരിത്രത്താളിൽ മറഞ്ഞുകിടന്നിരുന്ന മിനോന നോവലിൽ സ്ഥാനം പിടിക്കുന്നു.

ഒരു കലാസൃഷ്ടി സൂക്ഷിക്കേണ്ട ലാവണ്യപരമായ അച്ചടക്കവും കൈയൊതുക്കവും സാഹിത്യഭംഗിയും എഴുത്തുകാരി കൈവിടുന്നില്ല എന്നതാണ് ഈ നോവലിന്റെ പ്രത്യേകത.

പ്രണയിച്ച കാരണത്താൽ പ്രഭു കുടുംബത്തിൽനിന്ന് തിരസ്കൃതയാകുന്ന ജോസഫൈൻ, അവരുടെ മരണശേഷം അനാഥയാകുന്ന മകൾ മിനോന ജീവിതത്തിൽ കണ്ടിട്ടില്ലാത്ത പ്രിയപ്പെട്ട അച്ഛനെ തേടിയിറങ്ങുന്ന കഥ കൂടിയാണ് ഒമ്പതാം സിംഫണി.

ഹംഗറിയും വിയന്നയും ബിഥോവന്റെ ജന്മദേശമായ ബോണും കേരളവും കഥാപരിസരമായി മാറുന്ന നോവൽ അതിർത്തിയിലെ കാടകങ്ങളിൽ നിന്നുള്ള വന്യവും ശോകാർദ്രവുമായൊരു സിംഫണിയിലാണ് അവസാനിക്കുന്നത്. ■

ഹിസ് മാസ്റ്റേഴ്സ് വോയ്സ്

എ.എസ്. മുഹമ്മദ് കുഞ്ഞി

ഹൃദയത്തെ ചുംബിച്ച ഗാന ശില്പങ്ങൾ

പ്രതിഭയുടെ തിളക്കം കൊണ്ട് ഭാഷയുടെ പരിമിതികളെ മറികടക്കാൻ കഴിഞ്ഞ നിരവധി ഉത്തരേന്ത്യൻ സംഗീത സംവിധായകർ നമുക്കുണ്ടായിരുന്നു. ഹിന്ദി സിനിമ ലോകത്തു നിന്നു കടന്നു വന്ന സർഗ്ഗധനരായ ആ സംഗീതജ്ഞരിൽ കൂടിയാണ് ഹിന്ദുസ്ഥാനി രാഗങ്ങളുടെ മാധുര്യം നാം തിരിച്ചറിഞ്ഞതും അരുമയോടെ മൂളിക്കൊണ്ടിരുന്നതും.

വശ്യമായ രാഗവിസ്മയം തീർത്ത ആലാപനത്തിലൂടെ അവർ നമ്മുടെ സംഗീതാസ്വാദനത്തിന് പുതിയ ഭാവുകത്വം നൽകി കൊഴിഞ്ഞു പോയ ഓരോ ദശകങ്ങളിലും പുതുപുത്തൻ പാട്ടുകൾ മലയാളത്തിൽ പിറന്നു വീണിട്ടും സലീൽ ചൗധരിയും നൗഷാദും ബോംബെ രവിയും ഉഷാ ഖന്നയും രവീന്ദ്ര ജയിനുമൊക്കെ ട്യൂൺ ചെയ്ത നിത്യഹരിത ഗാനങ്ങൾ ഇന്നും അനശ്വരമായി നിലനിൽക്കുന്നു. ആ ഗാനങ്ങൾ പിറന്ന വഴിത്താരയിലേക്കും അതിന്റെ പൂർവ്വസ്മൃതിയിലേക്കും നീണ്ടുപോകുന്ന ഒരന്വേഷണമാണ് എ.എസ്. മുഹമ്മദ് കുഞ്ഞിയുടെ 'ഹിസ് മാസ്റ്റേഴ്സ് വോയ്സ്' എന്ന പുസ്തകം.

സിനിമ സംസാരിച്ചു തുടങ്ങിയതു മുതലുള്ള ഹിന്ദുസ്ഥാനി സംഗീതത്തിന്റെ ചരിത്രം കൂടിയാണത്. മലയാളിയുടെ ഗൃഹാതുരമായ ഓർമ്മകൾ കൂടിയാണ് ഹിസ് മാസ്റ്റേഴ്സ് വോയ്സ്. ദുബായിൽ നിന്ന് അബുദാബിയിലേക്കുള്ള യാത്ര വേളകളിൽ രണ്ട് മണിക്കൂർ സമയം പത്താൻകാരനായ ടാക്സി ഡ്രൈവർമാർ കേൾപ്പിച്ചിരുന്ന ഇമ്പമാർന്ന ഗാനങ്ങൾ വീണ്ടും നമ്മുടെ ഓർമ്മയിലേക്കോടിയെത്തുന്നു.

ഹൃദയത്തിലവ കുളിർമഴ പെയ്യിക്കുകയാണ്. രാത്രിയുടെ ഏകാന്ത നിശ്ശബ്ദതകളിൽ നമ്മെ സുഖനിദ്രയിലേക്ക് കൂടെക്കൊണ്ടുപോയതും ഈ സംഗീതമായിരുന്നു.

മുഹമ്മദ് കുഞ്ഞി ഈ പുസ്തകത്തിൽ പറയുന്ന ഗാനങ്ങളെല്ലാം മലയാളിക്ക് സുപരിചിതവും ഒരർത്ഥത്തിൽ നമ്മുടെ പ്രവാസവുമായി ബന്ധപ്പെട്ടു കിടക്കുന്നതുമാണ്. ഹിന്ദി സംസാരിക്കുന്നവർ മാത്രമല്ല, പഷ്തൂണും ഉറുദുവും പഞ്ചാബിയും ഇറാനിയും അറബിയും സംസാരിക്കുന്നവർപോലും ഹിന്ദുസ്ഥാനി സംഗീതത്തിന്റെ ആരാധകരാണെന്ന് മനസ്സിലാക്കിത്തന്നത് പ്രവാസമായിരുന്നല്ലോ. പതിനാല് അദ്ധ്യായങ്ങളിലായാണ് സംഗീതത്തിന്റെ വിസ്മയലോകം മുഹമ്മദ് കുഞ്ഞി വായനക്കാർക്കായി തയ്യാറാക്കിയിട്ടുള്ളത്.

ഇന്ത്യൻ ചലച്ചിത്ര ഗാനരംഗത്തെ പൂർവ്വസൂരികളായ പ്രതിഭകളെയാണ് എ.എസ്. മുഹമ്മദ് കുഞ്ഞി തന്റെ പുസ്തകത്തിൽ പഠനവിധേയമാക്കുന്നത്.

അനിൽ ബിശ്വാസ്, സി. രാമചന്ദ്ര, രോഷൻ, നൗഷാദ്, എസ്. ഡി. ബർമൻ, ശങ്കർ ജയ് കിഷൻ, മദൻ മോഹൻ, ഖയ്യാം, രവിശങ്കർ, ഹേമന്ത് കുമാർ, സലിൽ ചൗധരി, ഉഷാ ഖന്ന, കല്യാൺ ജി അനന്ദ്ജി, ലക്ഷ്മികാന്ത് പ്യാരേലാൽ തുടങ്ങിയ അനശ്വര സംഗീത പ്രതിഭകളെക്കുറിച്ചുള്ള ലേഖനങ്ങൾ ഇന്ത്യൻ ക്ലാസിക്കുകളെ അടുത്ത് അറിയാൻ സഹായിക്കുന്നു.

'സിനിമ സംസാരിച്ചു തുടങ്ങുന്നതിന് മുമ്പ് തന്നെ സംഗീതം അതിന്റെ കൂടെ സഞ്ചരിച്ചു തുടങ്ങിയിരുന്നു' എന്ന ആദ്യ വാചകത്തോടെയാണ് ഈ പുസ്തകം ആരംഭിക്കുന്നത്. നിശ്ശബ്ദസിനിമകൾ പ്രദർശിപ്പിക്കുന്ന തിയേറ്ററുകളിൽ സ്ക്രീനിനു തൊട്ടു താഴെ സ്റ്റേജ് പോലെ ഉയർത്തിയ തിണ്ണയിൽ അന്നൊക്കെ ഒരു സംഗീത ട്രൂപ്പിനെ സജ്ജമാക്കി നിർത്തിയാണ് നിശ്ശബ്ദസിനിമകൾ പ്രദർശിപ്പിച്ചിരുന്നത് എന്നുള്ള ചരിത്രവസ്തുതയിലേക്കും എഴുത്തുകാരൻ കടന്നു ചെല്ലുന്നു.

സൈഗൾ, തലത്ത് മഹ്മൂദ്, നൂർജഹാൻ, സുരയ്യ, ഷംസാദ് ബീഗം, ഗീതാ ദത്ത്, മുകേഷ്, മുഹമ്മദ് റാഫി, ലതാ മങ്കേഷ്കർ, ആശാബോസ്‌ലെ തുടങ്ങി സംഗീത ലോകത്തെ മഹാപ്രതിഭകളുടെ എക്കാലത്തേയും സുന്ദരഗാനങ്ങൾ മുഹമ്മദ് കുഞ്ഞി ഈ പുസ്തകത്തിൽ പരിചയപ്പെടുത്തുന്നു.

ആദ്യകാല ശബ്ദചിത്രങ്ങൾക്ക് സംഗീതം ഒരുക്കിയവരിൽ അർഹിക്കുന്ന ബഹുമതി ലഭിക്കാതെ മറഞ്ഞു പോയവരെയും അദ്ദേഹം അനുസ്മരിക്കുന്നുണ്ട്.

ഏകദേശം മുന്നൂറിൽ അധികം പേരുകളാണ് ഹിന്ദുസ്ഥാനി സംഗീതത്തെ സംബന്ധിച്ച ഈ ഗ്രന്ഥത്തിൽ എഴുത്തുകാരൻ ഉപയോഗിച്ചിട്ടുള്ളത്. പുതുതലമുറയിലെ സംഗീത സംവിധായകർക്കും

ഗായകർക്കും പാട്ടെഴുത്തുകാർക്കും വിശിഷ്യാ സംഗീതാസ്വാദകർക്കും ഏറെ പ്രയോജനം ചെയ്യുന്ന ഒരു റഫറൻസ് ഗ്രന്ഥമാണ് ഹിസ് മാസ്റ്റേഴ്സ് വോയ്സ്. ഹേമന്ത് കുമാറിനെ പരിചയപ്പെടുത്തുമ്പോൾ തന്നെ നമുക്കത് ബോധ്യമാകുന്നു.

നാട്ടിൻ പുറങ്ങളിലെ പാമ്പ് പിടുത്തക്കാരായ ആദിവാസികളുടെ ഫോക് രാഗത്തിൽ പ്രശസ്തമായ നാഗിൻ ചിത്രത്തിലെ 'മന് ഡോലെ മെരാ തന് ഡോലെ...'യും മുഹമ്മദ് റാഫിയുടെ അനശ്വര പ്രണയ ഗാനങ്ങൾ പരിചയപ്പെടുത്തുമ്പോൾ ബോംബെ രവിയുടെ 'ചൗധ് വി കാ ചാന്ദ് ഹോ... യാ അഫ്ത്താബ് ഹോ...' (ചൗദവീ കാ ചാന്ദ് 1960), ബാബുൽ കി ദുആ യേ ലേതേ ജാ (നീൽ കമൽ 1967). ഹിന്ദുസ്ഥാനി സംഗീതത്തിന്റെ ഗൃഹാതുരമായ ഓർമ്മകളുടെ വസന്ത കാലത്തേക്കാണ് മുഹമ്മദ് കുഞ്ഞി നമ്മെ ക്ഷണിക്കുന്നത്. ഹിന്ദി സിനിമ കണ്ട മികച്ച സംഗീതസംവിധായകനായ നൗഷാദ് 1952ലാണ് പ്രശസ്തിയിലേക്ക് ഉയരുന്നത്. ബെയ്ജു ബാവ്‌രയിൽ റാഫി പാടിയ 'ഒ ദുനിയാ കെ രഖ് വാലെ...' ക്ലാസിക്കൽ റൊമാന്റിക് ചിത്രമായ മുഗൾ ഇ അസം ലെ 'പ്യാർ കിയാ തൊ ഡർനാ ക്യാ...' ലത പാടിയ ആ ഗാനത്തിന്റെ പെർഫെക്ഷനു വേണ്ടി നൗഷാദ് ഉപയോഗിച്ച ലളിതമായ ടെക്നിക്കുകളെക്കുറിച്ചും നൗഷാദിന്റെ അറിയപ്പെടാത്ത സംഗീത ജീവിതത്തെക്കുറിച്ചും മുഹമ്മദ് കുഞ്ഞി ആഴത്തിൽ അന്വേഷിക്കുന്നുണ്ട്.

1967ലാണ് ലതാ മങ്കേഷ്കറെ പത്മഭൂഷനു വേണ്ടി തെരഞ്ഞെടുക്കുന്നത്. എന്നാൽ ലതയെ ലതയാക്കി വളർത്തിയെടുത്ത പ്രധാന ശില്പികളിലൊരാളായ നൗഷാദിനെ ആ ബഹുമതി തേടിയെത്താൻ പിന്നെയും കാൽ നൂറ്റാണ്ട് കാത്തിരിക്കേണ്ടി വന്നത് എത്ര ദയനീയമാണെന്ന് മുഹമ്മദ് കുഞ്ഞി ചോദിക്കുന്നു.

അനശ്വരങ്ങളായ മെലഡികൾ സൃഷ്ടിച്ച് ഹിന്ദി സിനിമയുടെ ഒരു കാലഘട്ടം സുവർണ്ണ യുഗമാക്കി മാറ്റിയ ഖയ്യാം എന്ന ചുരുക്കപ്പേരിൽ അറിയപ്പെടുന്ന മുഹമ്മദ് സുഹർ ഖയ്യാം ഹഷ്മി എന്ന സംഗീത സംവിധായകനെ കുറിച്ചും പുസ്തകത്തിൽ പറയുന്നുണ്ട്.

രാജ്യം പത്മഭൂഷൻ നൽകി ആദരിച്ച ഖയ്യാം ആണ് മുഹമ്മദ് റാഫിയുടെ ദുഃഖഗാനങ്ങളിൽ ഏറെയും ചിട്ടപ്പെടുത്തിയതെന്ന് ഗ്രന്ഥകാരൻ നിരീക്ഷിക്കുന്നുണ്ടെങ്കിലും അതിനെ ബലപ്പെടുത്തുന്ന ശോകാർദ്രമായ ഗാനങ്ങളൊന്നും അദ്ദേഹം പരിചയപ്പെടുത്തുന്നില്ല. പകരം തലത് മഹ്മൂദും ലതയും മുകേഷും സൃഷ്ടിച്ച ഹിറ്റുകളും അപൂർവ്വം ചില റാഫി ഗാനങ്ങളുമാണ് ഈ അദ്ധ്യായത്തിൽ ചർച്ച ചെയ്യുന്നത്.

ഹിന്ദി സിനിമയിൽ വ്യത്യസ്തമായ പരീക്ഷണങ്ങൾ നടത്തി വിജയിച്ച സംഗീതജ്ഞനാണ് മദൻ മോഹൻ. ലതയുടെ പത്ത് ഗോൾഡൻ ഗ്രേയ്റ്റ് ഗാനങ്ങൾ എടുത്താൽ അതിൽ മൂന്ന് എണ്ണം മദൻ മോഹന്റേത് ആണെന്ന് മുഹമ്മദ് കുഞ്ഞി വിലയിരുത്തുന്നു. എന്നാൽ രണ്ടര പതിറ്റാണ്ടുകാലത്തെ സംഗീത ജീവിതം അദ്ദേഹത്തിന് അർഹിക്കുന്ന പരിഗണന നൽകിയില്ല എന്ന രൂക്ഷ വിമർശനവും ഈ കൊച്ചു പുസ്തകത്തിലുണ്ട്.

ഇന്ത്യൻ സംഗീത ലോകത്തെ അതികായനായ എസ്.ഡി. ബർമനെക്കുറിച്ചുള്ള ലേഖനം ശ്രദ്ധേയമാണ്. എന്നാൽ ഹിന്ദിയിൽ ചരിത്ര വിജയം നേടിക്കൊടുത്ത 'ഷോലെ', 'യാദോൻ കി ബാറാത്' തുടങ്ങി അനേകം ഹിറ്റു ചിത്രങ്ങൾക്ക് സംഗീതം പകരുകയും ഗാനങ്ങൾ ആലപിച്ച് പുതിയ സംവേദനതലങ്ങൾ സൃഷ്ടിക്കുകയും ചെയ്ത ആർ.ഡി. ബർമനെക്കുറിച്ചും അകക്കണ്ണുകൊണ്ട് മെലഡികൾ കേൾപ്പിച്ച രവീന്ദ്ര ജയിനിനെക്കുറിച്ചും 'ഗോരി തെരാ ഗാവ് ബഡാ പ്യാരാ...' ചിത് ചോർ ലെ ആദ്യഗാനത്തിൽ കൂടി ഹിന്ദിയിൽ ഒരു കാലഘട്ടത്തിൽ സാന്നിദ്ധ്യം ഉറപ്പിച്ച ഗാനഗന്ധർവ്വനെക്കുറിച്ചും എന്തുകൊണ്ടോ മുഹമ്മദ് കുഞ്ഞി മൗനം പാലിക്കുന്നു.

സുജാതയിൽ ആശാ ഭോസ്‌ലെ പാടിയ 'സ്വയംവര ശുഭദിന മംഗളങ്ങൾ...' യേശുദാസിന് അവാർഡ് നേടിക്കൊടുത്ത 'കാളിദാസന്റെ കാവ്യഭാവനയെ....' രവീന്ദ്ര ജയിൻ മലയാളത്തിനു നൽകിയ ഗോൾഡൻ ഹിറ്റുകളാണ്.

മലയാളത്തിന് ഇന്ത്യൻ പ്രസിഡണ്ടിന്റെ ആദ്യ സ്വർണ്ണ മെഡൽ നേടിക്കൊടുത്ത രാമു കാര്യാട്ടിന്റെ ചെമ്മീൻ സിനിമ മുതൽ നിരവധി അവിസ്മരണീയ ഗാനങ്ങൾ സംഭാവന ചെയ്ത സലിൽ ചൗധരിയെക്കുറിച്ചുള്ള ലേഖനം പ്രശംസ അർഹിക്കുന്നു.

സ്വപ്നം, നെല്ല്, രാസലീല, രാഗം, മദനോത്സവം തുടങ്ങി ഇരുപതോളം മലയാള ചിത്രങ്ങളിലായി ഈ സംഗീതപ്രതിഭ സൃഷ്ടിച്ച എക്കാലത്തേയും സൂപ്പർ ഹിറ്റുകളെക്കുറിച്ച് ആഴത്തിലുള്ള വിവരണവും പുസ്തകം പകർന്നു തരുന്നു.

ചിത്രയ്ക്ക് രണ്ട് പ്രാവശ്യം ദേശീയ അവാർഡ് നേടിക്കൊടുത്ത പഞ്ചാഗ്നിയിലെ 'മഞ്ഞൾപ്രസാദവും...' വൈശാലിയിലെ 'ഇന്ദുപുഷ്പം ചൂടി നിൽക്കും രാത്രി...'

ബോംബെ രവിയുടെ മാന്ത്രിക വിരലുകൾ തീർത്ത ഈ ഗാനങ്ങളും മലയാളിക്ക് ഏറെ ഇഷ്ടപ്പെട്ടതാണ്.

'ഉണരൂ വേഗം നീ സുമറാണീ വന്നു നായകൻ...' (മൂടൽ മഞ്ഞ്), 'നീ മധു പകരൂ മലർ ചൊരിയൂ...' ഗൃഹാതുരത്വം ഉണർത്തുന്ന

ഈരടികൾ എത്രകേട്ടാലും മതിവരാത്ത ഗാനം. ഉഷാ ഖന്ന എന്ന സംഗീത സംവിധായികയെ ഓർക്കാൻ ഈ ഗാനങ്ങൾ മാത്രം മതി.

മനസ്സിനു കുളിരു പകരുന്ന ധ്വനി സിനിമയിൽ യേശുദാസ് പാടിയ 'മാനസനിളയിൽ പൊന്നോളങ്ങൾ മഞ്ജീര ധ്വനിയുണർത്തി...' ഗാനഗന്ധർവ്വൻ തന്നെ പാടിയ 'രതിസുഖ സാരമായ് ദേവി നിൻ മെയ് വാർത്തൊരാ ദൈവം കലാകാരൻ...' ഇന്ത്യൻ സംഗീത ചക്രവർത്തി നൗഷാദിന്റെ വിരൽസ്പർശത്തിൽ മലയാളിയെ കോരി ത്തരിപ്പിച്ച പാട്ടുകളും പുസ്തകത്തിൽ ഇടം പിടിച്ചിട്ടുണ്ട്.

ഹിന്ദി സിനിമ കണ്ട മികച്ച സംഗീത സംവിധായക ജോടിയായ ശങ്കർ ജയ് കിഷനെക്കുറിച്ചും അവരുടെ എക്കാലത്തേയും ഹിറ്റുകളെ കുറിച്ചുമുള്ള വിശദമായ പഠനം പുസ്തകത്തിന്റെ മേന്മയെ എടുത്തു കാണിക്കുന്നു.

ഹിന്ദുസ്ഥാനി സംഗീതത്തെക്കുറിച്ചുള്ള ഒരെഴുത്തുകാരന്റെ ആഴ ത്തിലുള്ള പഠനവും ഗവേഷണവും വ്യക്തമാക്കുന്നതാണ് എ.എസ്. മുഹമ്മദ് കുഞ്ഞിയുടെ ഹിസ് മാസ്റ്റേഴ്സ് വോയ്സ്. ■

പ്രവാസികളുടെ കാണാകഥകൾ

കുട്ടിയാനം മുഹമ്മദ് കുഞ്ഞി

മരുഭൂമികൾ പറയുന്നത്

മണൽക്കാട്ടിൽ ജീവിതം തേടിയെത്തിയ എഴുപതുകൾക്കു മുമ്പും പിമ്പുമുള്ള തലമുറയുടെ സാഹസികമായ കടൽ യാത്രകളും ജീവിത പോരാട്ടങ്ങളുമാണ് കുട്ടിയാനം മുഹമ്മദ് കുഞ്ഞിയുടെ 'പ്രവാസികളുടെ കാണാക്കഥകൾ'.

ഗൾഫ് കുടിയേറ്റത്തിന്റെ നിറം മങ്ങിയ ഓർമ്മകളിൽ ആ പോരാട്ട ക്കഥകൾ ഹൃദയസ്പർശിയായി വായനക്കാരുമായി പങ്കു വെയ്ക്കുകയാണ് എഴുത്തുകാരൻ. തൊഴിലന്വേഷണത്തിന്റെയും അതിജീവനത്തിന്റെയും മരുഭൂമി വാസക്കാലത്ത് തന്റെ ജീവിതത്തിലൂടെ കടന്നുപോയ സഹജീവികളുടെ ഹൃദയമന്ത്രങ്ങൾ ചാരുതയോടെ ഈ പുസ്തകത്തിൽ പകർത്തുന്നു.

കടൽ കടന്നവന്റെ ജീവിത പുസ്തകമാണ് 'പ്രവാസികളുടെ കാണാകഥകൾ'. നിത്യജീവിതത്തിൽ കണ്ടു പരിചയിച്ചവരുടെ ജീവിതാനുഭവങ്ങളിലേക്ക് സൂക്ഷ്മമായി കടന്നു ചെല്ലുകയാണ് ഗ്രന്ഥകാരൻ. പ്രവാസ ജീവിതത്തിന്റെ അനേകം കൊത്തിവെച്ച ശില്പ മാതൃകകളാണ് നമുക്ക് അദ്ദേഹം കാണിച്ചുതരുന്നത്. അവയിലെല്ലാം കരൾ വെന്തുപോയ പ്രവാസിയുടെ നിശ്ശബ്ദമായ തേങ്ങലുകൾ കേൾക്കാം.വളഞ്ഞ വഴിയിലൂടെ ജീവിതം വെട്ടിപ്പിടിക്കാൻ ശ്രമിക്കുന്നതിനിടയിൽ കാലിടറിപ്പോയവരുടെ കദന കഥകളുണ്ട്. വിശ്വാസ വഞ്ചനയിൽ അകപ്പെട്ടു പോയവന്റെ ദീനരോദനങ്ങളുണ്ട്.

ഓരോ പ്രവാസിക്കും ഓരോ ജീവിതാനുഭവമാണെന്ന് ഉമ്മർ ഹാജി മുതൽ ഫ്രാൻസിസ് കുരുവിളയും മുരുകനും വരെയുള്ളവർ പറഞ്ഞു തരുന്നു.

പതിമ്മൂന്നാം വയസ്സിൽ മരുഭൂമി സ്വപ്നം കണ്ട് പത്തേമാരിയിൽ നാടുവിട്ട ഉമ്മർ കുഞ്ഞി കറാച്ചിയിലും കുവൈറ്റിലും ഖത്തറിലും

പിന്നീട് ദുബായിലും കിട്ടിയ ജോലികൾ ചെയ്യുകയും നീണ്ട പതിന്നാലു വർഷങ്ങൾക്കു ശേഷം ഉമ്മയെ കാണാൻ നാട്ടിലേക്കുള്ള യാത്രയിൽ പാസ്പോർട്ട് നഷ്ടപ്പെട്ടു പോയതിനെ തുടർന്ന് മുംബായ് എയർപോർട്ടിൽ പിടിക്കപ്പെടുകയും തടവിലായ അയാൾ പൗരത്വം തെളിയിക്കാൻ റേഷൻ കാർഡ് വീട്ടിൽ നിന്ന് വരുത്തുന്ന ഒരു കഥ മുഹമ്മദ് കുഞ്ഞി ഈ പുസ്തകത്തിൽ വിവരിക്കുന്നുണ്ട്. ചെറിയ പിഴവുകൊണ്ട് ഒരു മനുഷ്യനു സംഭവിക്കുന്ന യാത്ര ദുരിതത്തിന്റെ ആഴം ഈ കുറിപ്പിൽ കാണാം. വീട്ടുജോലിക്ക് ഗൾഫിൽ എത്തിയ താഹിറ പാക്കിസ്ഥാനി യുവാവിന്റെ കുഞ്ഞിനു ജന്മം നൽകി വടക്കൻ കേരളത്തിന്റെ മലയോര ഗ്രാമത്തിൽ പുതിയൊരു വിസയ്ക്കു വേണ്ടി കാത്തിരിപ്പ് തുടരുകയാണ്. ഇനിയൊരിക്കലും പൂവണിയാൻ സാധ്യതയില്ലാത്ത സ്വപ്നങ്ങൾ കണ്ടുകൊണ്ട്. മധുരോന്മാദം നിറഞ്ഞ ഒരു പ്രണയകാലം കൊഴിഞ്ഞു പോയതിന്റെ ആത്മനിർവൃതിയിൽ അവൾ ഒരു പക്ഷേ, പുതിയ കാലത്തെ പൗരത്വത്തെക്കുറിച്ചുള്ള ഭയാശങ്കകൾ കൂടി അയവിറക്കുന്നുണ്ടാവാം. ഇന്ത്യൻ മണ്ണിൽ മകൾ റസിയയ്ക്കൊരു ബാപ്പയെ ചൂണ്ടിക്കാണിക്കാൻ അവൾക്കാവില്ലല്ലോ!

നിയമവിരുദ്ധമായ സഹായങ്ങൾ തേടി സ്വന്തം നാട് കാണാൻ കൊതിക്കുന്ന നിരവധി കഥാപാത്രങ്ങൾ ഈ പുസ്തകത്തിലുണ്ട്. അങ്ങനെയുള്ള ആളുകൾക്കെല്ലാം യാത്രാസൗകര്യങ്ങൾ ഒരുക്കുന്ന ഗൂഢസംഘങ്ങളും സമാന്തര എംബസ്സികളും ഒരു കാലത്ത് ഗൾഫിൽ സജീവമായി പ്രവർത്തിച്ചിരുന്നു. മുഹമ്മദ് കുഞ്ഞിയുടെ കഥാപാത്രങ്ങൾ ഈ ഇരുണ്ട കാലത്തിന്റെ പ്രതിസന്ധികളിലൂടെ കടന്നുപോകുന്നവരാണ്. പലരും കള്ളക്കടത്തിലേക്ക് വഴിതെറ്റി സഞ്ചരിക്കുകയും പൊടുന്നനെ തകർന്നടിഞ്ഞവരേയും പുസ്തകത്തിൽ കാണാം. നേരായ മാർഗ്ഗം ഉപയോഗിക്കാത്തതിന്റെ പേരിൽ എയർപോർട്ടിൽ ചെക്ക് കേസിൽ പ്രതി ചേർക്കപ്പെടുന്ന നിരപരാധികളേയും അദ്ദേഹം പരിചയപ്പെടുത്തുന്നുണ്ട്.

തൊഴിലന്വേഷകരുടെ തിരക്കു വർദ്ധിച്ച എൺപതുകളിലെ ദുബായ് എയർപോർട്ടിന്റേയും എമിഗ്രേഷൻ സംവിധാനത്തിന്റേയും നേർചിത്രങ്ങളും ഈ പുസ്തകം നമ്മെ ഓർമ്മപ്പെടുത്തുന്നു. ഖത്തറിലേയും യു എ ഇ യിലേയും രണ്ട് പൊതുമാപ്പുകൾ രണ്ട് വ്യത്യസ്ത സമയങ്ങളിൽ ഉപയോഗപ്പെടുത്തിയ പാവപ്പെട്ട കുടിയേറ്റക്കാരനേയും എഴുത്തുകാരൻ പരിചയപ്പെടുത്തുന്നു.

ഒറ്റയിരിപ്പിന് വായിച്ചു തീർക്കാവുന്ന ലളിതമായ ഭാഷയിലാണ് കുട്ടിയാനം മുഹമ്മദ് കുഞ്ഞി 'പ്രവാസികളുടെ കാണാക്കഥകൾ' രചിച്ചിരിക്കുന്നത്. മുപ്പത്തിയഞ്ച് അദ്ധ്യായങ്ങളിലായി അവ പരന്നു കിടക്കുന്നു. ■

www.ingramcontent.com/pod-product-compliance
Lightning Source LLC
LaVergne TN
LVHW100250051026
849517LV00006B/2042
9789395878852